கணக்கியலுக்குப் பயன்படும் எண்கள்

(மொழி ஆய்வு வேர்ச் சொற்கள் ஆய்வு)

அ. சவரிமுத்து, எம்.ஏ., பி.எட்.,

சங்கர் பதிப்பகம்

15 / 21, டீச்சர்ஸ் கில்டு காலனி, 2-வது தெரு,
இராஜாஜி நகர் விரிவு,
வில்லிவாக்கம், சென்னை - 600 049.
தொலைபேசி: 044-26502086, 9444191256
email: shankar_pathippagam@yahoo.com
wef: www shankarpathippagam.in & www bookthagam.com

நூல் விவரப் பட்டியல்

நூலின் பெயர்
கணக்கியலுக்குப் பயன்படும் எண்கள்
(மொழி ஆய்வு வேர்ச் சொற்கள் ஆய்வு)

நூலாசிரியர்
அ. சவரிமுத்து, எம்.ஏ., பி.எட்.,

நூல் அளவு
டெம்மி

பதிப்பு ஆண்டு
முதல் பதிப்பு - 2020

பக்கங்கள்
256

வெளியீடு
சங்கர் பதிப்பகம்
15/21, டீச்சர்ஸ் கில்டு காலனி,
2-வது தெரு, இராஜாஜி நகர் விரிவு,
வில்லிவாக்கம், சென்னை - 600 049.
தொலைபேசி: 044 - 2650 2086

வடிவமைப்பு & மேலட்டை
பழனி & லதா, வில்லிவாக்கம்.

முன்னுரை

தமிழ், தமிழிய மொழிகள் (திராவிட மொழிகள்) என்று மொழி நூலார் மற்ற இந்தோ - ஆரிய மொழிகளில் இருந்து வேறுபடுத்திக் காட்டப் பயன்படுவது. (1) மூவிடப் பெயர்கள். (2) எண்களின் பெயரமைப்பு ஆகியனவாம். மொழி நூலார் உலக மொழிகளை ஏழுவகைப்படுத்தி ஆய்வு செய்து உள்ளார்கள். (1) இந்தோ ஆரிய மொழிகள் (2) மேலை ஆரிய மொழிகள் (3) திராவிட மொழிகள் (4) ஆப்பிரிக்க, ஆசிய மொழிகள் (5) செமித்திக் மொழிகள் (6) தென்கிழக்கு ஆசிய மொழிகள் (7) அமெரிக்க இந்திய மொழிகள் என்று வகைப்படுத்தி உள்ளனர். இதில் மலேயா பாலினேசியன் மொழிகள் என்றவகை தென்கிழக்காசிய மொழிகள் குடும்பத்திற்குள் அடங்கும்.

தமிழ் தவிர்த்த மற்ற திராவிட மொழிகளை ''இவைகள் திராவிட மொழிகள் தாம்'' என்று அடையாளங்காட்ட உதவுவது மூவிடப் பெயர்களும் எண்களும் ஆகும். மற்ற தமிழிய மொழிகள் தெலுங்கு, கன்னடம், மலையாளம் போன்றவைகளுக்குள் வர்க்கம், கிரந்தம் நுழைந்து ஆரிய சாயல் பெற்றிருந்தாலும், எண்களும் மூவிடப் பெயர்களும் தமிழிய மொழிகள் தாம் இவைகள் உறுதியாகக் கூற, உதவுகின்றன. தமிழியக் குடும்பத்தைப்பற்றி விரிவாக விளக்கப்பட்டுள்ளது.

மேலும் எண்ணுரு எப்படி ஒவ்வொரு எண்ணுக்கும் வரிவடிவம் அமையப் பெற்றுள்ளது என்பதைப் பற்றி விளக்கப்பட்டுள்ளது. மேலை ஆரிய மொழிகள் மற்றும் சீன, மலேயா மொழிகள் பற்றியும் அரபு, உருது மொழிகள் பற்றியும் ஆராயப்பட்டுள்ளன. மேலும் வேர்ச்சொற்கள் வாயிலாகவும் விளக்கப்பட்டுள்ளன. சிந்துவெளி எழுத்துக்களின் எண்ணுரு தொடர்புகளும் விளக்கப்பட்டுள்ளன.

ஆயிரம், இலட்சம், கோடி முதலியவை தமிழ்ச் சொற்களா? இல்லையா என்று ஆராயப்பட்டுள்ளன. உலகமொழிகள் அனைத்திலும் உள்ள ஒருமைப்பாடுகள் விளக்கப்பட்டுள்ளன.

கன்னடம், தெலுங்கு, மலையாளம் மற்றும் தென்திராவிட மொழிகள், மைய திராவிட மொழிகள், வடதிராவிட மொழிகள் தமிழில் இருந்துதான் தோன்றி உள்ளன என்பவை ஆராயப் பட்டுள்ளன. மேலும் ஐந்திரம், வைசாம்பாயணம் போன்ற நூல்களின் துணையோடு அளவீடுகள் ஆராயப்பட்டுள்ளன.

இந்நூலுக்கேற்ப அணிந்துரை வழங்கி சிறப்பித்த திருவள்ளுவர் தவச்சாலை அல்லூர் திருச்சி செந்தமிழ் அந்தணர் பெரும்புலவர் திரு. இரா. இளங்குமரனார் அவர்களுக்கும், பிழைத்திருத்தம் செய்து உதவிய இலக்கணப் புலவர். திருச்சி திருக்குறள் பேரவை செயலர் திரு. கேசவனார் அவர்களுக்கும், தமிழிலக்கிய ஆய்வுப் பண்ணை உயர்திரு. அரவரசனார் அவர்களுக்கும், அச்சிட்டு வெளியிட்ட **சங்கர் பதிப்பக** உரிமையாளருக்கும், அட்டை வடிவமைத்து தந்த **பழனி அவர்களுக்கும்** என்னுடைய வணக்கத்தையும், நன்றியையும் தெரிவித்துக் கொள்கிறேன்.

இடையாற்றுமங்கலம் அ.சவரிமுத்து

மொழிச்சுருக்கப் பெயர்

1. த – தமிழ்
2. வ – வடமொழி (சமற்கிருதம்)
3. எபி – எபிரேயம்
4. கி – கிரேக்கம்
5. இல – இலத்தீன்
6. அக் – அக்காடிய மொழி
7. பிரா – பிராகிருதம்
8. O.E. – Old English
9. O.F. – Old French
10. தெ – தெலுங்கு
11. மலை – மலை
12. கன் – கன்னடம்

அணிந்துரை

ஆசிரியர், நூலாசிரியர், நுண்நோக்கர், கூர்ஞ்செவியர், ஆழ்சிந்தனையர், அயரா எழுத்துத் தொண்டர் திருமிகு. அ.சவரிமுத்து அவர்கள். முன்னும் பன்னூல் படைத்தவர். பின்னும் படைப்பவர்; இதுகால் 'கணக்கியலுக்குப் பயன்படும் எண்கள்' (மொழி ஆய்வு, வேர்ச்சொற்களின் ஆய்வு) என்னும் பெயரிய ஆய்வு நூலை யாத்துள்ளார்.

தமிழன், 'எண்' வேறு, 'எழுத்து' வேறு எனக் கொள்ளாத ஒருமை நோக்கன்! எண்ணே எழுத்தாய், எழுத்தே எண்ணாய்க் கொண்டவன். அதனால், எண்ணையும் எழுத்தையும் இணைக் கண் களாகக் கொண்டவன். ''எண்ணும் எழுத்தும் கண்ணெனத் தகுமே'' என்றும்,

எண்ணென்ப ஏனை எழுத்தென்ப இவ்விரண்டும்
கண்ணென்ப வாழும் உயிர்க்கு.

என்றும், இணைத்தே கூறினர். கண்பெற்ற அனைவரும் எண் ணும் எழுத்தும் பெற்றவராகவே விளங்கவேண்டும் என்று திட்டப் படுத்தினர். எ-டு.

'க' - எழுத்து உயிர்க்குறில்

'க' - ஒன்று எண்

'உ' - எழுத்து; உயிர்க்குறில்

'உ' - இரண்டு எண்

கணக்கு என்பது நூல் பொருளது.

(எ.டு) மேற்கணக்கு = பத்துப்பாட்டு, எட்டுத் தொகை. கணக்கா யர், எண்ணும் எழுத்தும் கற்பிக்கும் ஆசிரியர். (எ.க.) கணக்காயனார் மகனார் நக்கீரனார்.

'கணக்காயர் இல்லாத ஊர்' ஊரன்று என்னும் கொள்கை போற் றப்பட்டது.

கணக்கில் ஒன்றாய 'எண்' (தமிழெண்) கி.பி. 1950-ஆம் ஆண் டளவில் கூட நடைபேற்று முறையில் இருந்தது. தமிழ் எண்ணிட்ட நூல்களே மிகுந்திருந்தன. கணக்கில் ஒன்றாய எழுத்தும் சீர்த்திருத்தம் என்னும் பேரால் சிதைவுக்கு ஆட்பட்டுச் சீரழிவுப் பக்கம் சென்று விடக் கூடாது என்னும் கட்டுக்காவல் கட்டாயத் தேவையாக உள்ளது இதுகால்.

இச்சூழியல் நிலையில், 'கணக்கியலுக்குப் பயன்படும் எண்கள்' என்னும் நுண்ணோக்கு நூலை அறிஞர். அ.சவரிமுத்து அவர்கள் கொணர்ந்தது பாராட்டுக்கு உரியதாம்.

திராவிட மொழிக் குடும்பம் சார்ந்த மொழி இது என்பதை அறிந்து கொள்ள உதவுவன, சுட்டுப் பெயர்களும், எண்களும் என்பதைத் தம் முன்னுரையிலே சுட்டிக் காட்டிப் பின்னர்ப் பெருவிளக்கம் செய்து இக்கொள்கையை நிலைநாட்டுகின்றார். சுட்டெழுத்து வழிக் கொள்கை யைப் பாவாணர் தனிநூலெழுதி நிலை நாட்டியமை எண்ணத் தக்க தாம். அவர் இயற்றிய நூல், 'சுட்டு விளக்கம்' என்பதாம். 'கண்ணால் அளக்கப்படுவது கணக்கு' என்கிறார் ஆசிரியர். 'கைக்கணிசம்' என் பது மக்கள் வழக்கு. கணக்காகப் பேசுவார் என்பதும் மக்கள் வழக்கே.

கண்ணிமையால் காலத்தை அளந்தமை இலக்கணர் வழக்கு. **கண் ணால் கால அளவையும், காலால் இட அளவையும்** அளந்தமை தொல்பழநாள் தொட்ட வழக்காகும். இடமும் காலமும் முதற்பொ ருள். ஒன்றனை ஒன்று தீர்மானிப்பது. ஆதலால் **மூன், பின், யாண்டு, ஞான்று** முதலிய சொற்கள், இடத்தையும் காலத்தையும் குறித்தல் எண் ணத் தக்கதாம். முதல் என்பது உடலைக் குறித்தல், முதலாகு பெயர் என்னும் இலக்கணத்தால் அறியப்படும்.

ஒல் – ஒன் – ஒன்னு – ஒன்று – ஒன்றியம் என 'ஒல்' விரிவு ஒன்றாதலையும் ஓர், ஓரை முதலாக விரிதலையும் விரிவாக விளக்கு கிறார். இவ்வாறு ஈர், இரு முதலாய விரிவால் இரண்டு என்பதை விரித் தெழுதுகிறார். மூ என்பதன் வழியாம் மூன்று 'திரி' யாதலை பற்பல எடுத்துக்காட்டுகள் பல்வேறு மொழிகளிலும் பயில வழங்கும் வழக்கைத் தெளிவிக்கிறார். ஒவ்வொரு பகுதியின் நிறைவிலும் கூறப் பட்ட செய்தியைச் சுருக்கித் தந்து 'முடிவு' என்கின்றார். விரிவுப் பகு தியையும் விளக்கம் எடுத்துக்காட்டுகளையும் பிழி சாறாகத் தருவது போல்வதாம் இப்பகுதி.

'ஒன்று முதல் பத்து முடிய எண்கள் ஒலிப்புகளில் சிறுசிறு மாற்றங்கள் பெற்று இருந்தாலும் அடிப்படையில் ஒன்றுபோல ஒருமைப்பாட்டுடன் அமைந்துள்ளன' என்று பல்வேறு மொழி எண்களையும் ஒப்பிட்டுக் காட்டித் தமிழ் மூல எண்களின் சிறப்பை நிலைப்படுத்துகிறார். ஆய்வுத் துணை நூல்பட்டி, பல்வேறு காலங்களில் தமிழ் எண்கள் வளர்ச்சி, கெட்டி இலக்கம் என்னும் தமிழ்ப் பின்னங்கள் என்பனவற்றைப் பட்டியலிட்டுக் காட்டி, மேலாய்வுக்குத் தூண்டுகிறார் ஆசிரியர்.

'ஒரு படைப்பாளி விரிவான படிப்பாளியாகவும் இருத்தல் வேண் டும்' என்பதைத் தெளிவிக்கும் படைப்பு இப்படைப்பு.

ஆசிரியர் முயற்சி வெல்க!
வாழிய நலனே! வாழிய நிலனே!

இரா. இளங்குமரன்

உள்ளடக்கம்

1. தமிழின் தொன்மையும் ஆய்வும்

''முத்தமிழ் அடைவினை முற்படு கிரிதனில்
முற்பட எழுதிய முதல்வோனே'' - *திருப்புகழ்.*

''கொன்றைச் சடையார்க்கு ஒன்றைத் தெரியக்
கொஞ்சித் தமிழாற் பகர்வோனே'' - *திருப்புகழ் 137.*

மேலே கண்ட திருப்புகழ் பாடல் வரிகள் ஆரியத்துக்கு முன்பே தமிழ் இருந்தது என்பதைக் காட்டுகிறது. ''முற்பட எழுதிய முதல்வோன் ஆதி விநாயகன்'' என்ற வரிகள் மூலம் அறியப்படுகிறது. கொன்றைச் சடையுடைய ஆதிசிவன் கொஞ்சிப் பேசிய மொழி தமிழ் என்பது அறியப்படுகிறது. ஆக ஆரியம் தோன்றுவதற்கு முன்பே தமிழ் உண்டாகிக் கடவுள்களால் பேசப்பட்ட மொழி என்பதைத் திருப்புகழ் காட்டுகிறது.

**தொண்டர் நாதனைத் தூதிடை விடுத்ததும் முதலை
யுண்டபாலனை யழைத்ததும் எலும்பு பெண்ணுருவாக்
கண்டதும்மறைக் கதவினைத் திறந்ததுங் கன்னி
தண்டமிழ்ச் சொலோ மறுபுலச் சொற்களோ சாற்றீர்.**

என்னுந் திருவிளையாடற் புராணச் செய்யுள், ''தமிழ் மொழி தெய்வ மொழி'' என்பதனை வலியுறுத்துகின்றது.

**செங்கோன்தரைச் செலவைச் சேந்தன் தனியூரான்
துங்கன் தமிழ்த்தாப் புலித் தொடரால் அங்கிசைத்தான்
சக்கரக்கோ முன்னின்று சாற்றும் பெருவழி
அக்கரக்கோ நாமஞ்சு வாம்.**

என்பது செங்கோன் தரைச் செலவு என்னும் நூல். இந்நூல் முதனூழித் தனியூர்ச் சேந்தன், அவ்வூழியிலுள்ள தலைச்சங்கத்தார் காலத்தில் குமரியாற்றுக்கும், பஃறுளி யாற்றுக்கும் இடையேயுள்ள பெருவள நாட்டரசனாகிய செங்கோவைப் பாடினான் என்பதே ஆகும்.

''இன்றைக்கு 2300 ஆண்டுகளுக்குமுன் இந்தியா வந்தவர். ''மெகசுதனீசு'' என்னும் கிரேக்கர். அவர் சந்திர குப்தர் மௌரியர் காலத்தில் செலுகசு நிகோட்டரால் தரப்பட்ட தூதுவர் ஆவார். அவர் '' இலங்கை என்னும் தீவு இந்தியாவில் இருந்து ஒரு ஆற்றினால் பிரிக்கப்பட்டுள்ளது'' என்று எழுதி உள்ளார். அவருக்குப் பின், நான்கு நூற்றாண்டுகளுக்குப் பின் வந்து போன பிளைனி என்னும் கிரேக்கரின் காலத்தில் ஒரு கடற்கோள் நடந்தது.

இதில் இந்த ஆறு அழிந்து விட்டதாக அவர் எழுதியுள்ளார். அந்த குறிப்புகளால் புலப்படுமெனவும் அக்குமரியாறு அழிவு 2100 ஆண்டு களுக்குமுன் நிகழ்ந்தது எனவும் கூறுகின்றனர்'' என்று அறியப்படுகிறது.

மலிதிரை யூர்ந்துதன் மண்கடல் வெளவலின்
மெலிவின்றி மேற்சென்று மேவார் நாடிடம்பட
புலியொடு வின்னீக்கி புகழ்பொறித்த கிளர்கெண்டை
வலியமுன் வணக்கிய வாடாச்சீர்த் தென்னவன். - *கலித்தொகை 104*

கலித்தொகை கடல் கோள்களைப் பற்றிக் கூறுகிறது.

''பலவகை வகைப்பட்டு வழங்கும் பல்லாயிர மொழிகள், சில குடும்பங்களில் அடக்கிக் காட்டப்பட்டுள்ளன. இக்குடும்பங்கள் ஆதியில் ஒன்றிற் கிளைத்தனவா? தனித்தனியே தோன்றினவா? என்ற ஐயப்பாடு இன்னும் முற்றிலும் முடிவாக வில்லை. ஒன்றிற் கிளைத்தால் அவ்வொரு தனிப் பழைய மொழி மக்கள் முதற் றோன்றிய நாட்டில் வழங்கும்மொழி ஆகுமாயின் அது தமிழொடு ஒத்த மூல மொழியாதல் கூடும் என்பாரும் உளர். அதன் சார்பான ஆராய்ச்சி இனித்தான் தெளிவாக ஏற்பட வேண்டியதாய் இருக்கிறது''. என்று ''மொழிநூற் கொள்கையும் தமிழ்மொழி அமைப்பும்'' என்ற நூலில் கா.சு.பிள்ளை அவர்கள் (பக்கம் 18இல்)கூறுகிறார். மேலும் அவர் ''19-ஆம் நூற்றாண்டிலே பாப் (Bopp), கிரிம் (Grim), ராஸ்க் (Rosk) என்னும் புலவர்கள் மொழி நூலிற்கு வித்திட்டனர். ராஸ்க் (கி.பி.1787-1852) என்பவர் ஒரு நாட்டினரது இலக்கியம் ஏற்படுதற்கு முந்தியுள்ள சரித்திரம் அறிதற்கும் அந்த மொழியை அறிதற்கும், மொழி நூலிற்கும் விடுத்திடும் என்று எழுதியுள்ளதாக கா.சு.பிள்ளைக் கூறுகிறார்.

ஒரு மொழியின் இலக்கியம் தோன்றுவதற்கு முன்னர் மொழியின் நிலை அல்லது வரலாற்றைப் பற்றி அறிய வேர்ச்சொல் மூலம் உருவாகிய நிலையை ஆராய வேண்டியதாகும். அந்த வேர்ச்சொல்லை மிகவும் உன்னிப்பாகப் போராடி ஆராய்ந்தவர் மொழி ஞாயிறு தேவநேயப் பாவாணர் ஆவார். அவர் ''தமிழே உலகின் முதற்றாய் மொழி'' என்று கூறி ஆராய்ந்து பல நூல்கள் வெளியிட்டார்.

திராவிட மொழிகளுக்குத் தலைமைத் தகுதிப் பெற்று நிற்கத் தமிழ் மொழியைப் பற்றிச் சொல்லுமிடத்து மக்களாற் பேசுதற்கு, மிகப்பொலிவும் திருத்தமும், சீரும், உடைய மொழிகளுள் இஃது

ஒன்றென ஓரிடத்தும்; திராவிடச் செய்யுள்களின் சிறப்பினை ஐரோப்பாவில் நன்கு அறிதல்வேண்டும். அங்ஙனமாயின் கிரீக்கு, இலத்தீன் செய்யுள்களுக்கு ஈடானவை உலகில் இல்லையென்பது போல அவைகளுக்குரியப் புகழ் முற்றும் சரிதானா? என்று நடுநிலைமையுள்ள சான்றோர் முன்னிலையில் ஆராய்ந்து அதன்பின்னர்த் தீர்மானிக்கத் தக்கது'' என்று அறிஞர் வில்லியம் டெய்லர் (Rev. Villiam Taylor) கூறிய கூற்றை தமது மொழி நூலில் திரு. மாகறல் கார்த்திகேயனார் எடுத்துக் கூறியுள்ளார்.

இருக்குவேதத்தில் சிந்து, கங்கை, சரசுவதி யென்னும் நதிகளின் பெயர் இருத்தலின் இருக்குவேதம் அந்த நதிக்கரையில் முற்றுப் பெற்றது. தமிழருடைய 90 கோட்டைகளையும் 99 நகரங்களையும் ஆரியர் அழித்தனர்.'' என்று இருக்கு வேதம் படித்த மாக்சு முல்லர் கூறுவர்.

''இருக்கு வேதத்தில் வரும் தாசர்கள் என்போர் தமிழர் ஆவார். தசாங்கத்திற்குச் சிறந்த அரசர் என்பது பொருள் என்று திரு மாகறல் கார்த்திகேயன் தமது மொழிநூலில் கூறியுள்ளார்.

மேலும் வடமொழியில் பால் வரம்பின்றிப் பலவாறு கூறுவது உண்டு அவை வருமாறு :

மனைவி பெயர் :

1. பார்ய – பெண்பால் (ஒருமை)
2. தாரா – ஆண்பால்(பன்மை)
3. களத்ரம் – ஒன்றன் பால்

கல்லின் பெயர் :

1. பாஷாண – ஆண் பால்
2. சிலா – பெண் பால்
3. உபலம் – ஒன்றன் பால்

ஆதலால் தமிழில் பால், திணை மிக இனியது. எளியது ஒலியும் எழுத்தும் ஒன்றுபட்டு உள்ளது.

வடமொழியில் :

'ப்ரஹ்ம'என்று எழுதியதைப் 'ப்ரம்ஹ' என்று ஒலிக்கின்றனர்.

சிஹ்ம – சிம்ஹ

வஹ்நி – வந்ஹி

விஜ்ஞானம் – விக்ஞானம்

விசார்க்கம் – ha, ஜிஹ்வா மூலியம் ஹ்க hka" என்று தமது மொழிநூலில் மாகறல் கார்த்திகேயனார் கூறுகின்றார்.

2. வேர்ச்சொல்

''எழுத்துக்களின் மாற்றங்களை ஒருவாறு சுருக்கி ஆய்ந்தனர் புலவர். எழுத்துக்களாலாய வேர்ச்சொல் அல்லது பகுதிகளே சொற்களின் முக்கியமாகும். சீன மொழியிலும், வடமொழியிலும், தென்மொழிகளிலும் வேர்ச்சொற்கள் ஓசைச் சொற்களாகவே பெரும்பாலும் காணப்படும்.'' என்று தமது மொழிநூல் கொள்கையும் தமிழ் மொழி அமைப்பும் என்னும் நூலில் கா.சு.பிள்ளை கூறுகிறார்.

"The Dravidian Languages recognise only two numbers, the singular and the plural. The dual, properly so called is unknown, and there is no trace extant of its use at any previous period"என்பார் Dr. Caldwell.

திராவிட மொழிகளில் ஒருமை, பன்மை (Singular and plural) என எண் இரண்டே உள்ளன. வடமொழியிலும் அதைச் சார்ந்த மொழிகளிலும் உள்ள இருமை (Duel) என்று ஒன்று திராவிட மொழிகளில் இல்லை என்று கூறுவார் Dr. Caldwell.

மொழியியல் அறிஞர் Dr.Caldwell அவர்களின் ஆய்வில் ''எளிமையாக தமிழிய மொழிகள், (திராவிட மொழிகள்) கீழை ஆரிய மொழிகள் என்று பிரிக்க உதவியாக இருந்தது எண்களின் பெயர்கள் ஆகும்'' என்கிறார்.

அடுத்து மூவிடப்பெயர்கள் இவ்வாறு பிரிக்க மிகவும் துணைப் புரிந்தன. இந்த மூவிடப் பெயர்களும், எண்களும் இலக்கண இலக்கியங்கள் தோன்றுவதற்கு முன்பே தோன்றி விட்டன. அதனால் பாட்டனை அறிய பேரனை வைத்து கொண்டு ஆராய்ந்ததுபோல அமையும்.

எண்ணென்ப

எண்ணென்ப ஏனை எழுத்தென்ப இவ்விரண்டும்
கண்ணென்ப வாழும் உயிர்க்கு. - *குறள்-கல்வி-392*

எண்ணும் எழுத்தும் கண்ணெனத் தகும். -*கொன்றைவேந்தன்*

ஏனைய எழுத்துக்கள், மொழிகள், கலைகள், இலக்கியங்கள், அறிவியல் கண்டுபிடிப்புகள் காலந்தோறும் வளர்ந்து மாறிக்கொண்டே, உருமாறிக் கொண்டே இருக்கின்றன. ஆனால் எண்கள் அல்லது கணக்கு எப்போதும் மாறாமல் ஒரே

தன்மையாய், ஒரே அளவாய் கணக்காய் வளர்ந்து பெருகி இருக்கும்; அல்லது அருகி இருக்கும்.

1+1=2;   2-1=1;   1X2=2;   2 ÷ 1=2

க+க=உ; உ-க=க; கXஉ=உ; உ ÷க=உ

இந்த அளவு, கணக்கு அடிப்படை அளவுகள் எக்காலத்திலும் எந்த நாட்டிலும், எல்லா மொழிகளிலும், எல்லா இனத்திலும், எப்போதும் மாறாது. ஒரே தன்மையாய் அளவாய் இருக்கும். ஆனால் எண்ணின் உருக்கள் மாறும்.

I+I=II; II-I=I; IxII=II; II ÷ I=II

என்று இலத்தீன் எண்ணுருக்கள் அமையும். அவைகளைக் குறிக்கும் மொழியின் சொல் பெயர்கள் மாறும்.

தமிழ் – ஐந்து; அஞ்சு
வடமொழி சமற்கிருதம் – பஞ்ச
இந்தி – பாஞ்ச்
ஆங்கிலம் – Five

என்று பெயர் மாற்றம் இருக்கும். மதிப்பு மாற்றம் இருக்காது. குருடர் பள்ளியில் கூட மதிப்பின் அளவு ஒரே மாதிரியாக இருக்கும். ‘மதிப்பு மாறாது’ என்ற பொருளில் 'Matha matics' என்றனர். தமிழில் ‘கண்ணை’ வைத்து, கணக்கிட்டு, கூறியதால் கணக்கு அல்லது கணிதம் என்றனர். கண்ணின் பார்வையை முன் வைத்து அளந்து கூறியதால் ‘கணக்கு’ என்றனர். கண்+(.)+அக்கு = கணக்கு Count = எண்ணு என்றனர்.

‘கணக்கிடு’ என்பதின் ஒலி மாற்றமே 'Count' ஆகும்.

தன்+(.)+அக்கு = தனக்கு;
என்+(.)+அக்கு= எனக்கு;
உன்+(.)+அக்கு = உனக்கு;
அவன்+(.)+அக்கு= அவனுக்கு;

அக்கு = உரிமை
கண்+(.)+அக்கு = கணக்கு
கண்ணின் உரிமை = கணக்கு.

கணக்கு = கண்ணால் அளக்கப் படுதலாகும். இதையே வடமொழியில் ‘கணிதம்’ என்றனர். அங்கேயும் தமிழ்ப் பயன்பட்டு உள்ளது. கண்+(.)+இ= கணி→ கணிதம் வடமொழி

சமற்கிருதத்தில் கண்ணைக் குறிக்கும் சொல்லும் சொல் 'நேத்ரம்' என்பதாகும்.

''நேத்ரம்'' என்ற சொல்லை தமிழ் வழி ஆராய்ந்தால் நேர்+திறம் → நேர்+திரம் → நேர்த்திரம் நேர்த்திரம் → நேத்திரம் → நேத்திரம் → நேத்ரம் என்று ஆகி இருக்கக் கூடும்.

எதிரில் உள்ள (நேரில் உள்ள) பொருள்களைக் காணும் திறம் ஆனது 'நேத்ரம்' ஆகி இருக்கலாம். **गणयाम** = கணயாம் = எண்ணுதல் என்பது பொருளாக சமற்கிருதத்தில் உள்ளது. இது கண்ணைக் கொண்டே உருவானச் சொல்லாகும். வடமொழிக்கு முன்னோடி தமிழ் என்பதை இதைக் கொண்டு அறியலாம். தமிழ்தான் முதற்றாய் மொழி என்பதும் புரியும்.

கண்+(.)+அக்கு = கணக்கு

கண்= கண்ணால்; அக்கு = இயற்கை, செயற்கைப் பொருள்களை கண்பார்வையால் அளப்பது ஆகும் என்றும் பொருள் கூறலாம்.

மாற்றுத் திறனாளிகளான குருடர்கள் பொருள்களைத் தடவித் தான் எண்ணி உணருவர். பிறகு கணக்கிட்டுக் கூறுவர். பரந்த பரப்பில் உள்ள பருபொருள்களைக் கணக்கிட முடியாது. அதனால் தான் கண்ணை வைத்துக் கணக்கிட்டதால் கணக்கு என்றனர்.

கண்+(.)+அம் = கணம்

கணம் = பொருள் திணிவு ; நீளம் X அகலம் X உயரம் உடைய பொருள் ஆகும். முப்பிரி மானம் உடையது.

கன்+(.)+அம் = கனம் = பெருமை;

கனிவு உடைய, சிறப்புடைய வரை, உயர்ந்தவரை 'கனம்' என்றனர். கனம் காமராசர் என்று பெருந்தலைவர் காமராசரை அழைத்தனர்.

கன் = பழுத்த, முதிர்ந்த, சிறந்த என்பவைகளை ஒட்டு மொத்தமாகக் கூறக்கூடிய வேர்ச்சொல் 'கன்' என்பதாகும். இதன்மூலம் கனம், கனி, கனு, கனை, கனல், கனர், கனல், கனழ், கனள், போன்ற சொற்கள் உருவாகி இருக்கக் கூடும்.

கனம் = சிறப்பு கனிவு = kind

கனி கனிவு = அன்பு, முதிர்ச்சி

கனு = அன்புள்ள, முதிர்ச்சியுள்ள

கனை = சிறு குழந்தைகளுக்கு வயிற்றில் உருவாகும் ஒரு வித நோய்; கன்னம் = திருட்டு;

கன்+(.)+அல் = அன்பில்லாத, நெருங்க முடியாத நெருப்பு.

கனல் = நெருப்பு. கன்+ன்+(.)+இ = கன்னி = ஆண் சேர்க்கை இல்லாதவள்; உடலுறவுக்கு முதிர்ச்சி அடைந்தவள்.

கண்+(.)+இ = கணி; கண்+(.)+உ = கணு → கணுக்கால்

கன்னிப் போச்சு = பழம் அடிப்பட்ட கன்னிப் போச்சு.

கன்னிப் பேச்சு = முதல் மேடைப் பேச்சு, குமரியின், கன்னியின் கொங்கையைப்போல் அமைந்த இடம் கன்னியாகுமரி; ஆண் வாடைப்படாத கன்னியின் கொங்கை போல் அமைந்த இடம் ''கன்னியாகுமரி'' ஆகும்.

கண் = ஒப்புரவாக, மற்ற உறுப்புகளைவிட வெளியே முட்டி தெரியும் உறுப்பு. அது மட்டுமல்ல பார்க்கக் கூடிய பார்வை உறுப்பு. 'கண்' என்பதே முழுமையாக வளர்ந்து விட்ட வேர்ச் சொல்லாகும். பொருள் தரக் கூடிய வேர்ச் சொல் ஆகும்.

அண் = நெருங்கு, சேர், இணை (வெளியே இணை).

இண் = இணை, சேர் (உள்ளே இணை).

உண் = வாயின் உள்ளே விடு; சாப்பிடு.

எண் = சிந்தையில் எண்; மூளையில் இருந்து மேலே கிளம்புதல்.

ஒண் = ஒப்பற்ற பொருள்; ஒரே சிறந்த பொருள்; ஒரே சிறந்த பொருள்.

ஆண் = குடும்பத்தில், குடும்ப வாழ்வில், உடல் உறவில் மேலே இருந்து செயல்புரிபவன். on, onn என்ற இரண்டு பொருள்களும் தரக்கூடியது ஆகும். ஆணை அண்டி இருக்கும் பெண் 'அணங்கு' ஆவாள்.

ஈண் = 'ஈன்' என்ற வேர்ச்சொல்லின் ஒலி நீட்டம். பயன்பாட்டில் இல்லை.

ஊண் = உணவு

ஊன் = இறைச்சி

இறைச்சி உண்ணும்போது உணவாக மாறுகிறது.

ஏண் = 'ஏன்' என்ற வினாப் பொருளின் அழுத்தமான வேர்ச்சொல்; பயன்பாட்டில் இல்லை.

ஓண் = own சொந்தம் என்ற பொருளில் வருவது.

கண் = மற்றப் பொருள்களை விட வெளியே ஒப்புரவாகத் தெரியும் பொருள், அல்லது உறுப்பு கண் ஆகும். கண்வாய், அல்லது கண்மாய் என்பது ஏரியில் அல்லது குளத்தில் இருந்து தண்ணீர் வெளியேறும் வழி. அது மற்ற இடங்களை விட நன்கு தெரியும். இந்த வேர்ச்சொற்கள் எல்லாம் தோன்றுவதற்கு முன்பே 'விண்' என்ற வேர்ச்சொல் உருவாகிவிட்டது. நமது உடலில் அடிப்பட்டால் உடனே இயல்பான நிலையில் இருந்து மேலே எழும்பி வீங்கி 'விண்' என்று அதிர்வு எழுந்து வலிக்கும்; நரம்பு தெறிக்கும். அதுவே உறுப்புகளில் ஒன்று இரண்டாக உடைந்தால் 'விண்டு' என்ற சொல் உருவாகும். விண்டு → விண்டியம் → விந்தியம் → விந்தியமலை. இந்தியாவைப் பிரிக்கும் மலை.

(சக்கரை வல்லி கிழங்கு, மரவல்லி கிழங்கை மிகவும் நன்றாக வேக வைத்தால் குழைந்துபோகும் அப்போது சொல்லப்படும் சொல் ''விண்டு போச்சு'' என்பதாகும்.

கண் = முகத்தில் மேலே எழும்பி பார்வை உறுப்பு ஆக மாறுகிறது.

'ண்' என்பது சிறப்பாக நகரும், அல்லது அசையும் தன்மையை எடுத்துரைக்கும் ஒலியன் ஆகும். இந்த ''ண்'' அசையும் பொருள்களின் மேலே ஏறி பெரும்பான்மையாக வந்துள்ளது.

கண்+(.)+அம் = கணம்.

'ண்'இரட்டித்தால் = கண்ணம்.

கண்ணம் = துண்டு.

கண்ணக்கோல் = வீட்டின் சுவரை வெட்டித் துண்டுபடுத்தி திருட உதவும் கருவி ஆகும்.

கண்+(.)+இ=கணி = கணக்கிடு.

''கணியன் பூங்குன்றன்'' என்ற புலவரைக் குறிக்க எழுந்த ''கணியன்'' என்ற சொல் பயன்பாட்டில் உள்ளது. 'கணக்கு' என்ற சொல் மதுரைக் கணக்காயர் மகன் நக்கீரன் என்று புறநானூற்றில் பயன்படுத்தப் பட்டு உள்ளது. கண்+(.)+உ=கணு; கணுக்கால் அளவோடு உருவாகி, காலின் பாதத்தின் மேலே அமைந்து இருக்கும். பாதமும் கெண்டைக் காலும் (கீழ்க்கால்) சேருமிடத்தில் இரண்டுக்கும் பொதுவாய் அளவாய் சந்திப்பு போல

அமைந்து இருக்கும். முட்டி 'கண்' போன்ற அமைப்பில் இருக்கும். இதனை ஆங்கிலத்தில் 'knee' என்பர். பழைய ஆங்கிலத்தில் 'கிணீ' என்றே படிக்குப்பட்டு இருக்க வேண்டும். தற்போது ''ணீ'' என்றே சொல்லப்படுகிறது. 'k' என்பது ஒலிப்பு இல்லை.

கண்+(.)+ஐ ='கணை'; சீதையானவள் அசோக வனத்தில், இலங்கையில் சிறைப்பட்டு இருந்தபோது, இராமன் அவளைக் கண்டு வரக் கொடுத்த மோதிரத்திற்குக் கணையாழி என்று கம்பன் கூறியுள்ளான்.

கண்+(.)+ஐ =கணை; ஆழ்+(.)+இ=ஆழி = கணையாழி.

கணை = அம்பு.

கணையாழி = காதலர்களின் நெஞ்சத்தைச் சேர்க்கும் மோதிரம். கணை என்பது மோதிரத்தின் மேலே அமையும் வட்டமான அழகான கண் போன்ற அமைப்பு. ஆழி என்பது விரல்களைச் சுற்றி போடுவதற்கு அமைந்துள்ள வட்டம்.

கண்+(.)+அல் = கணல் = பார்க்கமுடியாத ஒன்று;

ஆங்கில அகராதியில் "CON" என்று உள்ள பகுதியில் சொற்களின் பொருளைத் துருவி பார்த்தால் கணக்கு வழியில் செல்லும்.

மேடான இடத்தைப் பள்ளமாக மாற்றுவது Con cave = hollow. உட்குழி

இருந்ததை மறைப்பது Concel = hide மறை அளவு சரியாக இருந்தால் ஒப்புக் கொள்வது Concede = grant = சரியென ஒப்புதல்; இருப்பதை விடத் தன்னைத் தானே உயர்த்த நினைத்து அகந்தையாக நடப்பது Conceit என்பதாகும்.

மனதில் ஒரு பொருளை எண்ணுதல் Conceive = கருது, கருத்தரி.

Concept = idea எண்ணம், கணக்கு, எண்ணுதல், கணக்கிடுதல், கருதரித்தல்.

Concise = சுருக்கமாக

Concluding = முடிவான

Conclusion = முடிவு; கணக்கின் முடிவு, செயலின் முடிவு; தீர்வு.

Condense = அளவைச் சிறிதாக்கு; reduce volume

Conductor = தொடர்பாளர், வழிகாட்டி, நடத்துநர்.

Cone = உருளை, கோண வடிவமானது.

Confession = பாவத்தை எண்ணி இறைவனிடம் ஒப்புவித்தல் பாவ ஒறுப்பு.

Confide = அளவை அல்லது எண்ணிக்கையைச் சரியாக ஒப்புவி ஒப்படை, நம்பு என்பது பொருள் ஆகும். இந்தச் சொற்கள் எல்லாம் 'கண்' 'con' என்ற வேர்ச் சொல்லைக் கொண்டு பரு-பொருள், அருவப் பொருளை எண்ணுதல் வழி உருவானச் சொற்கள் ஆகும்.

3. எண்

கண், உண், ஆண், பெண், ஒண், தண், பண் போன்று முழுமையாக வளர்ந்து விட்ட வேர்ச்சொற்கள் போன்று வளர்ந்த வேர்ச் சொல் 'எண்' ஆகும்.

எண் = எண்ணுதல்; சிந்தித்தல், கணக்கிடுதல், நினைத்தல், ஆலோசித்தல் போன்ற பொருளாகும்.

''எண்ணித் துணிக கருமம் துணிந்தபின்
எண்ணுவம் என்பதே இழுக்கு''

உரை நூல்கள் இல்லாமல் எளிமையாகப் பொருள் கொள்ளக்கூடிய எளிமையான திருக்குறளாகும். இதற்கு உரைநூல்கள் தேவை இல்லை. உரை நூல்களை வைத்துக் குழப்பிக் கொள்ள வேண்டியதும் இல்லை. எண்ணி, எண்ணுவம், துணிக, இவை மூன்றும் மோனை ஆகும்.

ணகரம் இரட்டிக்காமல் உருவான சொற்கள் எண்+(.)+அம் = எணம்.

'எணம்' என்ற சொல் தொல் பழங்காலத்தில் இருந்து தற்போது இல்லாமல் போய் இருக்கவேண்டும் 'எண்ணம்' என்பதற்குச் செயல் வடிவம் தருவது 'எணம்' ஆகும்.

ஆறு = யாறு

ஆடு = யாடு

என்பது போல, எணம் = யணம் என்று மாறி இருக்கலாம். அணம், இணம், உணம், எணம், ஓணம், அண்ணம், இண்ணம், உண்ணம், எண்ணம், ஒண்ணம் என்பவற்றில் ணகரம் இரட்டித்தச் சொற்கள் மட்டுமே வழக்கில் உள்ளன.

அண்ணம் = நெருக்கம்.

எண்ணம் = சிந்தனை

இவற்றில் சிற்சில மட்டுமே வழக்கில் உள்ளன. மற்றவை வழக்கிழந்து போய் விட்டன.

அறம் = றாம்; எணம் = யணம் = ‘அறம்’ என்பதன் பிம்பமாற்றம்; றாமாயணம் → றாம் → இராமாயணம்.

இராமனின் சிந்தனையை, வழியை, நடவடிக்கையைத் தொடராய்த் தருவது ‘அணம்’ அல்லது யணம் ஆகும்.

‘கிரந்தம்’ கண்டுபிடிக்காத காலத்தில், கிரந்தமொழி இல்லாத காலத்தில் (ஹ, ஸ, ஜ, க்ஷ, ஷ போன்றவை) உண்டான மொழி தமிழ். தம்+(.)+இழ், தமக்குத் தாமே கிரந்தத்தை நீக்கி உருவான மொழி ‘தமிழ்’ ஆகும். கிரந்தம், வர்க்கம் தெரியாத காலத்தில் உண்டான மொழி தமிழ் ஆகும். கிரந்தம் அற்ற அல்லது குறைந்த கிரந்தமுடைய மொழி தமிழ் ஆகும்.

சில ஆயிரம் ஆண்டுகள் கழித்து இயற்கையில் கிடைத்த இஸ், புஷ் போன்ற கிரந்தங்களைக் கண்டு இயற்கை மொழி தமிழோடு கலந்து உருவானது பிராகிருதம்; பாம்பு சீறல், பேய்க் காற்று அடித்தல் இவற்றைக் கொண்டு கலந்து உண்டாக்கப் பட்டது. தமிழில் கிரந்தம் கலப்பதால் மொழி மாற்றம் அடைவதை விரும்பாத தென்னாட்டினர் அஞ்சு, பஞ்சம், தங்கம், போன்ற இயற்கையானவற்றை மட்டும் வைத்துக் கொண்டனர். வடநாட்டில் ஆரியர்களின் மிகுதியாகக் கூட்டுறவினால் ‘தமிழ்’ என்ற மொழியில் ‘கிரந்தம்’ கலந்து பிராகிருதம் ஆனது. ‘கிரந்தம்’ என்பது ஆரியர்கள் கொண்டு வந்த மொழி உருவம் ஆகும். இந்தியா முழுவதும் பேசப்பட்ட மொழி தொல்பழந்தமிழ்; அது மாற்றம் பெற்று வடநாட்டில் ‘கிரந்தம்’ ஏற்று பிராகிருதமாக மாறியது. பெரிய கிரந்தம் = பிராகிருதம்.

ஆரியர் செல்வாக்குப் பெற்று, நாலு வருணத்தில் முதன்மைப் பெற்று பிராமணர்(பார்ப்பனர்) ஆக சமூகத்தில் உயர்ந்தனர். அக் காலத்தில் பிராமண(பார்ப்பனன்) அறிவாளிகள் தமது அறிவால் மிகுதியாகக்கிரந்தம் கலந்து, கலந்து, வடக்கில் பற்பல மொழிகளாகப் பிராகிருதத்தை உடைத்தனர். மேலும் அறிவாளிகள், புலவர்கள் ஒன்று சேர்ந்து மொழிக்குள் மிகுதியாக

கிரந்தம் கலந்து நுழைந்தபோது செம்மைப்படுத்தப்பட்ட, 'செம கிருதம்' உருவாக்கப்பட்டது. அது மக்களிடம் போய்ச் சேரவில்லை. செம்→செம்மை = முழுமை. அது கோயில்களில் மட்டும் ஓதப்பட்டது. மற்ற மொழிகளில் உள்ள இலக்கிய, இலக்கணங்கள் மொழி பெயர்க்கப்பட்டன. குறிப்பாகப் பழந்தமிழின் 'ஐந்திறம்' மொழிப் பெயர்க்கப்பட்டது. மிகுந்த கிரந்தம்→ செம்மைக் கிரந்தம்→ செக்கிரந்தம் →சமக்கிருதம்

4. தமிழில் கிரந்தம்

பழந்தமிழின் சொற்களின் பாலில் படு நெய் போல, விறகினில் நெருப்புப் போல பழந்தமிழில் தொடக்கக் காலம் முதல் கிரந்தம் இருந்து உள்ளது. அகம், இகம், உகம், எகம், ஒகம், ஆகம், ஈகம், ஊகம், ஏகம், ஓகம் போன்றவை உருவாகி உள்ளன. அதுபோல அஞ்சு, இஞ்சி, எஞ்சி, மஞ்சள், பஞ்சம், கொஞ்சம், கொஞ்சி, போன்றவற்றில் கிரந்தம் 'ஜ' உள்ளது. 'அகம்' என்பதில் 'ha' என்ற கிரந்தம் உள்ளது. 'Aham'.

இரட்டிக்கும்போது அக்கம், ஆக்கம், ஊக்கம், ஏக்கம், ஒக்கும் போன்ற சொற்களில் கிரந்தம் இல்லாமல் போய் விடுகின்றது. ஊரையே, உலகையே ஏகமாய் வாங்கி ஆண்டு வந்தால் வரும் சொல் 'ஏகம்' ஆகும்.

அப்படி செய்ய முடியாமல் இருந்து அடுத்தவன் அப்படி செய்து கொண்டு இருக்கும் போது சோம்பேறிக்கு வருவது 'ஏக்கம்' என்பதாகும். ஏகம்–ஏக்கம். கல்+(.)+க = கற்க (Karha) மறைமுகமாய் வருக்கம் வருகின்றது. 'தத்தம்' வருக்கம் இல்லை. தந்தம் (dandham) வருக்கம் வருகின்றது. பத்து (Pathu) பந்து (Pandhu) என்பனவற்றில் 'பத்து' என்ற சொல்லில் இல்லை; 'பந்து' என்ற த3 வருகிறது.

<u>K</u>a<u>h</u>am (காகம்) க1; க3,

<u>K</u>ac<u>k</u>ai (காக்கை) க1: க2

Thangam (தங்கம்) க4

<u>K</u>ar<u>ha</u> (கற்க) க1; க3

இப்படி பாலில் படு நெய்போல ஒளிந்து கிரந்தம், வருக்கம் வருகின்றன. மொழி தோன்றிய தொடக்கக் காலத்தில், தமிழ் மட்டும் தோன்றி இருந்த காலத்தில், இதைப் பெரியதாகக் கருதவில்லை. பின்னால் உற்றுப் பார்த்து ஆராய்ந்து கிரந்தங்களை, வர்க்கங்களை ஆராய்ந்து மொழியில் புகுத்திய போது தொடக்க மொழி பிளவுப்பட்டுப் புது புது மொழிகளாகக் கிளைத்து எழுந்தன. தமிழ் மட்டும் தான் மட்டும் இருந்த காலத்தில் கிரந்தம் வருக்கம் இவற்றிற்கு முதன்மை தராமல் இலக்கணம் எல்லாம் ஆராய்ந்து கண்டு பல்லாயிரம் ஆண்டு காலம் கடந்து வந்து விட்டது. அப்போது 'தமிழ்' என்ற பெயர் இல்லை. மொழி, பேச்சு (பாழை, பாசை, பாஷை) என்ற பெயர்கள் இருந்தன.

வருக்கம், கிரந்தம் கலந்த பிறகு தமிழ் மொழியிலிருந்து பிரிந்து சூழல்களுக்கு ஏற்ப பல மொழிகள் பல மொழிக்கூர்களைப் பெற்று உருவாகின. அப்போதுதான் 'தமிழ்' என்ற பெயர் தமிழ் மொழிக்கு வந்தது.

அவ்வாறு இந்திய மண்ணில் ஆரியர்கள் வந்தபோது இந்தியா முழுமையும் நாகர்கள் என்ற பழந்தமிழ் இனத்தவர்களால் பேசப்பட்ட மொழி தமிழ். அதில் ஆரியர்கள் மொழிக்கூர்கள், வருக்கம், கிரந்தம், இவைகளைப் புகுத்தி பிராகிருதம் என்ற மொழியை உருவாக்கினர்.

பிரா = பெரிய, அகண்ட இயற்கை; பிரமாதம் = பெரிய அளவு; பெரியது

கிருதம் = கிரந்தம்

பிராகிருதத்தில் இருந்து பாலி, மாகதி, அர்த்த மாகதி போன்றவைத் தோன்றின. பின்பு நான்கு வருணங்கள் உருவாக்கப்பட்டன. பிராமணர்கள்(பார்ப்பனர்கள்) சமூகத்தில் முதன்மைப் பெற்ற பிறகு முழு கிரந்தங்கள் நுழைக்கப்பட்டன. அதன்பிறகு செமகிருதம் (செம்மை கிரந்தம்) என்ற சமகிருதம் ஆரிய பிராமணர்களால் தோற்றுவிக்கப்பட்டது. இதற்குத் துணை செய்தது பிராமணர்களின் சிவந்த நிறமே ஆகும். நுணுக்கமாகப் பேசுவதே ஆகும்.

அதுவரை தொல்பழங்காலத்தில் கி.மு.3000 இல் தமிழே ஆட்சி மொழியாக இருந்து இருக்க வேண்டும். காரணம் ஊர்கள்

பெயர்கள், விண்மீன் பெயர்கள், பொருட்பெயர்கள் எல்லாம் இன்றும் தமிழின் சாயலில் அமைந்து வடநாட்டில் வழங்கி உள்ளன.

எல்+(.)+ஓரை = எல்லோரை →எல்லோரா (ஓவியங்கள் உள்ள இடங்கள்) $23\frac{1}{2}^{\circ}$ பாகையில் கடகக்கோட்டில் அமைந்த ஊர் எல்லோரா.

எல்=ஒளி, வெளிச்சம், ஞாயிறு கதிர், ஞாயிற்றின் ‘ஓரை’ என்ற சொல் தமிழா? கிரேக்கமா? என்ற தருக்கம் இன்றும் உள்ளது. தொல்காப்பியத்தில் அப்போது அறிந்து இருந்த உலகின் நிலப்படம் அரிய தமிழ் பெயரால் ஓரை உருவாகி கிரேக்க மொழிக்குள் சேர்ந்து உள்ளது. Hora = கிரேக்கம்; ஓரை = தமிழ்.

ஓரை = வெப்பச்சூழல்;

‘குற்’ → குறி→குறிப்பு → ’Graph,

‘உல்’ → உல→ உலகம் →World

World graph = உலகக் குறிப்பு உலகக் குறிப்பேடு.

கிழக்கு, மேற்கு, வடக்கு, தெற்கு நாலு இடங்களில் இருந்து படிக்க வரும் மாணவர்கள் கூடும் பல்கலைக் கழகம் நாலந்தா பல்கலைக்கழகம். இந்தூர், உலைத்தளம்(லோதல்) கரையாட்சி(கராச்சி) இப்படி சொல்லலாம். தார்→தாரகை–ஸ்டார். வால்போல நீண்ட பாலைவனம் தார்ப்பாலைவனம் ஆகும்.

காட்சி(காசி) காசு (Cash) போன்ற சொற்கள் சான்றுகளாகும்.

காளி கட்டம்→காளி கோட்டம்→கல்கத்தா→கல் கொத்தா

இப்படி இன்று ஆங்கிலம் தலைமைத் தாங்கும் ஆட்சி மொழி என்ற இடத்தில் தொல் பழந்தமிழ் இருந்து இருக்கக் கூடும்.

‘மாயன்’ நாட்காட்டி தென்னமெரிக்காவில் ‘மாயா’ மக்களால் உருவாக்கப்பட்டது.

எண் + (.) + அம் = எணம்

எண்+ண்+(.)+அம்=எண்ணம்

எண்+(.)+இ=எணி→எணிமி enemy.

எணி= any

எணிமி(enemy) = நமது எண்ணத்திற்கு எதிராகச் செயல்படுவோர் எணிமி enemy ஆவார்.

எண்+ண்+(.)+இ=எண்ணி = நினைந்து

எண்+(.)+ஐ=எணை

எண்+ண்+(.)+ஐ=எண்ணை.

'எண்' இரட்டித்த போது வழக்கில் எண்ணம், எண்ணி, எண்ணு, எண்ணை, எண்ணல் போன்றவை உருவாகி உள்ளன.

எணம், எணி, எணு, எணை, எணல் போன்றவை தற்போது வழக்கில் இன்றும் உள்ளன. இவற்றை நடைமுறை உலகில் வழக்கிற்குக் கொண்டு பயன்படுத்த முயலலாம்.

திருமாலின் பத்து அவதாரங்களில் ஒன்று இராம அவதாரம் ஆகும். இது அறத்தின் வழியில் போராடிய அவதாரம் ஆகும். எதிரிகளை(இராவணன் போன்ற தமிழர்களை) அறவழியில் தமிழன் அறமன் என்பவனே கொன்றக் கதை ஆகும். அறம்=றாம்.

அற்+(.)+அம்=(பிம்ப மாற்றம்)

ற்+அ+அ+ம்=ற+ஆ+ம்=றாம்

றாம் = இராம்.

இதை எணம் ஆக (யணமாக) க்கூறுவது இராமாயணம் ஆகும்.

அறமன் = இராமன்.

அரசர் = (பிம்ப மாற்றம்) = ராசர் → ராஜர்.

"அரசர்→ராஜர்" ஆனதைப் போல "ராம்" உருவானது.

அறமன்=அறமனிதன்

அன்+(.)+உ=அனுமன்

மக்களைப் போல உள்ள மக்கள் பண்பிற்கு நெருக்கமான குணம் படைத்தவன் அன்+(.)+உ+மன்→அனுமன்

அனுமன்→ஹனுமன்

மனிதர்களுக்கு நெருக்கமானப் பண்புடைய காட்டு வாசியின் மகன் அனுமன்.

வான்+அற்+அர்=வானறர் →

வானரர் = வானில் கூரையில்லாது மரத்தில் , குகையில் வாழ்பவர்கள்; வானறர்கள்→வானரர்கள்; வடத் தமிழில் 'றகரம்' இருந்து அழிந்து இருக்க வேண்டும். தமிழன் இராமனை ஆரிய

முனிவர்கள் தூண்டிவிட்டுத் தமிழன் இராவணனை அழிக்கும் முயற்சியே இராமாயணம் ஆகும். தமிழர்களை நேர்வழியில் அழிக்க முற்பட்ட கதை ஆகும்.

அறமன் = றாமன் → இராமன்

எனக்கு = என்+(.)+அக்கு

(பிம்ப மாற்றம்) = ன்+எ+அக்கு

எனக்கு = னேக்கு → நேக்கு

உனக்கு = உன்+(.)+அக்கு = ன்+(.)+உ+அக்கு

உனக்கு = னோக்கு → நோக்கு

பிராமணர்கள் குடி வழக்குப் பேச்சு. கறுப்புத் தமிழன் இராமனைக் கொண்டு, நாகர் வழி வந்த தமிழ் இராவணனை அழிக்க ஆரியர் செய்த சூழ்ச்சியாகும். நமது கையை எடுத்து நமது கண்ணைக் குத்தி இருக்கிறார்கள். ஆரிய எதிர்ப்பை ஒழிக்க ஏற்பட்ட தந்திர சூழ்ச்சியாகும். அந்தக் காலத்தில் தான் அறிவு கூர்மையுடன், கிரந்தம் கலப்புடன், ''புது மொழி'' உருவாக்கப்பட்டது.

பலம் உள்ள கலப்பையைக் கொடியாக்க கொண்ட அரசன்; பல அறமன் → பலறாமன் → பலராமன் ஆவான். இவனும் பலம் மிகுதியாக இருந்தாலும் கண்ணனைப் போல சூழ்ச்சி செய்து யாரையும் கொல்ல வில்லை. நேர்மையாக வாழ்ந்தான்.

பெற்றத் தாயையே தவறாக நடந்ததால் கொன்றவன் பரசு அறமன் → பரசு இராமன் பரசு இராமனைத் தவிர மற்றவர்கள் எல்லோரும் தமிழர்கள்; இருவரும் சூழ்ச்சிக்கு இரையானவர்கள் ஆவார்கள். நெறி பிறழ்வை விரும்பாதவன். பிறழ்வு இராமன் → பரசுஇராமன்

'எண்' என்ற வேர்ச் சொல்லில் பழந்தமிழின் சொல்லீறுகளைக் கூட்ட கிடைக்கும் சொற்கள்:

1. எண்ண்+(.)+அம் = எண்ணம்
2. எண்ண்+(.)+இ = எண்ணி
3. எண்ண்+(.)+உ = எண்ணு
4. எண்ண்+(.)+ஐ = எண்ணை
5. எண்ண்+(.)+அல் = எண்ணல்

6. எண்ண்+(.)+இல் = எண்ணில்

7. எண்ண்+(.)+இன்= எண்ணின்

8. எண்ண்+(.)+உள்= எண்ணுள்

9. எண்ண்+(.)+உம் = எண்ணும்

10. எண்ண்+(.)+அர் = எண்ணர்+(.)+உம் எண்ணரும்; எண்ணரும் கலைஞானத்தால் (மகா கவி பாரதியார்) இப்படியாக இணைந்து சொல் உருவாக்குகின்றன.

மேலும் அன், அண், அழ், அள், இல், இர், ஈர், இழ், இண், உர், உன், மை, வை, கை, தை, ண், ஏன், ஆய், ய், ஓ, ஓன் ஆகிய 32 சொல்லீறுகளுடன் கூட்டு சேரலாம். ஆனால் பத்து சொல்லீறுகளுடன் மட்டுமே கூட்டுச் சேர்கின்றன. மீதி புணர்ந்து சொல்லாக இடம் அளிக்கவில்லை.

எண் = எண்ணு (சிந்தி)

எண் = நினை

எண் = சிந்தி

எண் = எண்ணுரு

எண் = எண்ணு (கணக்கிடு)

எண் = யோசி, ஆலோசி

எண் = எண்ணிப்பார்.

எண்கள். எண்ணுதல், சிந்தனை போன்ற நிலைகளைக் காட்டுகின்றன. சிந்தித்தல் என்பதை ஆழமாகக் காட்டுகின்றன "எண்ணு"→ இது ஏவல் வினை முற்று. இவைகளை எல்லாம் சுருக்கி 'எண்' என்று வளர்ந்து விட்ட வேர்ச்சொல்லாய் நின்று பரிமளித்துக் காட்டுகிறது. வேர்ச்சொல் என்பது என்ன? ஒரு தனிக்குறில் அல்லது தனி நெடில் இவற்றில் ஒன்றுடன் ஒரு மெய்யொற்று சேர்ந்து வந்தால் நேரசை. அதுவே வேர்ச் சொல்லாகும். எண்கள் - Numbers ஒலி ஒற்றுமை உள்ளது.

நில், சொல், நெல், பல், கண் போன்றவை தனித்து இயங்கும் ஆற்றல் உண்டு.

அக், இக், அத், இத், அச், இச், அட், இட் அற், இற் இவைகள் தனித்து பொருள் தராது. அதனுடன் சொல்லீறுகள் புணர்ந்தே பொருள் தரும்.

அக்+(.)+அம் = அகம்

அத்+(.)+உ = அது(குற்றியலுகரம்)

அச்+(.)+ஐ = அசை

அட்+(.)+அல் = அடல்

அட்+(.)+இ = அடி

அற்+(.)+ஐ = அறை

கப்+(.)+அம்= கபம் கவம் போன்றவையாக மாறுகின்றன.

எண்ணென்ப = எண்+என்ப = எண்ணுதல், கணக்கிடுதல் என்ப, ஏனை எழுத்தென்ப = மற்ற இலக்கிய இலக்கணங்கள் என்ப, இவ்விரண்டும் = இந்த இரண்டும், கண்ணென்ப வாழும் உயிர்க்கு = கண்போல உள்ளன வாழக்கூடிய உயிர்க்கு.

எண்ணித் துணிக கருமம் = நன்றாகச் சிந்தனை செய்து ஒரு செயலில் இறங்கி செயல்படு.

இப்படியாக உலகப் பொது மறையான திருக்குறள் ‘எண்’ என்ற சொல்லைக் ‘கணக்கிடு’ ‘சிந்தனைச் செய்’ என்று இரு வேறு நிலைகளில் பயன்படுத்தி உள்ளது.

எண்ணையும் கண்ணையும் இணைத்துத் திருவள்ளுவர் பேசக் காரணம் யதுகையாக மட்டுமல்ல; எண்ணுதலுக்குத் (கணக்கிடுதல்) தேவைப்படும் மிகவும் இன்றியமையாத உடல் உறுப்பு கண் ஆகும். கண்ணில்லாமல் கணக்கிடுதல் சரியாக நடக்காது. அதனால் எண்ணுதல் சரியாக நடக்கக் ‘கண்’ தேவை. அதனால் இரண்டையும் இணைத்து கூறியுள்ளார். அதுவும் ‘வாழும் உயிர்க்கு’ என்று கூறக் காரணம், பயிற்சிப் பெற்ற, பழக்கப்பட்ட மாடுகள் வண்டியை இழுக்கும்போது, திருப்பத்தில் சரியாக அளவோடு இழுக்கும்போது, திருப்பத்தில் சரியாக அளவோடு திரும்பிச் செல்கின்றன. சரியாகக் கண்ணின் அளவுடன் ஒழுங்குடன் கணக்கிட்டு குரங்கு ஒரு மரத்தில் இருந்து அடுத்த மரத்திற்குத் தாவி செல்கிறது. எறும்புகள் சாரை சாரையாக ஊரும்போது அளவுடன் ஊர்ந்து மோப்பச் சக்தியுடன் ஒன்றன் பின்னால் ஒன்று என வரிசையாக நகர்கின்றன. மீன்கள் தமக்குத் தேவையான ஆழத்திலேயே நீந்தி செல்கின்றன. குறைந்த ஆழத்தில் பெரிய மீன்கள் வருவது இல்லை; நாய் தனது மோப்ப அறிவால் உணர்வு அளவினைக் கணக்கிட்டு நடந்து ஓடி எதிரியைக் கண்டு பிடிக்கிறது. இதனாலேயே ‘‘கண்ணென்ப வாழும் உயிருக்கு’’ என்று திருவள்ளுவர் கூறினார்.

தமிழ்	மலையாளம்	கன்னடம்	தெலுங்கு
எண்கள்	ஸங்க்யகள்	ஸங்க்யெகளு	ஸங்க்யலு
எண்	ஸங்க்ய		
	எண்ணம்		
எண்ணுக	கணக்கிடு		
	எண்ணு		

'கண்' என்பதின் அடியாக வினைச்சொல் 'காண்' என்பதாகும் 'know' ஆங்கிலம் ஆகும்.

தமிழ்	ஆங்கிலம்	ஹவாய், டெங்கா போன்றபாலீனீஷ்ய மொழி	ME
காண்	know		cunning
		காண	known

வடமொழி Skt. Jnan (ஜ் ஞான்)

'கண்ட்' வேர்ச்சொல் மூலம் பிறந்த சொற்கள்

கண்ட்+(.)+அம் = கண்டம் (பிரிவு)

கண்ட்+(.)+இ = கண்டி (ஈழத்தில் வடக்கில் உள்ள நகரம்)

கண்ட்+(.)+உ = கண்டு

கண்ட்+(.)+ஐ = கண்டை = நூல் கண்டை;

கண்ட்+(.)+அல் = கண்டல்

கண்ட்+(.)+அன் = கண்டன் → நீல கண்டன்

கண்ட்+(.)+ஆன் = கண்டான். (வினை முற்று இறந்தகாலம்)

'காண்' மூலம் உருவாகும் சொற்கள்

காண்+பாண் → காண்பான் (எதிர்கால வினைமுற்று)

காண்ட்+(.)+அம் = காண்டம்.

கண்ணால் காண முடியாத அளவுள்ள நிலப்பரப்பு → கண்டம் அல்லது காண்டம் ஆகும். கதை தொடர்ச்சியாய்த் தொடர்வது பெரிய அளவில் காண்டம்; புகார் காண்டம்; மதுரை காண்ட்ம்; வஞ்சி காண்டம்

கண்+(.)+அ = கண → கணப்பு = சூடு

கணைப்புச்சட்டி = நெருப்புச் சட்டி

கணு = மூங்கில் கணு
கணம் = சூடு
கணம் = கண மாந்தம்
பனை நுங்கில் உள்ள நுங்கு →
நுங்குக் கண்
'எண்ணெழுத்து இகழேல்'
என்று ஔவையார் கூறினார்.

மாற்றுத் திறனாளியான குருடர்கள் எண்ணுவர்; சிந்திப்பர்; ஆனால் பரந்த அளவு அறிவு பெறுதல் இயலாது. காரணம் கண் பார்வை இல்லை. ஒரு குறுகிய வட்டத்தில் தொடு உணர்ச்சி மூலம் அதிகத் திறன்களைப் பெற்று இருப்பர். அதைப் பயன்படுத்தி செயல்படுவர்.

வடமொழி வரலாறு (மொழி ஞாயிறு ஞா.தேவநேயப் பாவணர்) பக்கம் 103-இல் 'கண்' பற்றிய வேர்ச்சொற்கள் ஆராயப்படுகின்றன. கண்-கண் (g) கள் - கண் = (1) கரிய பார்வையுறுப்பு (2) அகக்கண்ணாகிய மனம் (3) அறிவு, ஓதி (ஞானம்)

"கள்ளொற்றிக் கண்சாய் பவர்" - குறள் 927.

கண்ணுதல் அகக் கண்ணாற் காணுதல்; கருதுதல் மதித்தல், அளவிடுதல்.

கண் - கண்ணியம் - மதிப்பு.
கண்ணியம் - கண்ய (g)
கண்டம் - கண்ட (ht) - முள்
கள் - முள், கள் - கள்ளி; ஒ.நோக்கு; முள் - முள்ளி.
கள் - கண்டு - கண்டங்கத்தி (முட்கத்தரி)
கண்டு - கண்டம் - கள்ளி, கண்டகத்தரி, எழுத்தாணி, வாள்

ஒ. நோக்கு : முள்-முண்ட-முண்டகம் = முள், முள்ளி முள்நூறு, தாழை, கருக்குவாய்ச்சி இப்படியாக பக்கம் 104-இல் 105-இல் கடைசி, கண்டகம், கண்டம், கண்டி, கண்டிதம், கண்டிப்பு, கண்டனம், கண்டை, கணக்கன் போன்ற சொற்கள் விளக்கப்பட்டுள்ளன.

கணம், கணி பற்றியும் விளக்கப்பட்டுள்ளன.

கணி - கண் (g)

கண் - கணி - கணித்தல் = புறக்கண்ணால் காணுதல்; அகக்கண்ணால் காணுதல்; மதித்தல்; அளவிடுதல் கணக்கிட்டு வகுத்தல்.

கடைக்கணித்தல், சிறக்கணித்தல், புறக்கணித்தல் என்பன புறக்கண்ணாற் காண்டலைக் குறித்தல் காண்க.

கணிதம் - கணித (g)

கணி - கணிதம் = கணிப்பு, பல்வகைக் கணக்கு;

கணிதம் - கணிசம் = மதிப்பு; (உத்தேசம்) கணிசம் என்னும் வடிவம் வடமொழியில் இல்லை.

''குழம்பிற்குக் கணிசமாய் உப்புப்போடு'' என்னும் வழக்கை நோக்குக.

கணிதம் - கணிதன் = கணியன்; கணக்கறிஞன்.

கணி - கணி (g)

கணி = கணிப்பவன், கணியன் (சோதிடன்)

கணிகன், கணியன், கணிவன் என்னும் வடிவங்கல் வடமொழியில் இல்லை.

கணிகை - கணிகா (g)

கணி - கணிகை = தாளங்கணித்து ஆடுபவள்.

இப்படியாக 'கண்' என்பதைப் பற்றி விளக்கியுள்ளார்.

மொழியியல் இனம் பகுப்பு

மொழியியல் பகுப்புக்கு, தமிழிய (திராவிட) இனம், ஆரிய இனம், துராணிய இனம், சீனம் இனம் சித்திய இனம் என்று பகுப்பு செய்ய உதவக்கூடியவை எண்களின் பெயர்கள் ஆகும். அதிலும் சிற்சில ஒருமைப்பாடுகள் சிற்சில வேறுபாடுகள் வழக்காற்றில் உள்ளன. அதனைப்பற்றி இந்த நூலில் கண் ஆராயப்புகுவோம்.

''தமிழ்மொழியின் எண்களும், எண் அளவீடுகளும் மிகுந்த வியப்பளிப்பவையாகும். இப்போது உலகில் வழங்கும் பொது எண்களுக்கு மூலமாகத் திகழ்வது, நமது தமிழ் எண்களேயாகும்'' என்று மதுரை மேனாள் துணை வேந்தர் முனைவர். மு. வரதராசனார் கூறுகின்றார்.

'கண்' பற்றிய ஒப்புமை

தமிழ் – கிரேக்கம்

கண் – கந்தோஸ் (kanthos)

கணு (மூங்கில் கணு) – கன்னோ (kanno)

கோல் – கொலாஸ் (kaulas)

(ஆதாரம்:- செவ்வியல் மொழி தமிழ் (பக்கம் 194)

ஆசிரியர் முனைவர் = மலையமான்

5. எண் 1 ஒன்று "க"

'ஏக்' 'ஏகம்'

ஒன்றாய் இருக்க கத்துக் கிடணும்

இந்த உண்மையைச் சொன்னா ஒத்துக்கணும் என்பது ஒரு திரைப்படப் பாடல்.

எண்ணுதல் செயல்பாடு

மொழியை உருவாக்குவதற்கு முன்பே, புதிய கற்காலமனிதன் மெல்ல மெல்ல அறிவு வளர்ச்சிப் பெற்று மொழியை உருவாக்க நினைத்தபோது சிந்தையில் "எண்ணியே" உற்றுநோக்கி இருப்பான். அப்போது இயற்கை ஒலியன்களைக் கொண்டு மொழியை மெல்ல மெல்ல உருவாக்கினான்.

கி.பி.1964 கி.பி 1977 ஆண்டுகளில் செந்தமிழ்ச் செல்வியில் மொழி ஞாயிறு தேவநேயப் பாவாணர் எழுதிய வேர்ச்சொல் கட்டுரைகளைச் சான்றாகக் கொண்டு ஆராய்வோம்.

முல் (இளமை) :- தமிழ் - சமஸ்கிருதம், இ.ஐ மேலை ஆரிய சொற்கள் முல்–மள்–மழ– மழவு– மகவு mac (Gaelic word signiflying son)

முல்(மென்மை):- முல்–மெல்–Mollis (=soft) Latin mellow (E) மெல்–மெல்குதல்– மெல்லுதல் Cf molere (=grind) Latin mel (= grind) Gothic; mill meal (E)

முல்(பொருந்துதல்) மன்–மான்–மானம் (= equivalence) மாத்திரம் – மா (= measure) mas (SKT)

முல்(பொருந்துதல்) மல் – மால் – மாலை mala(s) மல் (=blackness) Cf mal (OE); mole (E) மல – மரு – மரு – (=embrace) marumum.

என்று இவ்வாறு ''மன்'' என்ற வேர்ச் சொல் உருவாக்கம் பற்றி கூறுகிறார்.

மன்+(.)+அம் = மனம்(Mind)

மன்+(.)+இ = மனி → மனிதன்(சமற்கிருதம்)

மன்+(.)+உ = மனு (ஆதி மனிதன்)

மனுக்குலம் → மனிதக் குலம் ; பிற்காலத்தில் மனு தர்ம சாத்திரத்தை எழுதிய மனு என்ற ஓர் அரசன் ஆவார். அவனே சாதிகளைப் பிரித்து நீதி வழங்க வேண்டி எழுதி வைத்தான்.

மன்+(.)+அய் = மனய் → மனை → மனைவி
(ஐ)

மன்+(.)+அன் = மனன்

மன்+(.)+அர் = மனர்

மன்+(.)+அல் = மனல்

மனம் உடையவன் மானிடன்

மானம் உடையவன் மானிடன்

'மனம்' அமைதியான உள்ளம் அதனைத் தமிழர் தொல் பழங்காலத்தில் 'மன்' என்றனர். அதையே மகனுக்கும் கூறினர்.

'மன்' என்பது 'மான்' என்று மாறும்போது சிந்தனை உருவாகி மானிடன் ஆகிறான்; அந்த 'மன்' என்ற மனிதனுக்கு மனதில் எண்ணுதல் உருவாகின்றது.

தமிழ் :-	**வடமொழி–**	**இலத்தீன்–**	**கிரேக்கம் –**	**ஆங்கிலம்**
மனம் :	மனஸ் –	mens	– menos –	mind

ஆக தொல்பழங்கால மக்கள் 'மனம்' என்ற ஒன்றை அறிந்து இருந்தார்கள். அதன் மூலம் சிந்திக்கத் தொடங்கினார்கள். எண்ணிக்கை செய்வது அறிவு அல்லது உள்ளம் அல்லது மனம் ஆகும். சிந்தனை செய்வது 'சிந்தை' ஆகும்.

பழைய கற்கால மனிதன் சிறிது பக்குவம் ஆனப் பிறகு எதிர்ப்புக் காட்டாமல் எளிமையாகப் பழகும் – இன்றைக்கு 'வீட்டு விலங்குகள்' என்று கூறப்படும் விலங்குகளை வீட்டில் வைத்து வளர்க்கத் தொடங்கினான். அவைகளைத் தனது ஆள்காட்டி விரலால் 'நொன்' 'நொன்' 'நொன்' என்றும், ''ஒன், ஒன், ஒன்''

என்றும் எண்ணிப் பார்த்தான். அப்போது ''இரண்டு'' என்ற எண் தெரியாது. **1+1+1+1+1=5** இப்படி எண்ணும் போது புதிய கன்றை ஈனுவது; கழிவு என்பது வேற்று விலங்கு கொன்று தின்பது; அல்லது இறப்பது; போன்றவற்றால் அப்போது வருந்தினான்.

அதற்குமுன் விலங்கினங்களைச் சுற்றி இருந்து வேட்டை ஆடும்போது அடிப்பட்ட அல்லது கொல்லப்பட்ட விலங்கைத் தோலை உரித்து சிதைத்துப் பங்கு வைக்கும்போது ''நொன்''''நொன்'' ''நொன்'' என்று ஒவ்வொருவருக்கும் பங்கு வைத்தான். அதன் மூலம் 'ஒன்னு' என்ற சொல்லும், 'நின்' என்ற சொல்லும் உருவாயின. நின் = நீ, (இரண்டாம் இடம்)

ந்ல் → நொல் → நொன் → நன் → ஒன் → ஒன்னு → ஒன்று

நொன் → நொன் → நென் → நின் → நீ

சரியாகப் பங்கு பெறாதவர் 'நைய்' 'நைய்' என்று தொல்லை கொடுத்தனர். அதன் மூலம் No 'நகி' என்ற சொற்களும் உருவாயின. நசிவு, நாசம், நில் (Nil) போன்ற சொற்கள் உருவாயின. ''எனக்கு'' என்று சொல்ல வந்தவன் ''யான்'' என்று தன்மை ஒருமையில் கூறத் தொடங்கினான்.

தன்னோடு உடலுறவு கொண்ட பெண்ணோ ஆணோ இல்லாத போது 'நில்' 'நில்' என்று கூறி இல்லாமையைக் காட்டினர்.

நில்..........நில்..........இல்........இல்.........இல்லை.

நில்..........நில்..........இல்........இல்.........இல்லம்

இப்படி சொற்கள் உருவாகி இருக்கக் கூடும். 'ஒன்னு,' 'ஒண்ணு' என்ற சொற்கள் உலகின் பெரும்பான்மை மொழிகளில் தமிழின் 'ஒன்று' சாயலில் உள்ளன. இந்த 'ஒண்ணு' தொடக்க காலத்திலேயே உருவாகி பற்பல மொழிகளில் சென்று சேர்ந்து விட்டது.

தமிழ்	–	ஒன்னு, ஒண்ணு, ஒன்று
மலையாளம்	–	ஒந்நு
கோத்தா	–	ஒத்
கன்னடம்	–	ஒந்து
தெலுங்கு	–	ஒகடி
கொண்டா	–	உன்றி

குருக்	–	ஒந், ஒந்த்
மால்டோ	–	ஒந்த்

மேற்கண்டவாறு தமிழிய மொழிகளில் 'ஒன்று' சென்று சேர்ந்து உள்ளது. இதில் செப்பனிடப்பட்ட சொல்லாக இலக்கிய வழிச் சொல்லாக அமைந்து தமிழில் சீர்ப்பட்டது 'ஒன்று' ஆகும்.

''கல் தோன்றி மண் தோன்றாத மூத்தக்குடி தமிழ் குடி'' என்று காட்டுவது 'ஒன்று' என ஆகும்.

அறிவாளிகள் தொல் பழங்காலத்திலே கூடி ஒன்னு, ஒண்ணு என்பவனற்றை இயந்திர ஒலியன் 'றகரம்' கொண்டு அழைக்க அறிவைப் பயன்படுத்தி உள்ளார்கள்.

மேலை ஆரிய மொழிகளில் 'ஒன்று' என்பதைக் காட்டவரும் சொற்கள்:

ஒல்கு -தமிழ் (ஒன்று) ஒல்பா(கிரேக்கம்) அல்பா

Yin (என்)	–	சீனம்
அன	–	சுமேரிய மொழி
UNUS	–	இலத்தீன் மொழி(ஒனிஸ்)
UN	–	பிரஞ்சு(ஏன்)
one	–	ஆங்கிலம்(ஒன்)
ஒன்	–	எலாமைட்
En	–	கிரேக்கம்
Eins	–	செர்மானியம்
கத்	–	எபிரேயம்

இதுவே கீழை ஆரிய மொழிகளில் வேறுவிதமாக ''ஒன்று'' உருவாக்கப்பட்டது. இது நாகரிகம் வளர்ச்சி அடைந்த காலத்தில் உருவானது ஆகும்.

சமற்கிருதம்	–	ஏக (eaka)
நேப்பாளி	–	ஏக் (eak)
மராத்தி	–	ஏக் (eak)
இந்தி	–	ஏக் (eak)
குசராத்தி	–	ஏக் (eak)
தமிழ்	–	ஏகம் (eaka)

தொல்பழங்காலத்தில் வீட்டில் வளர்க்கும் விலங்குகள் போடும் குட்டிகளை எண்ணத் தொடங்கினான். அப்போதே எண்ணிக்கைப் புரிந்தது.

மாடு	போடும்	கன்று	ஒன்று	ஒண்ணு
ஆடு	போடும்	குட்டிகள்	இரண்டு-சமயத்தில்	இரண்டு
ஆடு	போடும்	குட்டிகள்	மூன்று	மூணு
நாய்	போடும்	குட்டிகள்	நான்கு	நாலு
பன்றி	போடும்	குட்டிகள்	ஐந்து	அஞ்சு

சிந்தையில் எண்ணத் தொடங்கினான். ஆனால் மனிதன் பெற்று எடுக்கும் குழந்தையோ ஒன்று; அதை அவனது மனதில் ''நுண்'' நொன்→ ஒன் என்றே சிந்தித்தான்.

விழுமியச் சொற்களில் ஒன்று 'நுன்'; நுன் → நுண்→ நுண்மை, நுட்பம், நுணல் போன்றவைகளும் ஆகும். இந்த சொற்கள் தொடக்கக் காலம் முதலே உருவாகி இருந்தன. நுனி, நுணுங்கி, நுணுக்கு போன்றவையும் அடங்கும். நுட்பமாக அளக்கப் பயன்படும் கருவி நோனா மீட்டர்.

நுல் → நொல் → நொன் → நுண் → ஒன் → ஒன்னு → ஒன்று

ஒல் → நுல் → நொல் → நொன் → நுன் → நுண் → நுட்பம்.

நுட்பம், நுணுக்கம் குறிக்கும் சொற்கள் 'நுண்' என்பதில் உருவானவை.

மனிதன் தமது பிள்ளைகளையும், விலங்கின் குட்டிகளையும் எண்ணும்போது கற்களைப் பயன்படுத்தி எண்ணினான். அதனால் 'கல்வி' என்ற ஒன்று உருவானது. 'கல்+வி' என்று உருவானது.

முதலில் சிந்தையால்(மனதால்) எண்ணினான்;

பிறகு சொற்கள் அமைக்கத் தொடங்கினான்; தான் எண்ணும்போது உண்டான 'நொன்' 'நொன்' என்பதைச் சிறிது மாற்றி 'ஒன்' என்றான். இதுவே உலகின் பற்பல மொழிகளில் 'ஒன்றை'க் குறிக்கும் ஒலிவடிவமாக மாறியது. 'ஒன்று' என்றுஎண்ணத் தொடங்கிய காலத்தில் கணக்கும், கல்வியும் தோன்றின. அப்போதே உலகில் உள்ள பருபொருள்களுக்குப் பெயரிட்டு அடையாளப்படுத்தத் தொடங்கினான். அதுவே

மொழியாக மாறி பிறகு எளிமையாக வளர்ந்து பேச்சாக மாறியது. பேச்சு – பாஷை என்று ஆனது. எளிமைக்குள் கிரந்தம் நுழைந்து பற்பல மொழிகளாக உடைந்தது. தொடக்கக் காலத்தில் வேர்ச்சொல் மட்டுமே பேச்சாக இருந்தது. சிறிது வளர்ந்து 'இர்'→'இரு'; வர்→வரு– வா –ஆவோ; வர்→ வரு→வா–go என்று மொழியாக என்று ஆயின.

இதுவே இன்னொரு விதமாக மாறி இருக்கக் கூடும். விலங்குகளில் நாய் போன்றவற்றைக் கவனித்து உருவான சொல்லாக இருக்கலாம். தனித்த ஒரு நாயைப் பல நாய்கள் சூழ்ந்து. பகை உணர்வுடன் தாக்கும்போது தான் வளர்க்கும் நாய் வாலைச் சுருட்டி அடைக்கலம் புகும்போது ''லொல்'' ''லொல்'' 'லொல்' 'லொ' 'நொ' 'நொன்'என்று கத்தி இரைந்து ஈன ஒலி எழுப்பிப் படுத்துக் கொள்ளும். அதைக் கண்ட மனிதன் இது 'லொல்'→'லொல்' – 'லொ' – 'நொ' – 'நொன்'–ஒன் என்று கூறியிருப்பான். லொல்→லொல்→லொ→ ஒல்→ஒலி.

ஈன ஒலி 'நொன்'→நுன் →'நுண்' என்று விழுமிய வேர்ச்சொல்லாக மாறியது.

நுன்+(.)+அம் = நுனம்

நுன்+(.)+இ = நுனி

''நுனிக் கொம்பர் ஏறினார்'' என்பது திருக்குறள்

''நுண்மான் நுழைப் புலம்'' என்பது திருக்குறள்.

லொல் → 'ஒல்' வேர்ச்சொல்

ஒல்+(.)+அம் = ஒலம்

ஒல்+(.)+இ = ஒலி

ஒல்+(.)+ஐ = ஒலை

'ஒகரம்' இரட்டிக்கும் உண்டாகும் வேர்ச்சொல்'ஓல்'

ஓல்+(.)+அம் = ஓலம் (கதறுதல், கரைதல், இரைதல்)

ஓல்+(.)+இ =ஓலி

ஓல்+(.)+உ = ஓலு (உடலுறவை வெளியே சொல்லும் தீய வார்த்தைகள்.)

இந்தச் சொற்கள் காம வெறியால் ஆண்–பெண்ணைத் தேடி விரட்டுதலுடன் காம சேர்க்கைத் தொடர்புடையதாக அறியப் படுகிறது. காமவெறியால் ஆண்–பெண்ணைக் கெடுத்தப்பிறகு பெண்ணைச் சேர்ந்த கூட்டத்தார் அனுப்பும் செய்தி 'ஓலை'

ஓல்+(.)+அய் = ஓலய் → ஓலை.

'அய்' என்பது ஐ காரமாக மாறிய காலத்தில் உருவான காலத்தில் 'ஓலை' என்று ஆனது. இன்றும் மலையாளத்தில் 'ஓல' என்றே வழங்குகிறது 'ஓலய்' என்பதில் ''யகரம்'' மறைந்து விட்டது.

''ஓசை ஒலியெல்லாம் ஆனாய்'' இறைவனைப் பற்றி மாணிக்கவாசகர் பாடுவார். இங்கு ஒலிகள், ஓசைகள் என்று வைத்தே இந்த நூல் பெரிதும் ஆராய்கிறது. ஓசையாக ஒலியும் ஒழுங்குற அமைந்தால் இசையாக மாறும்.

தமிழ்		மலையாளம்
தலை	–	தல
கலை	–	கல
சிலை	–	சில
மூலை	–	மூல
காளை	–	காள

மலையாளம் தமிழின் பேச்சுத் தமிழாக வளர்ந்தது.

லகரம் இரட்டித்தால்

ஒல்+ல்+(.)+அம் = ஒல்லம்

ஒல்+ல்+(.)+இ = ஒல்லி (இளைப்பு)

ஒல்+ல்+(.)+அய்=ஒல்லம் → ஒல்லை

ஓயாத கடல் அலைகள் வந்து மோதி ஆர்ப்பரிக்கும் கடற்கரையில் உள்ள ஊர் ஒல்லையூர்; ஒல்லையூரில் பிறந்து ஆட்சிக்கு வந்த பாண்டியன் ஒல்லையூர் தந்த பூத பாண்டியன்.

வேறு விதமாகச் சிந்தித்து பார்ப்போம்

முழுமையான உடையாத சுட்ட மண் பானையைத் தட்டினால் ''டொன்' 'டொன்' என்று ஓசையிடும். டொன் → றொன் → ஒன்று (இயக்கத்தில் உள்ள எண்களின் தொடக்கம்)

'ஒண்ணு' என்பது முடிந்த முடிபு எண். கோட்டுத்துண்டு போலவாகும்.

'ஒன்று' என்பது ஒன்று முதல் ஆயிரம்............ கோடி– ஆம்பல்....... என்று முடிவற்ற எண்ணின் தொடக்கம் ''ஒன்று''

'கோடு' போல ஆகும். வீறல் விட்ட சுட்ட மண் பானைத் தட்டினால் 'டொன்ட்' 'டொட்' என்று ஓசை வரும். இது இரண்டு என்று ஆனது.

தொல் பழங்கால கற்கால மனிதன் பழங்களைக் குவியலாய்க் குவித்து உண்ணும்போது 'எனக்கு' என்று அடுத்தவன் 'கேட்க' பயன்படுத்திய சொல் ''எக்'' 'யக்' → 'யாக்' என்று கேட்டு இருப்பான்.

'யக்' என்பதை 'எக்' என்று கொண்டால் உருவாகும் சொற்கள்.

எக்+(.)+அம் = எகம் யாக்+(.)+அம்=யாகம்

எக்+(.)+இ = எகி யாக்+(.)+இ= யாகி

எக்+(.)+உ = எகு யாக்+(.)+உ=யாகு

எக்+(.)+ஐ = எகை யகனை என்பன உருவாகும்.

எக்+(.)அ = எக → எகத்தாளம் தனி ஒருவனைக் 'கூடிய கும்பல்' நையாண்டி செய்வது 'எகத்தாளம்' ஆகும்.

எக்+(.)+அற் = எகற்+(.)+இ=எகிறி = மேலே தாவி.

ஏக்+(.)+அம் = ஏகம்(முழுமை)

ஏக்+(.)+இ = ஏகி = ஆணையிட்டு

ஏக்+(.)+உ = ஏகு = ஆணையிடு

ஏக்+(.)+ஐ = ஏகை

பேச்சுத் தமிழில் எகனை முகனையாகப் பேசாதே என்பர்.

தொல் பழந்தமிழில் குறில் எகரம் இருந்தது. ஆனால் வடமொழி சமற்கிருதத்தில் எகரம், எகர வழிச் சொற்கள் இல்லை. தமிழில் எகம், எக்கு, எகி, எக்கி, எகத்தாளம் போன்ற சொற்கள் இருந்தன. பிராகிருதத்திலும் குறில் எகரம் இருந்து உள்ளது. ஆனால் அதன் வழி மொழியான இந்தியில் குறில் எகரம் இல்லை. இது சமற்கிருத தாக்கம் ஆகும். ஆனால் குசராத்தி, மராத்தியில் எகரம் உண்டு.

தனிப்பன்றி குட்டிக் கத்தினால் 'கொர்' 'கொர்' என்று ஓசை வரும். கூட்டமாகக் கத்தினால் 'கொர' 'கொர' என்று பேரிரைச்சலாக இருக்கும்.

கொர்...... கொர்....... ஒர் .... 'ஒரு' 'குட்' கூட்டமாகக் கத்தினால் ''கொர்.... கொர..... கோட் ..... கூட்.... கூட் ..... கூட்...'' என்ற ஒலிகள் கிடைக்கும்.

கூ ...... கூ..... கூட்டம் = crowd

இதன் மூலம் அமைந்த வேர்ச் சொற்கள் : ஓர் ......'crowd' என்பதும் அதன் வழி வந்த சொல்லே ஆகும்.

ஒர்....... ஒர் ....

ஓர்+(.)+அம் = ஓரம்

ஓர்+(.)+இ = ஓரி

ஓர்+(.)+உ = ஒரு

ஓர்+(.)+ஐ = ஒரை

'ஓர்' மூலம் அமைந்த சொற்கள்

அம்மா, அம்மாள், அம்மை, அம்மன், மா, ம்மா, மாம், மாதா, மதர், அம்பாள், போன்ற சொற்கள் 'அம்மா' என்பதில் இருந்து வந்து இருப்பது போல 'ஒன்' என்பதிலிருந்து பலமொழிகளில் ஒன்று உருவாகி உள்ளது. ஒன்னு, ஒண்ணு, ஒன்று, ஒந்து, உன்றி, ஒந்து, UNUS, UN, அன one ஒன், ஏன் போன்று 'நகர' ஈற்று ஒலியனுடன் உருவாகி உள்ளன.

ஆனால் வடமொழியின் ஏகம், ஏக், ஏக், என்பன இந்தி, வடமொழி சமற்கிருதம், மராட்டி குசராத்தி ஆகிய மொழிகளில் மட்டும் உள்ளன. ஆனால் 'ககரம்' ஈற்று ஒலியன் உடைய ஏகம், ஏக் என்பது எண்ணாக 'ஏக்' என உருபெற்றது பிற்காலத்தில் தான் நன்கு புரியும்.

மேலை ஆரிய மொழிகளில் கூட நகரம் ஒலியன் ஈற்று ஒலியனாக உள்ளது. கீழை ஆரிய மொழிகளில் மட்டும் 'ககரம்' ஒலியன் ஈற்றில் பெற்று 'ஏகம், ஏக்' என்று அமைந்துள்ளது.

தமிழிலும் ஏகம், ஏகினான், ஏகுவான், ஏகாந்தம் ஏகதேயம், ஏகதேசம் என்று சொற்கள் உள்ளன. 'ஏக்' இல் 'க்' இரட்டித்தால் ஏக்கம், ஏக்க, போன்ற சொற்கள் உருவாகி உள்ளன. கிடைக்காமல் ஏக்கத்தால் செத்தான்; ஏக்கப் பெருமூச்சு விட்டான்; ஏக்கம் என்பது ஒன்று இல்லாத சூனியத்தைக் குறிக்கிறது. பாழ் 'சுழியம்' என்பதை உணர்த்துவதாக உள்ளது.

எல் ....எற் .... எக் ....

எல் .... எள் .... என்........ எண்...... எட்......

எல் .... என்......... எற்........ எக்

இப்படியாக வேர்ச்சொற்கள் வளர்ச்சி அடைந்து இருக்கும். வடமொழியில் எகரம் இல்லை, என்பது அறிந்த ஒன்று

எல்..... ஏல்..... ஏன்...... ஏற் ...... 'ஏக்'.

எல் = கதிரவன், ஒளி, வெளிச்சம்

ஏல் = கதிரவன்.

'இரு நாளைக்கு ஏல் என்றால் ஏலாய்'

ஔவையார் பாடல்.

எகனைக்கு முகனை = ஏட்டிக்குப் போட்டி என்பது தமிழில் மற்றொரு பொருளாகும்.

எகத்தாளம் = கேலி.

தமிழ் 'ஒன்று'

ஒல் → ஒன் → ஒன்னு → ஒண்ணு → ஒன்று → ஒன்றியம். Union

ஒல் → ஒன் → ஒன்று → ஒரு → ஓர் → ஓரம்

ஒல் → ஒன் → ஒன்று → ஒறு → ஒற்று → ஒற்றுமை

ஒல் → ஒன் → ஒர் → ஓர் → ஓரம் → ஓரி → ஓரை → ஓருடல்

ஒல் → ஒன் → ஒர் → ஒரு → ஒருவன் → ஒருத்தி → ஒருவள் ஒருமை, ஒருவர் (சிறப்புப் பெயர்)

ஒல் → ஒன் → ஒண்ணு → ஒண்டி → ஒண்டிக்கட்டை

ஒல் → ஒன் → ஒறு → ஒற்று → ஒற்றை → ஒத்தை → ஒத்தக்கடை → ஒத்து → ஒத்துக் கொள்ள 'ஒற்றுமை' 'ஒன்று' என்பதில் உருவான சொல்லே ஆகும்.

ஒன்று = ஒ+ன்+ற்+(.)+உ = ஒன்று

ஒண்ணு → ஒண்ணு (பேச்சு வழக்கு)

ஒல் – லகரம் – தொடக்க ஒலியன் (மென்மை)

ஒன் – னகரம் – நகர்தல் ஒலியன்

நல்கினார் = நன்கு பேசினார் → நல்ல விதமாகப் பேசினார். லகரத்தில் இருந்து வளர்ந்து னகரமாக ஆகி உள்ளது. நல்ல → நண்டு, நத்தை → மெல்ல மெல்ல ஊர்தல்

நகம் – மெல்ல மெல்ல வளர்தல்

நயந்து – மெல்ல இனிக்கப் பேசி

நளினம் – மெல்ல மெல்ல சேர்தல்

நாகம் – மெல்லத் தொடங்கி வேகமாக ஊர்தல்.

ல், ள் = மெல்லிய ஒலியன்கள்

ன், ந், – தொடக்க ஒலியன் (நகர்தல்)

ண் –தொடக்க ஒலியன் (சிறிது வேகமாக ஊர்தல்)

ணகரம் –சிறப்பு ஒலியன்

றகரம் = இயந்திர ஒலியன்(ட்ற, ட்ற) (இயக்க ஒலியன்)

ககரம் = ஆக்க ஒலியன் (உருவாக்க ஒலியன்)

அகரம் = அசைவு ஒலியன் (உருபொருள், பரு-பொருள் இரண்டின் அசைவைக் காட்டும் ஒலியன்)

ஆகாரம் = வாயைப் பிளக்கச் செய்யும் வியப்பு ஒலியன். சான்று :- ஆசை ஆவல்; ஆ+அல்= ஆவல்; ஆவல் = அளவில்லாதது;

ட்ற், ற்ற், என்பனவற்றின் ஓசைகள் இயந்திர ஒலியன்கள் ஆகும்.ஏற்றம், ஆற்றல், அட்றா = அடிடா (பேச்சு மொழி)

அக்காலத்தில் அறுவடை, ஆறு, ஆற்றல் இவற்றை உணர்ந்து உருவாக்கிய ஒலியன் ஆகும். ஒன்று முதல் பத்து முடிய பத்து எண்ணிக்கையில் ஒன்று, மூன்று, ஆறு, ஆகிய மூன்று இடங்களில் 'றகரம்'ஒலிக்கின்றது. (ஒன்று முதல் பத்து முடிய எண்களில்)

'டகரம்' 'இரண்டு' 'எட்டு' ஆகிய இரண்டு இடங்களில் ஒலிக்கின்றது. டகரம், வெட்டுதல், எட்டுதல் ஒலியன் ஆகும்.

சமற்கிருதத்தில் ஏக: **த்** வெள, **த்ர** ய, ச**த்**வார, பஞ்ச, ஷட், ஸப்**த**, அஷ்ட, நவ, **த**ச என்பனவற்றில் 'தகரம்' ஐந்து இடங்களில்

ஒலிக்கிறது. 'டகரம்' இரண்டு இடங்களில் ஒலிக்கிறது. முறையான வளர்ச்சியின்றி உள்ளது.

தமிழில் 'தகரம்' ஒரு கை விரல்கள் ஐந்து; இரு கைவிரல்கள் 'பத்து' என்ற எண்ணிக்கையில் உள்ளன. 'ஒன்பது' என்ற சொல்' 10-1=9 என்ற அளவில் தகரம் ஒலியன் அமைந்து உள்ளது. இதை விவரமான காலத்தில் மேதைகள் கூடி உருவாக்கி இருக்கலாம்.

ஓர்

ஓ = 'ஓ' என்ற பேரொலி; ஓங்காரம் ஒலியன் 'ர்'→ ஓடுதல் ஒலியன்.

அரம், உரம், ஒரம், கரம், தரம், பரம், வரம், ஆரம், ஊரம், ஓரம், காரம், தாரம், பாரம், வாரம், சரம், சாரம், போன்ற சொற்களைப் பார்க்கும் போது 'ரகரம்' ஓடுதல் ஒலியன் ஆகும். ஒரு புள்ளியிலிருந்து மறு புள்ளிக்கு நகர்தல் தூரம் ஆகும்.

நடுபுள்ளியில் இருந்து ஒரு நாண் சுற்றி வந்தால் அது 'ஆரம்' ஆகும். 'ரகரம்' ஓட்ட ஒலியன் ஆகும்.

தமிழ் இலக்கணப் புலவர்கள் தொல் பழங்காலத்திலேயே ஒரு விதி செய்து உள்ளனர். அது எழுதப்படாத விதியாகும்.

ஒரு மரம்; ஒரு வீடு;

ஓர் ஆலமரம்; ஓர் அரசன்;

இதைப் பார்த்து பின்னால் ஆங்கிலத்தில் செய்தது போல ஆங்கில இலக்கணம் இருக்கிறது.

a book, a tree

an apple, an egg

இதைப் போல இன்னொரு செய்தியும் ஒன்றுபடுகிறது ய, வ, வும் தமிழில் அரை உயிர் ஒலியன் ஆகும். உடம்படு மெய்யில் இதனை அறியலாம். ஆங்கிலத்தில் அரை உயிரி H, Y ஆகும்.

கிளி+அழகு = கிளியழகு - an house

துணை+ஆள் = துணையாள் - an year

ஓர்+(.)+இ = 'ஓரி'

ஓரி என்பவன் கடையேழு வள்ளல்களில் ஒருவன். இவன் மலை ஓரப் பகுதிகளை ஆளச் சேரர்களால் அனுப்பப்பட்டவன்

ஆவான். இவனும் இவனது பரம்பரையும் ஆண்ட இடம் கொல்லி மலையாகும். சேரர்களின் நாடு கொல்லி மலை முடிய அமைந்து இருந்தது.

தொடு+ தேயம் = தொட்டியம்

நாமக்கல் → நம்மக் கல் 'நம்மக் கல்' என்பதே 'நாமக்கல்' என்று மாறி உள்ளது.

சோழ நாட்டின் எல்லைக்குள் தொட்டியம் இருந்தது. 'நம்மக்கல்' எனப்படும் 'நாமக்கல்' சேரர்களின் பொறையர் நாட்டு எல்லையாகும். அந்த எல்லைக்குள் கொல்லி மலை அடங்கி, சேரநாடாக இருந்தது. ஓரியும், மலையமானும் தகராறு செய்து பிரிகின்ற காலத்தில் சேரர்கள் அடிக்கடி படை எடுத்து வந்தனர். மேலும் சோழர்களுக்கும் சேரர்களுக்கும் (பொறையர்கள்) அடிக்கடி எல்லையின் காரணமாகப் போர் நடந்து வந்தது. தொட்டியம் ஒன்றியம் முடிவு வரை பெரும்பான்மையாகச் சோழநாட்டு முத்தரையர்கள் இன்றும் வாழ்கிறார்கள். அதைத் தாண்டி நாமக்கல் பகுதியில் பெரிதும் கவுண்டர்கள் வாழ்கிறார்கள். கவுண்டர்களுக்குக் கன்னட மாநிலத்தில் கவுடா என்றே பெயர் வழங்கப்படுகிறது. கவுண்டர் என்பவர் 'காவுந்தர்' பழங்காலத்தில் அழைக்கப்பட்டு சேரர்களால் பாதுகாப்புக்காகச் சோழநாட்டு எல்லையில் வைக்கப்பட்டார்கள். இது தொல்பழங்காலத்திலேயே நடந்து இருக்க வேண்டும். ஆனாலும் முத்தரையர், கவுண்டர் இருவரும் தமிழ் நாட்டில் ஒரே ஒரு மொழி பேசும் தூய தமிழ் இனத்தவர்கள் ஆவார். சேரநாடு பிரிந்து கன்னட நாடாக மாறிய காலத்தில் கன்னடநாட்டில் கவுண்டர் → கவுடாக மாறினர். ஒரு காலத்தில் கொங்கு நாடு கொங்கு சோழர்கள் வசம் இருந்தது.

தொட்+ட்+(.)+இயம் = தொட்டியம் நாமக்கல்லில் இருந்து மேற்கிலும் வடக்கிலும் கவுண்டர்கள் அடர்த்தியாகப் பெரும்பான்மையாக வாழ்கிறார்கள்.

ஓரை பற்றி விளக்கம்

ஓர்+(.)+உ = ஒரு → ஓருயிர்,

ஓர்+(.)+அய் = ஓரய் → ஓரை

இந்த சொல் கிரேக்கச் சொல்லாக இருக்கலாமோ என்ற ஐயத்தில் வாதங்கள் எழுந்துள்ளன. இதை வைத்து அறிஞர் வையாபுரி பிள்ளை போன்றவர்களும் மறைமலை அடிகளார்

போன்றவர்களும் எதிர் எதிர் அணியில் நின்று வாதிட்டு வந்து உள்லனர்.

ஓரை(தமிழ்) (கிரேக்கம்)

மறைந்த ஒழுக்கத்து ஓரையும் நாளும்
துறந்த ஒழுக்கங் கிழவர்க்கு இல்லை.

தொல்பொருள் குறியிடத்துக் கூட்டம், நூற்பா 1081

இதில் வரும் 'ஓரை' என்பது 'பொழுது' என்ற பொருளில் வருகின்றது.

''பொழுதும் நாளும்'' என்றே பொருள்படும்

ஓர்+(.)+அல் = ஓரல் → வாய் மொழி

மொழி ஞாயிறு பாவாணரின் தலைமைத் தமிழ் பக்கம் 91இன் படி

ஓரி – இழிந்தோரை விளிக்கும் முன் விளியசை

ஓரை – மிக இழிந்தோரை விளிக்கும் முன் விளியசை.

ஓரி : ஓரி ஆண்ட கொல்லிமலை சேர நாட்டின் ஓரத்தின் தமிழ் நாட்டின் மைய பகுதியில் இருந்ததால் தமிழர்கள் கொல்லிமலை அரசனை ஓரி என்றனர். ஓர்+(.)+இ=ஓரி.

ஓரம்பு

காவிரியில் தண்ணீர் பஞ்சம் உள்ள காலத்தில் அமராவதியின் கடைமடைப் பகுதியைத் தேக்கி காவிரி யாற்று மணலில் ஓடை வெட்டி நீண்ட கால்வாய் அமைத்து பேட்டவாய்த்தலைக்குக் கொண்டு வந்து அதை அய்யன் வாய்க்கால், பெரு வளையில் தேக்கி விடுவது 'ஒரம்பு' ஆகும். நாணல், காய்ந்த சருகு, சுள்ளிக்குச்சிகள் மணல் கொண்டு அமைக்கப்படும் ஓடை 'ஓரம்பு' ஆகும். ஒர்+(.)+அம்பு = 'ஒரம்பு' ஆகும். நீண்ட அம்பு பாதை போல நீரோடை அமைவது 'ஒரம்பு' ஆகும். நீண்ட அம்பு பாதை போல நீரோடை அமைவது 'ஒரம்பு' ஆகும் அதையே 'குறம்பு' என்றும் கூறுவர். குறுகிய நீர்ப்பாதை குறம்பு ஆகும்.

கணவனுடைய அக்காள், தங்கையை ஓரகத்தி என்று கூறுவர்.

தமிழும் பிராகிருதமும்

''சமற்கிருதத்தில் உள்ள இருமை விகுதிகள் காலங்காட்டும் பல்வேறு பெயர்கள், வினைகள், பாலி, பிராகிருதத்தில் இல்லை.

இது திராவிட மொழிச் செல்வாக்கைக் காட்டுமேயன்றிச் சமற்கிருதத்தினைக் கடந்த தனித் தன்மையைக் காட்டாது. ஏனெனில் எகர, ஒகரச் சொற்கள் தனித்து சமற்கிருதத்தில் இல்லை என்பதையும் கவனிக்க வேண்டும். என்றார் மு.மு. ஜகந்நாத ராஜா.

பன்மொழிப் புலவர் மு.கு. ஜகந்நாத ராஜா பக்கம் *26:* நூல் தமிழும் பிராகிருதமும்.

இலக்கணக் கூறுகள்

திணைகள் உயர்திணை, அஃறிணை என்று இருவகைப்படும். ஆண்பால், பெண்பால் பலர்பால், ஒன்றன்பால்,பலவின் பால் என்று ஐந்து வகைப்படும்.

ஆண்பாலில் ஒருவன், ஒருத்தன்

பெண்பாலில் ஒருத்தி, ஒருவள்

பலர் பாலில் ஒருவர்

என்று ஒன்றைப் பற்றி அறிய முடிகிறது. 'ஒருவர்' என்பதில் உயர்வு சிறப்புக் கருதி 'அர்' விகுதி வந்து புணர்ந்து உள்ளது. இதைக் கொண்டு ஆண்பாலா? பெண் பாலா? என்று அறிய முடியாது.

ஓர் → ஒர்

ஓர் → ஒர்

மேலே வட்டம் போல் அமைந்துள்ளது.

ஒர்+(.)+உ = ஒரு

இதனுடன் (அடையாகும் இதனுடன்) பாலீறு அன், அள், இத்தன், இத்தி, அர் ஆகியவைப் புணர்ந்து சொல்லாகின்றன.

ஒருவன், ஒருவள், ஒருத்தன், ஒருத்தி, ஒருவர், ஒருமை, போன்றவை உருவாகி உள்ளன.

ஒன்+தன் = ஒன்தன் → ஒன்(.)+தன் → ஒன்றன் பால் என்று வந்துள்ளது.

ஒன்று+(.)+அன் = ஒன்றன் பால் என்றும் இருக்கக் கூடும்.

வழக்கு மொழிகள்

''ஒண்ணே ஒண்ணு கண்ணே கண்ணு என்று ஒரு பிள்ளைப் பெத்து வளர்த்து வர்றாள்'' என்பது பேச்சு மொழி.

'ஒண்ணு விட்டு கண்ணம் பாடாதே' – வழக்கு மொழி.

'ஒன்றே செய்! நன்றே செய்!'– பழமொழி

'ஒரே ஒருத்தர் வந்தா போதும்' – வழக்கு மொழி

''ஒண்ணும் முன்னும் தெரியாம எனக்கு என்ன தெரியும்?''

புணர்ச்சி மொழியும் வழக்கும்

ஒரு+ஒரு = ஒவ்வொரு (every)

ஒன்று+ஒன்று = ஒவ்வொன்று (every one)

ஒன்+ஒரு = ஒவ்வொரு (every)

ஒன்+பத்து = ஒன்பத்து → ஒன்பது

'ஒவ்வொரு, ஒவ்வொன்று' என்பன அடையடுத்து வந்த அடைகளாகும். இவை அனைத்துக்கும் வேர்ச் சொல் ''ஒன்'' என்பதே யாகும்.

ஒன்று+(.)+ஐ = ஒன்றை

ஒன்றை → ஒற்றை → ஒற்றைப் பனைமரம்.

ஒற்றைப் பனைமரம் → ஒத்தைப் பனைமரம்

ஒத்தைப் பனைமரம் → ஒத்தப் பனைமரம் → பேச்சு வழக்கு மொழி

ஒற்றைக் கடை → ஒத்தைக் கடை → ஒத்தக் கடை (மதுரை மாவட்ட ஊர்)

ஒன் → ஒண் → ஒண்டு → ஒண்டு குடித்தனம்(பிழைக்க வந்த குடும்பம்)

ஒண்டு → ஒண்டி → ஒண்டிக்கட்டை(துறவி) (பேச்சு வழக்கு)

'ஒண்டிக்கு ஒண்டி' – சண்டையில் பேசப்படும் வழக்குச் சொல். ஒண்ட வந்த பிடாரி;

ஒற்றைக் காலை இழந்தவன் → நொண்டி 'நொண்டி' என்பதில் 'டி'யை நீக்கி விட்டால் தொல் பழங்காலச் சொல் 'நொன்' 'நொன்' என்பதனோடு தொடர்பு புரியும். 'ஒரே இரத்தம்' வழக்குச் சொல்.

ஒண் பொருள் = ஒப்பற்ற பொருள்

ஒண்ணாம்தரம் = முதல் தரம்.

'நொண்டு' → ஒற்றைக்காலில் நட; நொன் → நொண் 'ஒன்று' என்பதின் மூலச்சொல் 'நொன்' என்பது புரியும். ''நொண்டி'' கால்கள் இல்லாதவன்.

ஏகம்

ஏக தேச இந்தியா = ஒருமைப்பாடு இந்தியா,

(Indian Union) இந்திய ஒன்றியம்

ஏகதேச உருவக அணி = உருவக அணிகளில் ஒன்று

ஏகப் பத்தினி விரதன் = (இராமன்)

ஒரே ஒரு மனைவி மட்டும் உடையவன்- 'ஏகவெள்ளம் ஆற்றிலே' – குற்றாலக் குறவஞ்சி. (ஒரே வெள்ளமாச்சு)

ஏகமாய் வெள்ளத்தில் பயிர் மூழ்கிப் போச்சு – வழக்குச் சொல். (மிகுதி என்ற பொருளில் அமைகின்றது.)

''ஒண்டிக்கு ஒண்டி வா சண்டைக்கு'' வழக்குப் பேச்சு.

தனி ஆள் = ஒற்றை ஆள்

(சிறப்பு நிலை) Wounder – வியப்பான, சிறப்பான

முதலமைச்சர்

முத்+(.)+அல் = முதல்

மு+தல் = முதல்

முன்+தல் = முன்தல்; முதல்

மு+தல் = முதல்

முன்னால் தலை நீட்டி ஒருபடி உயர்ந்து நிற்பவர் ஆவார்.

ஓட்டப் பந்தயத்தில் ஓடிய வீரர்களில் முதல் இருவர் சமமாக வந்தாலும் உத்தி கயிற்றை முதலில் தொட்டு தலையை முதலில் நீட்டி உத்தியில் வைப்பவரே முதல்வர் ஆவார். (First)

முன்+தல் = முன்தல் → முதல்

முதலாமவர், முதல்வர், முதலமைச்சர், முதல்பரிசு முதலில், முதன்முதல் என்று சொற்கள் உருவாகி இருக்கின்றன.

முதல்+(.)+அம் = முதலம்

முதல்+(.)+அ = முதல → முதலமைச்சர்

முதல்+(.)+இ = முதலி → முதலியார்

'முதலியார்' என்பவர் அமைச்சராக இருந்து அரசர்களுக்குத் துணை செய்தவர்கள் ஆவார்கள்.

முதல்+(.)+ஐ = முதலை

முதல்+(.)+ஆள் = முதலாள் → முதலாளி

பணத்தைக் கொண்டு, பணத்தைப் போட்டு பணம் தேடும் பணக்காரர்; ஒரு தொழிலுக்கு உரிமையாளர். இந்தச் சொல் உருவான காலத்திலேயே ஏழை – பணக்காரன்; முதலாளி– தொழிலாளி பேதம் உருவாகி விட்டது என்று அறியலாம்.

முதலை என்ற நீர்வாழ் விலங்கு தலைமட்டும் மிகப் பெரியதாக இருந்து அதற்குப் பலமும் தலை மட்டுமே என்பதால் 'முதலை' என்றும், போகுமிடம் எல்லாம் தலையே முதலில் செல்லும் என்றும் முதலை என்று பெயரிடப்பட்டது.

''எண் சாண் உடம்புக்குத் தலையே முதல்'' என்று தான் பழமொழி பழங்காலத்தில் இருக்க வேண்டும். இடைக்காலத்தில் மாற்றி ''எண் சாண் உடம்புக்குச் சிரசே பிரதானம்'' என்று வடமொழி கலந்து மாற்றப்பட்டது.

'தல்'+(.)+அம் = தலம் → ஸ்தலம்

தல்+(.)+இ = தலி → தலித் (பட்டியல் பிரிவினர்)

தல்+(.)+ஐ = தலை; + அர் = தலைவர்; குடும்பத் தலைவர்;

கட்சித் தலைவர் தலைவர் = முதல்வர்;

இலக்கியத்தில் ஒன்று

ஒருவனைப் பற்றி ஓரகத் திரு. - *கொன்றை வேந்தன்(ஔவையார்)*

ஒருநாள் உணவையொழி என்றால்
ஒழியாய் இருநாளைக்கு ஏல் என்றால் ஏலாய்.

— நல்வழி (ஔவையார்)

'ஓர் எழுத்து ஒரு மொழி' - *தொல்காப்பியம் - எழுத்து-நூற்பா 45*

ஒன்று முதலாகப் பத்து ஊர்ந்து வருஉம்

— தொல்காப்பியம் - எழுத்து - உருபியல்—நூற்பா 199

ஒருவழிப் படாமையும் ஓடியது உணர்தலும்.

- சிறுபாணாற்றுப் படை வரி 194

ஒரு பொழுதும் வாழ்வது அறியார். *- திருக்குறள் 337*

ஒன்று எய்தி நூறழிக்கும். *– திருக்குறள் 932*

ஒரு தலைப்ப தலை தூங்க. *– புறநானூறு 103*

ஒருவனை ஒருவன் அடுதலும் தொலைதலும். *– புறநானூறு 76*

ஒருங்கு அகப்படே என் ஆயின் பொருந்திய. *- புறநானூறு 72*

ஒன்றியான் பெட்டா அளவையின் ஒன்றிய
– பொருநர் ஆற்றுப்படை வரி 74

தாய்சாப் பிறக்கும் புள்ளிக் கள்வனோடு
பிள்ளை தின்னும் முதலைத்து அவனூர். *- ஐங்குறுநூறு 24 (மருதம்)*

'ஒண் தொடி நெகிழச் சாஅய்' *- ஐங்குறு நூறு (28)*

இதன் மூலம் நொன் → நொண் → ஒண் → ஒன் என்ற வளர்ச்சியை அறியலாம்.

ஒன்றுமொழிக் கோசர்க்கு ஒன்று, முரண் போகிய.
அகநானூறு - மணிமிடை பவளம் - பாடல். 196

இந்தப் பாடல் வரலாற்றுக்கு ஒரு கருப்பொருளாக அமைந்தது ஆகும்.

திராவிட மொழிகளில் எண் பெயர்

(1)

மொழி		எண் பெயர்
தமிழ்	–	ஒன்று
மலையாளம்	–	ஒந்நு
கோத்தா	–	ஒத்
கன்னடம்	–	ஒந்து
தெலுங்கு	–	ஒகடி
கொண்டா	–	உன்றி
குரூக்	–	ஒந், ஒந்த்
மால்டோ	–	ஒந்த்

(2)

மொழி		எண் பெயர்
தமிழ்	–	இரண்டு
மலையாளம்	–	ரண்டு
கன்னடம்	–	எரடு
தெலுங்கு	–	ரெண்டு
கோண்டி	–	ரண்ட்
பெங்கோ	–	ரி
மண்டா	–	ரி
குரூக்	–	எட்
மால்தோ	–	1Wr
பிராகூயி	–	இரட்

(3)

மொழி		எண் பெயர்
தமிழ்	–	மூன்று
மலையாளம்	–	மூநு
கன்னடம்	–	மூறு
தெலுங்கு	–	மூடு
நாயக்கி	–	மூந்தி
குயி	–	மூஞ்ஜி
குரூக்	–	மூந்த்

(4)

மொழி		எண்பெயர்
தமிழ்	–	நால், நால்கு, நான்கு
மலையாளம்	–	நான்கு, நாலு
துளு	–	நாலு
குரூக்	–	நாய்க்

(5)

மொழி		எண் பெயர்
தமிழ்	–	அய்ந்து, ஐந்து
தெலுங்கு	–	ஐது
கன்னடம்	–	ஐது
மலையாளம்	–	அஞ்சு, ஐந்து
பார்ஜி	–	சேதுக்
கதபா	–	ஸையுங்க
குயி	–	ஸிங்கி
மூல திராவிட சொல்	–	Cayntu (கைந்து)

(6)

மொழி		எண் பெயர்
தமிழ்	–	ஆறு
மலையாளம்	–	ஆறு
தெலுங்கு	–	ஆரு

மலையாளம்	**–**	**ஒன்று**	
ஒந்து	–	ஒன்று	
ஒந் நாம் தரம்	–	முதல் தரம்.	(மலையாளம்)
ஒரு கிலோ மதி	–	ஒரு கிலோ போதும்.	
ஏக வசனம்	–	ஒருமை.	

இப்படியாக மலையாளத்தில் ‘ஒன்று’ பேசப்படுகிறது ‘எண்’ என்பதே எண்ணுதலின் பகுதியாக மலையாளத்தில் இன்றும் உள்ளது.

கி.பி. பன்னிரண்டாம் நூற்றாண்டுக்குப் பிறகு தொடர்பு அற்றுப் போனதால் தனியாக வளர்ந்து தமிழில் இருந்து பிரிந்து இருக்கின்றது. அதற்கு இன்னொரு காரணம் வர்க்கம், கிரந்தம் மலையாளம் ஏற்றுக் கொண்டதும் ஆகும். தமிழைவிட சில இடங்களில் பழந்தமிழ் மலையாளத்தில் உள்ளது. தணுப்பு (குளிர்ச்சி), தீவண்டி (புகைவண்டி), பணி முடக்கு (வேலை நிறுத்தம்), பாதிரா (நடுநிசி) புழ(ஆறு) போன்றன. பழந்தமிழில் உள்ள சொற்கள் இருப்பதை அறிகிறோம்.

கன்னடம் – மொழி

தமிழிலிருந்து மலையாளத்தை விட கொஞ்ச தூரம் அகன்று போன மொழி கன்னடம் ஆகும். தமிழின் பகரச் சொற்கள் எல்லாம் ஹகரச் சொற்களாக மாற்றம் அடைந்து உள்ளன. எழுத்துக்களில் சில கூட எழுத்துருக்கள் தலை கீழாக மாறி உள்ளன. சான்றுகள் : அ, ஆ, எ, ஏ, ஐ, உ என்பன தலைகீழ் மாற்றங்களேப் பெற்று உள்ளன.

கன்னடம்	–	தமிழ்
ஒம்து	–	ஒன்று
ஓம்தூவரே	–	ஒன்றரை
ஏக வசன	–	ஒருமை
ப்ரதம	–	முதல்
ஒந்து	–	ஒன்று

தெலுங்கு மொழி

தமிழிய(திராவிட) மொழிகளில் 'னகரம்' இல்லாது ககரம் ஈற்றில் உள்ள மொழி தெலுங்கு மட்டுமே ஆகும்.

ஒன்னு(தமிழ்) – ஒக்க, ஒகடி (தெலுங்கு)

ஒகடி (தெலுங்கு) – ஒன்று –

ஆனால் 'பதினொன்று' என்பதில் (11) பது நொகண்டு தமிழையே பின்பற்றி கூறுகிறது.

பதினொன்று(11) – பது நொகண்டு அதைப் போலவே கன்னடமும் தமிழையே பின்பற்றி வருகிறது.

பதினொன்று(11) – ஹென்னொந்து

தமிழ் – கன்னடம்

பகரத்திற்குப் பதிலாக 'ஹகரம்' முதலில் வருகிறது. மீதியெல்லாம் திரிந்த மொழியாக தமிழின் சாயலாக உள்ளது.

கன்னடத்தில் 'ஒரு' என்பதற்கு தனிவடிவம் இல்லை.'ஒம்து' என்பதே 'ஒரு' வைக் காட்டுகிறது.

ப்ரதம (முதல்) – தெலுங்கு

சிக்குடு காய எந்த ? – அவரைக் காய் என்ன விலை?

ஒக கிலோ இம்மு – ஒரு கிலோ கொடு (தெலுங்கு)

ஒகடி – ஒன்று (தமிழ்)

ஒக – ஒரு (தமிழ்)

ஒன்று → ஒந்தி → ஒகதி (தெலுங்கு)

(தமிழ்) (கன்னடம்)

(குரூக்)

'றகரம்' மற்ற தமிழிய மொழிகளில் இருந்து அழிந்து உள்ளது.'ஒன்றும்' 'ஏக்கும்' கலந்தது போலத் தமிழும் பிராகிருதமும் ஒன்று கலந்து ஒக, ஒகடி உருவாகி இருக்கலாம். அதுதான் தெலுங்கில் 'ஒகடி' என்று அழைக்கப்படுகிறது.

மேலை ஆரிய மொழிகளில் கூட 'ஒன்' என்ற வேர்ச்சொல்லே உள்ளது. கீழை ஆரிய மொழிகளில் மட்டும் ஏகம், ஏக், ஏக என்பது உள்ளது. அது தமிழின் 'ஏகம்' என்ற சொல்லில் இருந்து பெறப்பட்டதாகும். 'ப்ரதம' என்ற சொல்'First' சாயலில் இருப்பதால் மேலை ஆரிய மொழிகளில் இருந்து பெறப்பட்டது. Prime Minister (ஆங்கிலம்) 'பிரதான் மந்திரி' தலைமை அமைச்சர், முதல் அமைச்சர் (முக்கிய மந்திரி) என்பனவற்றில் வரும் பிரதான் மேலை ஆரியத்தில் இருந்து பெறப்பட்டதாகும். இருக்கலாம். அல்லது 'பெரிய தானம்' என்பதன் சுருக்கமாக 'பிரதான்' இருக்கலாம். தமிழில் ஒன்றைக் குறிக்கும் எண்ணுரு '+' இது ஐந்தாம் நூற்றாண்டு குறியீடு ஆகும். அதற்கு முன் ஒன்றைக் குறிக்கும் குறியீடு "–" ஆகும். ஆனால் அப்போது 'க' வின் குறியீடு '+' ஆகும். குப்தர்கள் காலத்தில்தான் 'ஏகம்' என்ற தமிழ்ச் சொல்லில் இருந்து 'ஒன்று' என்பது வடமொழியில் 'ஏகம்' ஆகி இருக்க வேண்டும். எண்ணு – ககரம்

கி.மு முதல் நூற்றாண்டு ஒன்று '(–)' + (ககரம்)

கி.பி இரண்டாம் நூற்றாண்டு

ஆக முதல் நூற்றாண்டுகளில் எண்ணுரு ஒன்று 'க' போல அமையவில்லை.

தமிழ் 'ஏகம்' என்பதில் இருந்து 'ஏக்' பெறப்பட்டு ஏக, ஏகம், ஏக் என்பன உருவாகி உள்ளன. எண்ணுரு ஒன்றுக்கு (-)ம் தமிழ் 'க' '+'வுக்கும் பழங்காலத்தில் எந்த தொடர்பும் இல்லை. குப்தர்கள் காலத்திற்குப் பிறகு எழுதப்பட்ட ஒன்றின் எண்ணுரு '+' ஆகும்.

'க' வின் வளர்ச்சி:- கி.மு.முதல் கி.பி.இரண்டு கி.பி. ஐந்து கி.பி கி.பி. ஏழு கி.பி. பதினைந்து தற்போது

+⟶ +⟶ +⟶ ⟶ க

ஒன்று வின் எண்ணுரு வளர்ச்சி – – / / +

பிந்தியக் காலக் கட்டத்தில் தான் 'ககரத்தை' ஒன்றுடன் எண்ணுரு வாய்ச் சம்பந்தப்படுத்தி எழுதி இருக்கிறார்கள்.

தொடக்கக் காலத்தில் ககரத்தின் '+' எண்ணுரு; ஒன்று என்பதற்குத் தொடர்பு படுக்கைக் கோடு மட்டுமே ஆகும். '–' ஆனால் 'ஏகம்' என்பதை ஒன்றுடன் தொடர்பு படுத்திய பிறகே 'க' என்பது ஒன்று என்று மாறுகிறது. படுக்கைக் கோடு நிமிர்ந்த காலத்தில் அரேபியர் அதை உணர்ந்து செங்குத்துக் கோட்டை '*1*' என்பதைத் தமது மொழியில் ஒன்று என எழுதினர். அதையே ஐரோப்பியரும் பின்பற்றினர்.

பெயர்	எண்ணுரு	கி.மு. 1-ம் நூற்றாண்டு	கி.பி. 2-ம்	கி.பி. 4-ம்	கி.பி. 6-ம்	கி.பி. 10-ம்	கி.பி. 13-ம்	கி.பி. 16-ம்	கி.பி. 16-ம்
க	ககரம்	+	+	+	+	+	க	க	க
1	ஒன்று	–	–	/	|	+	+	க	க

எல்லாம்வல்ல பரம்பொருளைக் கடவுளாக வணங்கிய நாகர்கள் என்பவர்கள், கறுப்புத் தமிழீய குழுவினர்(திராவிடர்) ஆவார். அவர்கள் பரம்பொருளைக் குறித்துக் காட்ட படுக்கைக் கோட்டை (–) என்று பயன் படுத்தினார்கள். அதுவே ஒன்றுக்கு எண்ணுருவாக அமைந்து விட்டது. இன்று சைவ பெருமக்கள்

திருநீற்றை நெற்றியில் படுக்கைக் கோடு உருவில் பூசுகிறார்கள். இலிங்க வழிபாடு இந்தியா முழுவதும் இருந்துள்ளது.

பரமசிவம்(செய்யோன்) = '–' என்பதாகும் கடவுள் ஒருவரே! என்பதான குறியீடு ஆகும். இதையே நிமிர்த்திச் செங்குத்தாக நாமக்கட்டியால் போட்ட போது ஆதி முதல்வன் திருமாலே என்ற எண்ணத்தை உருவாக்கவே ஆகும்.(*1*) நாமக்கட்டி நிமிர்த்தி 'ஒன்று' என்று போட்ட போது அது 'அத்துவேதம்' என்று சொல்லப்பட்டது. ஒரே கடவுள் அல்லது வேத முதல்வர் என்று காட்டவே ஒற்றைக்கோடு இடப்பட்டது. காஞ்சியில் உள்ள ஏகாம்பரநாதர் ''ஏகம்'' என்பதைத் தன்னுள் வைத்துள்ளார்.

அப்போது தான் 'ஏகம்' என்ற சொல் புழக்கத்திற்கு வந்தது. அந்த நேரத்தில் படிக்கைக் கோட்டில் குத்துக்கோடு இடப்பட்டு '+' என்பது ஒன்று கூறப்பட்டது. பழங்காலத்திலே 'க' வின் எழுத்துரு + ஆகும். குத்துக்கோடு இணைக்கப்பட்ட காலத்தில்தான் 'க' என்பது முன்னொட்டு 'ஏ' கம் என்று மாறியது. அதுவரை எண்ணுரு ஒன்று என்பதற்குப் படிக்கைக்கோடு ''–'' தான் இருந்து வந்தது. அந்த மாற்றம் எண் ஒன்றைச் சமயங்களோடு இணைத்தக் காலம் ஆகும். அதுவரை 'க' எழுத்துரு தனியாகவும் இருந்த வந்தது. வேதத்தின் அத்து வேத முதல்வன் ஆவான், என்று ஒற்றை நாமம் போடப்பட்டது. பிறகு வசிட்டாத் துவைதத்தில் ∨ வடிவம் ∪ வடிவம் இடப்பட்டது. இவை எல்லாம் கிபி 5, 6 நூற்றாண்டுகளில் நடந்தேறின. இந்த ஒற்றைக் கோடு இலத்தீன் மொழியிலும்'I' ஒன்றாகும். அது இன்று வரை எண்ணுருவாக உள்ளது.

தமிழ்ச் சொற்கள் அகம், ஆகம் → ஆகமம், இகம் → ஈகம்(தெய்வீகம்), உகம்(யுகம்), ஊகம் (யூகித்தல்), எகம்,ஏகம், ஒகம், ஓகம் என்று அமைகின்றன. இதில்'ஏகம்' தமிழ்ச் சொல்லாக அமைகிறது.

சைவம்	'–'
திருமாலியம்	'*1*'

இவை இரண்டையும் இணைக்கும் முகத்தான் கி.பி. *8* நூற்றாண்டிற்கு முன்பு ஒன்றின் குறியீடாக மாற்றி '–' '*1*' ..... ''+'' என்று ஆகி இருக்கலாம். அதன் பின்னே திருநீறு நெற்றியில் மூன்று விரல்கள் பதிய இடப்பட்டன. பிரம்மா, திருமால், உருத்திரன் என்று மூன்றும் ஒன்றாய்க் கருதி மூன்று கோடுகள் இடப்பட்டன. அதே காலத்தில் ∪ வடிவம் ∨ வடிவம் இட்டு

நடுவில் நாம கட்டியால் செங்குத்துக் கோடு இடப்பட்டு இருக்க வேண்டும். சமயப்பொறையைக் காட்டுவது '+' ஆகும்.

அப்போது இன்னொரு விதத்தில் ஆய்வு செய்தால் 'க' என்பதே முதல் உயிர்மெய் எழுத்தாகும். அகர வரிசையில் முதல் உயிர்மெய் எழுத்தாகும்.

கல் = செங்கல், கருங்கல்,

கல் = படி

படிக்க உதவும் கருவிப் பொருள்கள் ''கற்கள்'' திருமாலியம், சைவம் இரண்டு இந்து சமயத்தின் அகப்புறச் சமயங்கள் ஆகும்.

முடிவுகள்

1. தமிழிய மொழிகள்(திராவிட மொழிகள்) பேசுவோர் ஆரிய பண்பாடுகளின் உரிமையுடையோர் ஒன்று கலத்தல் அறிகுறியே 'க' வின் எழுத்துரு '+' ஆகும்.

2. 'க' வின் அடையாளம் '+'

3. 'அக்' என்பதைப் பிம்ப மாற்றம் செய்தால் 'க' கிடைக்கும். 'அக்' என்ற வேர்ச் சொல் 'அக்கம்' என்ற ஆக்கத்தின் தொடக்கம்.

4. 'க' என்பது உயிர்மெய் எழுத்து ஆகும். அதுவே புள்ளி பெற்றால் 'க்' ஆகும். 'க்' என்பதை ஒலிக்கும்போது 'இக்' என்றே ஒலிக்கிறோம்.

5. '–' என்பதே கி.மு.இரண்டாம் நூற்றாண்டு முதல் கி.பி. இரண்டாம் நூற்றாண்டு வரை 'ஒன்று' என்பதாகும்.

6. முற்காலத்தில் சிவத்தின் குறியீடு '–' ஆகும். (கி.பி. 3ஆம் நூற்றாண்டு)

7. முற்காலத்தில் திருமாலியம் குறியீடு '*1*' என்பதாகும். (கி.பி. 5ஆம் நூற்றாண்டு)

8. இரண்டும் சேர்ந்த குறியீடு '+' ஆகும்.

9. இது முற்காலத்தின் 'க' வின் எழுத்துரு போல அமைந்தது.

10. இதுவே '+' ஒன்று என்பதன் எண்ணுருவாக கி.பி.ஏழு, எட்டாம் நூற்றாண்டுகளில் அமைந்தது.

11. மனிதனுக்குத் தலையே மிகவும் இன்றியமையாதது. அதனால் 'தலைமை' என்றனர்.

12. முதல் என்பதால் 'முதன்மை' என்றனர்.

ஆங்கிலம்

one = ஒலியன் ; only one ஒன்றே ஒன்று

I = எண்ணுரு

UNioN, UNITY என்பன ஒருமைப்பாடு பற்றிக் கூறுவனவாகும்.

விளையாட்டு

கி.பி. 20ஆம் நூற்றாண்டுகளில் ஆடப்பட்ட விளையாட்டுகளில் ஒன்று; ஒற்றையா? இரட்டையா? பரட்டையா? என்பது ஆகும். இதற்குத் தேவையான பொருள்கள் சூடுக்கொட்டை அல்லது புளியங்கொட்டை ஆகும்.

நொய்→நசிவு → நஸ் → த நோனா மீட்டர், போன்ற கிரேக்கச் சொல்லும் 'நொய்' என்பதில் இருந்து உருவாகி உள்ளது.

நொன்→நொய்→நுண்→ நுண்→நுட்பம்.

வட்டி

'' ஒரு வட்டிக்குப் பணம் வாங்கி திருமணத்திற்குச் செலவு செய்தேன்'' என்று சொல்பவர்கள் உணடு. ஒரு வட்டி என்றால் ஒரு மாதத்துக்கு நூற்றுக்குப் ஒரு ரூபாய் என்பது பொருள்.

வங்கி வட்டி

அசல் = 100 உருவாய் (100 ரூ.) $\frac{100x10x1}{100} = 10\%$

காலம் = 1 ஆண்டு

வட்டி வீதம் = 10%

வட்டி = $\frac{100x10x1}{100}$ = 10 உருவாய் (10 ரூ.)

இது பணம் போட்டவருக்கு ஆகும். கடன் வாங்கியவருக்கு 15 உருவாய் அளவில் இருக்கும்.

6. இரண்டு அல்லது 'இரு' அல்லது ஈர்

அக்காலத்தில் உடைந்த, வீறல் விட்ட சுட்ட மண் பானையைத் தட்டினால் 'டொன்ட்' 'டொன்ட்' என்ற ஒலியன் வரும். நன்றாக வீறல் விட்டு இருந்தால் 'டொட்' 'டொய்' என்று வரும். வீறல் விடாத நல்ல மண் பானை 'டொய்ன்' என்று ஒலியன் வரும்.

டொன்ய் → டொன்ய் → ஒன்ய் → ஒன் → ஒண் → ஒண்டு → ஒன்று.

'டொன்ய்' என்பதைத் தொடர்ந்து ஒலித்தால் 'ஒன்ய்' என்றே கேட்கும்.

உடைந்த பானையின் ஒலியன் 'டொன்ட்' என்பதைத் தொடர்ந்து ஒலித்தால் 'துண்டு' போல ஒலிக்கும். அதிலிருந்து உருவான ஒலியனே 'துண்'

துண் – துண்டு,

துண்(.)+இ = துணி = வெட்டு

வெட்டு = (வெட்ட்+(.)+உ) = வெட்டு

வெட்ட் = (வெட்ட்+(.)+இ) = வெட்டி → வேட்டி (வெட்டப்பட்ட நீண்ட துணி)

துண்+ட்(.)+உ = துண்டு (வெட்டப்பட்ட குறுகிய துணி)

துண்ட்+(.)+அம் = துண்டம்.

துண்டிடாடப்பட்ட இறைச்சி அல்லது மீன் துண்டு. அல்லது மீன் துண்டம்.

துண் = துவம் = து+அம்=துவம்

த்+(.)+உ = து+(.)+அம் = 'துவம்' இரண்டு படுத்தப்பட்ட ஒன்று.

சமற்கிருதம்

Dvau தௌ (ஆண்) – Dve (பெண்) – Dve(பொதுபால்)

சமற்கிருதம் என்பது மேதைகள் உருவாக்கிய மொழியானதால் ஆண்பால், பெண்பால், பொதுபால் என்று உருவாக்கி விட்டனர்.

Two – ஆங்கிலம்

தோ – இந்தி

தொன் – மராத்தி

Duo – இலத்தீன் (டியோ)

Dewx – தெ (பிரஞ்சு)

மராத்தியில் 'துவைத்தல்' பொருளில் தொனிக்க ''தொன்'' என்பது உள்ளது.

தமிழில் துண்டு, துணி, துணை, துணுக்கு, துணித்தான் போன்ற சொற்கள் 'துண்' என்ற வேர்ச் சொல்லைக் கொண்டு உருவாகி உள்ளன.

'அந்த மரத்தை வெட்டி துண்டாடு'
அந்த மரத்தை வெட்டி துண்டாக்கு

தனியாக நடந்தால் 'அச்சம்' இருளில் இருக்கும் துணையோடு போனால் அச்சம் விலகும். வாழ்க்கையில் திருமணமுறையில் வந்து ஆணும் பெண்ணும் இணைவது ''வாழ்க்கைத் துணை நலம் ஆகும். இது திருக்குறளில் அறத்துப்பாலில் ஒரு அதிகாரம் ''வாழ்க்கைத் துணை நலம்'' ஆகும்.

துணித்தல் = வெட்டுதல்

துவைத்தல் = துணியில் இருந்து அழுக்கைப் பிரித்தல்

துளைத்தல் = பொத்தல் போடுதல்.

துய்த்தல் = நுகருதல், உண்ணுதல், பார்த்தல் போன்ற ஐம்பொறிகளால் கிடைக்கும் பயனாகும்.

குயவர் சூளையில் வைத்து சுட்ட வீறல் விட்ட மண்பானையைத் தட்டும்போது 'டொட்' 'டொட்' என்று வரும் ஒலியன் கொண்டு ஆங்கிலம் 'Two' வந்து இருக்கலாம்.

ஈர்

ஈரமான மணலில் மெல்லிய இரும்பு ஆணியால் கீறி கிழிக்கும் போது 'ஈர்' 'ஈர்' என்று ஒலியன் எழுப்பி சிறிய கோடு விழும். அதைப்போல ஈரமான பனையோலையில் கூரிய முள்ளால் கிழிக்க 'ஈர்' 'ஈர்' என்ற ஒலியன் கிடைக்கும். அதுவே அரிவாள் மனையில் தென்னம் ஓலையை நறுக்கும்போது 'கர்' 'கர்' ''நர்'' ''நர்'' என்ற ஒலியன் கிடைக்கும். தென்னம் கீற்றைக்

கிழித்துத் துடைப்பக்குச்சியாக எடுக்கும்போது 'ஈர்' 'ஈர்' ஒலியன்கள் கிடைக்கும்.

ஈர்+(.)+அம் = ஈரம்

ஈர்+(.)+இ = ஈரி (வழக்கில் இல்லை)

ஈர்+(.)+உ = ஈரு → ஈருடல்

ஈர்+(.)+ஐ = ஈரை → ஈரைந்து (பத்து)

ஈர்+(.)+அல் = ஈரல் (நுரையீரல்)

இரண்டாக இருந்து செயல்படும் அவையிரண்டும் ஒன்றாகச் சேர்ந்து இணைந்து இருக்கும். இரண்டில் ஒன்றைப் பிரிக்க முடியாது.

ஈர்+(.)+அல் =ஈரல் (இரண்டு ஆனால் ஒன்று)

ஈரல் = லிவர்

பிம்ப மாற்றம்

ஈ+ர்+(.)+அல்

இடவல பிம்ப மாற்றம்

ல்+(.)+அ+ஈ+ர்

லீர் → லிவர்

ஈரமான மணலில் ஆணியால் கீறினால் 'ஈர்' என்ற ஒலியன் கிடைக்கும். காய்ந்த நொய் மணலில் கூரிய ஆணியால் கோடு இழுத்தால் 'மெல்' 'மெல்' என்ற ஒலியன் கிடைக்கும்.

ஈர்+டொண்டு → இரண்டு

ஈர்+டொண்டு → ஈரொண்டு → இரண்டு

ஈர்+துண்டு → ஈரொதுண்டு → இரண்டு

மானிட வாழ்வில் ஒரு கைவிரல்கள் ஐந்து; இரு கைகளில் எண்ணிக்கை விரல்கள் பத்து; கால்களின் விரல்களின் எண்ணிக்கைப் பத்து; தலை மட்டும் ஒன்று; மூக்கு ஒன்று; மூக்கின் துளைகள் இரண்டு; ஆண் குறி ஒன்று; ஆனால் சிறு நீரகம் இரண்டு; இதயம் ஒன்று; நுரையீரல்கள் இரண்டு; கண்கள் இரண்டு; காதுகள் இரண்டு; கைவிரல்களில் ஒவ்வொன்றிலும் மூட்டுகள் மூன்று; மண்ணீரல்(பித்தப்பை) கல்லீரல் ஒவ்வொன்று; ஆனால் சேர்ந்த நிலையில் ஒன்று; இது படைப்பின் மறைபொருள் ஆக உள்ளன.

ஒரு நாளில் பகல், இரவு என்ற நிலைகள் உள்ளன. 'இரவு' என்பதன் வேர்ச்சொல் ''இர்'' ஆகும். 'இரண்டு' என்பதிலும் வேர்ச்சொல் 'இர்' ஆகும்.

இர்+(.)+உள் = இருள்

இர்+(.)+அண்ட்+(.)+உ = இரண்டு

இர்+(.)+வ்+(.)+உ = இரவு

இர்+(.)+உ = இரு → இரும்பு.

பிற்காலத்தில் இரண்டுமே பேச்சுத்தமிழில் மாற்றங்கள் அடைந்தன. 'ரெண்டு', 'ராத்திரி' எனவும் மாற்றம் பெற்றன. அதுவே மற்றத்தமிழீய மொழிகளில் இரண்டாக மாறியது. தமிழ் மொழியில் 'ணகரம்' ''டகரம்'' ஆக மாறியுள்ளது. இரண்டு → இரட்டை

ஈர், இரு, இரண்டு – தமிழ்
ரண்டு – மலையாளம்
ரெண்டு – தெலுங்கு
ஏரடு – கன்னடம்
ஜோடி – கன்னடம் (இரண்டு)
இம்மடி – இருமடங்கு (கன்னடம்)
ரண்ட் – கோண்ட்
இர்வர், இர்வ – துளு
ரி – பெங்கோ
இரட் – பிரா கூயி
ரி – முண்டா
(இவ்ர்) IWR – மால்தோ

7. தமிழின் ஆட்சி

தமிழின் இரட்டை என்பதே தெலுங்கு, கன்னடத்தில் 'ரெட்டை' என்று ஆனது. அதனால் இரட்டர்கள் என்ற அரச குடும்பத்தினர் விந்தியம் சாத்பூரா மலைகளுக்குத் தெற்கில் அரசாண்டு வந்தனர். அவர்கள் பழந்தமிழும் பிராகிருதமும் கலந்து பேசிய மக்களை ஆண்டு வந்தனர். நூற்றுவர் கன்னர் என்கிற புத்ர சதர்கர்ணி என்பவர் வெளியிட்ட காசில் ஒரு பக்கம் பழந்தமிழும் மறுபக்கம் பிராகிருதமும் இருக்கும். இப்படி இரட்டை மொழி

முறை கி.மு.5ஆம் நூற்றாண்டில் இருந்து கி.பி 8 ஆம் நூற்றாண்டு வரை தொடர்ந்தது. அந்தக்கால இடைவெளியில் எம்மொழியில் இலக்கண இலக்கியங்கள் வெளியிடுவது தெரியாமல் தவித்து இருப்பதால் அந்த பகுதியில் அக்காலத்தில் எந்த இலக்கியங்களும் தோன்றவில்லை. அப்படி ஒருக்கால் இருமொழிகளிலும் இலக்கண இலக்கியங்கள் தோன்றி இருந்தாலும் அது ஆதரிக்கப் படவில்லை என்பதே தெளிவு. தொடர்ந்து காக்கப்படவில்லை என்பதே தெளிவு.

காரணம் பழந்தமிழும் பிராகிருதமும் ஒன்று கலந்து ஒரு புதுமொழி உருவாகத் தொடங்கியது. அதன் முழு பலனாக கி.பி.10ஆம் நூற்றாண்டு வாக்கில் தெலுங்கு என்ற தெளிவு கிடைத்தது. அதற்கு முன்பே கி.பி. 8ஆம் நூற்றாண்டில் கன்னடம் என்ற மொழி உருவாகத் தொடங்கியது. எழுத்துருக்கள் ஏறக்குறைய இரண்டுக்கும் ஒரே மாதிரிதான் உண்டு.

கி.மு. 5 ஆம் நூற்றாண்டு முதல் கி.பி. 2 ஆம் நூற்றாண்டு வரை, தமிழில் தொல்காப்பியம், பத்துப்பாட்டு, எட்டுத்தொகை, பதினெண் கீழ்க்கணக்கு, ஐம்பெருங்காப்பியங்கள் கல்லாடம், காக்கைப் பாடினியம் போன்ற நூல்கள் சேர, சோழ பாண்டியர்களின் ஆதரவில் உருவாகியின. சங்கமறுவி காலத்தில் பாளி, பிராகிருதம் இவற்றில் தாக்கம் இருந்தாலும் தமிழைப் பெரிய அளவில் பாதித்து விடவில்லை. அதன் பிறகு எழுந்த தேவாரம், திருவாசகம் நாலாயிர திவ்வியப் பிரபந்தம் சமய நூல்களாக எழுந்தாலும் பெரிய பாதிப்பில் ஆட்பட்டு விடவில்லை.

பிராகிருதமும் பழந்தமிழும் அளவில் தண்ணீரும் பாலும் போலச் சேர்வதைப் பொறுத்து விந்திய சாத்பூரா மலைகளின் தெற்கிலும் வடக்கிலும் மாற்றத்திற்குள்ளாயின. வடநாட்டில் பிராகிருதத்துட் பாலி, சமற்கிருதம் கூட்டு சேரவே பற்பல அழிந்து சிற்சில தங்கின. மேலை ஆரிய மொழிகள் SVO என்ற முறையில் எழுவாய்+வினை+ செயப்படு பொருள் என்று இருந்தன. அவை அப்படியே சமற்கிருதம் உள்ளிட்ட வட ஆரிய மொழிகளில் இல்லாமல் SOV என்று எழுவாய்+ செயப்படுபொருள்+வினை என்று தமிழைப் பார்த்து மாற்றம் பெற்றன. மொழியளவில் உயிர், மெய், உயிர்மெய் என்றும் மாற்றம் பெற்றன.

ஆனால் தென்னாட்டு மொழிகளில் சிறிய அளவில் மாற்றம் பெற்று தமிழிய மொழிகள்(திராவிட மொழிகள்) என்று மாற்றங்கள் பெற்றன. பொதுவாகக் கிரந்தங்கள், வர்க்கங்கள் பெற்றுத் தமிழ்

தவிர மற்றவை மாற்றத்திற்கு உள்ளாயின. க1, க2, க3, க4 என்று பெற்று கொண்டன.

இருந்தாலும் தமிழின் பண்புகள் சிறிய அளவில் மறைந்தன. கி.மு. 5முதல் கி.பி. 8 ஆம் நூற்றாண்டு வரை எம் மொழியைப் பின்பற்றுவதும் என்ற தடுமாற்றத்தில் விந்திய சாத்பூரா மலைகளுக்குத் தெற்கிலும் வடக்கிலும் இருந்தனர். குறிப்பாகக் கலிங்கர், சதவாகனர், இரட்டர், சாளுக்கியர், கங்கர், கொங்கணர், கல்பொறையர், வடப்பகுதி இரும்பொறையர்(மாந்தரம்) தமிழையும் விடாது பிராகிருதத்தையும் விடாது இரட்டைக் குதிரையில் பயணம் செய்தனர். இதில் இருங்கோவேளிர், இரும்பொறையர் தவிர மற்றவர் ஒரு புது மொழியை உருவாக்கி தெலுங்கு, கன்னடம் என்று பெயரிட்டுக் கொண்டனர். இரண்டாங் கட்டியில் இருந்ததால் இரும்பறையர்→இரும் பொறையர் எனப்பட்டனர்.

பேச்சு முறையில் கொடுந்தமிழைத் தெற்கிலிருந்து வடக்காக செல்ல செல்ல அளவில் மாறுபட்டு பேசினர். தெற்கே கொடுந்தமிழ் குறைவாகவும் வடக்கே அளவு அதிகமாகவும் மாற்றுமொழி கலந்தனர். வட வேங்கடத்தில் எல்லை ஓரத்தில் இருந்த இரும்பொறையர்கள் சிறிது பழந்தமிழை மாற்றிப் பேசினர். அதனால் இரும்பொறையர் எனப்பட்டனர். சோழ, பாண்டிய நாட்டு எல்லையைத் தவிர மற்ற இடங்களில் கொடுந்தமிழே மக்கள் பேசிய மொழியாகும். இதையே செந்தமிழ்ச் சேர் பன்னிரு நிலமும் கொடுந்தமிழ் நிலமும் என்று நன்னூல் பிரித்தது. தொடர்ச்சியாக வடமொழியான பிராகிருதம், சமற்கிருதம் ஆட்சி மொழிகளாகக் களப்பிரர்கள், பல்லவர்கள் கொண்டாலும் மக்கள் மொழி தமிழைப் பாதித்து விடவில்லை. களப்பிரர்கள் காலத்தில்தான் பதினெண் கீழ்க்கணக்கு நூல்கள் தோன்றின. அதில் எல்லா நூல்களும் எண்ணுப் பெயர்கள் கொண்டவை. (ஆதாரம் : விடியலை நோக்கி, களப்பிரர் வரலாறு - ஆசிரியர் திரு. அ. சவரிமுத்து)

மேலும் வடவேங்கடத்துக்கும் வடக்கே உள்ள மக்களை மாமூலனார் ''மொழிப் பெயர்த்தேயத்து மக்கள்'' என்றார். மேலும் வடுகர் என்பவர் தற்காலத்தில் தெலுங்கு பேசும் மக்களே ஆவார். அவர்கள் இரண்டாம் கட்டி முறையில் இருந்ததால் கடைச் சங்க கால நேரத்தின்போது ஆந்திரம், கன்னடம் மண்ணில் எந்த சிறப்பான இலக்கியமும் அங்கே ஏற்படவில்லை. ஓராயிரம் ஆண்டுகளாக புதுமொழிகளை உருவாக்குவதையே

கண்ணோட்டமாக இருந்தனர். அதனால் அந்தக்கால எல்லையில் எழுதப்பட்ட தமிழ் இலக்கிய இலக்கணங்கள் புறந்தள்ளப்பட்டன. இதுபோல, இன்று, இந்த இரண்டாங்கட்டி(ரெண்டாங்கட்டி) நிலை! தமிழ்க் கூறும் தமிழக மண்ணில் தமிழ்ச் சொற்களும் தமிழும் தமிழ்ப் பண்பு கூறுகளும் மறக்கப்பட்டு வருகின்றன. அதனால் 22ஆம் நூற்றாண்டில் திருக்குறள் படிக்க ஆட்கள் இல்லாமல் போய்விடக் கூடும். ஆங்கிலத்தில் மொழிப் பெயர்க்கப்பட்ட திருக்குறள் மட்டும் படிக்கப் படலாம்; இரும்பு – அயன் (ஆங்கிலம்) 'இரும்பு' என்னும் உலோகம் வைத்து பயன்படுத்தும் வரைதான் துருப்பிடிக்காமல் பளப்பளப்பாய் இருக்கும்.

8. ஈறு அல்லது ஈரா அல்லது Year

ஈறு = முடிவு.

உலகில் இரு பருவ காலங்கள் உண்டு. ஒன்று தென் மயம் தட்சணாயினம்) அல்லது தண் மயம் என்று கூறலாம். மற்றொன்று வடமயம் அல்லது வெப்பமயம்(உத்திராயினம்) அது உலகின் நடுவில் செல்லும் நிலநடுக்கோட்டை மையமாகக் கொண்டு கணிக்கப்படுகிறது. அது கதிரவனின் கதிர்வீச்சுப் பயணத்தை வைத்து கணக்கிடப்படுகிறது. சூரியனின் கதிர்கள் வடக்கே ஆதிக்கம் செலுத்தும்போது தெற்கே நிலநடுக்கோட்டுக்குத் தெற்கே தென்மயம் அல்லது தண் மயம் இருக்கும்.; வடக்கே வெப்ப மயம் ஆகும். இது ஆங்கில ஆண்டின் மார்ச்சு 21ந்நாள் முதல் செப்டம்பர் 20ந் நாள் முடிய நாட்களாகும். சூரியனின் கதிர் வீச்சு நிலநடுகோட்டிற்குத் தெற்கே செல்லும் காலத்தில் தெற்கே வெப்ப மயம்; வடக்கே தண்மயம் ஆகும். இது நில உலகம் சாய்ந்து $23\frac{1}{2}^{\circ}$ பாகை சாய்ந்து சுற்றுவதால் ஏற்படுகிறது. ஓர் ஆண்டு $365\frac{1}{4}$ நாட்களாகும். இதனைத் தென்மயம்(தட்சணாயினம்) வெப்பமயம் (உத்திராயினம்) என்று ஈர் கால்(இரண்டு கால அளவு). ஆகப் பிரித்தனர். தென் மயத்தர் அல்லது தண் மயத்தால் இந்திய கண்டம் குளிர்ச்சியாக இருக்கும். தண் → தென் → தட்சிண் (தெற்கு)

தண்+சினம் → தென்+சினம் → தட்சிணம்

வெப்பம் – உக்கிரம் – உத்தரம் – உத்தர் (வடக்கு)

ஈர்கால் – தமிழ்

ஈரா – இலத்தீன்

ஈரா – கிரேக்கம்

year – ஆங்கிலம்

ஈர்→இர் (இரு) – கொரியன் மொழி.

ஈர்கால் – ஈர் – ஈரா – year

இரட்டை – ரெட்டை – ரெட்டி

ரெட்டியார்கள் என்ற சமூக இனமக்கள் வடவேங்கடத்துக்கு வடக்கே தோன்றி தெற்கே பரவினார்கள்.

9. சமற்கிருதமும் அதன் இலக்கண கூறுகளும் ஞானிகளும்

அறிஞர்கள், மேதைகள், படித்த ஞானிகள், முனிவர்களும் ஒன்று சேர்ந்து மேலை ஆரிய மொழியில் கிடைத்த மொழிக் கூறுகளைப் பயன்படுத்தி வேத மொழியைத் தமிழின் உதவியுடன் உருவாக்கினர். பிறகு மெல்ல மெல்ல சமற்கிருதமாக மாற்றினர். அதில் உள்ள இலக்கிய இலக்கணக் கூறுகள் எளிய பாமர மக்களால் கையாள முடியவில்லை. அதனால் தேவமொழி ஆனது.

பழந்தமிழில் ‘இரண்டு’ என்ற எண்ணிக்கை அஃறிணை ஆகும். அது போய் சேரும் வருமொழியைப் பொறுத்து மாறாது.

ஆண்கள் இருவர்; பெண்கள் இருவர்; இரண்டு மாடுகள்; இரண்டு என்பது பொது அடைமொழியாகும். ஆனால் சமற்கிருதத்தில் இரண்டு ஆண்கள், இரண்டு பெண்கள், இரண்டு மாடுகள். Dvau தௌவு(ஆண்பால்) Dve தொ(பெண்பால்), Dve தொ(பொதுபால்) என்று பாண்டியத்தியம் முறையில் பிரிக்கப்பட்டன. இதுபோல மற்ற வட இந்திய மொழிகளில் இல்லை. இது குழப்பமான இலக்கண முறையாகும். இது பாமர மக்களிடம் போய்ச் சேரவில்லை.

இதுபோல கற்றோர் மொழியாக மாற்றி பிறகு ஆலய மொழியாக மாற்றி விட்டனர். அதன்பிறகு சமற்கிருதத்தைப் பாமரமக்கள்-சூத்திரர்கள் படிப்பதே பாவம் என்று கூறி ஆலயத்தில் நுழைத்து ஓதுவதற்குப் பயன்படுத்திவிட்டனர். பாமர மக்களால் பண்டிதர்களின் போக்குக்கு ஈடு கொடுக்க முடியவில்லை.

பழந்தமிழின் பற்பல கூறுகளை மேலை ஆரியத்தில் வந்தவர்கள் எடுத்துத் தமது மொழியில் புகுத்திப் பிராகிருதமாக மாற்றினர்.பிராகிருதத்தில் பல மாற்றங்களைச் செய்தபோது அது மாகதி, பாலி, அர்த்தமாகதியாக உருவாகின.

ஆனால் பாமரமக்களால் வடஇந்தியாவில் கடைப் பிடிக்கப்பட்ட கொள்கைகள், தீர்வுகள் புராணமாக ஆக்கி இதிகாசமாக மாற்றி சமற்கிருத அலமாறிக்குள் அடுக்கி வைக்கப்பட்டன. சிந்து சமவெளியில் பேசப்பட்ட பழந்தமிழ் பற்பல மாற்றங்களுக்கு ஆட்பட்டன. அதன் சொற்கள் திரிபுகளாக மாறி இப்போதுள்ள இந்தி, வங்கம், பஞ்சாபி, குசராத்தி மராத்தி மொழிகளாக மாறின.

சிந்து சமவெளி மக்களால் பேசப்பட்ட மொழி தமிழ். அது இருந்த இடம் தெரியாமல், வடநாட்டில் காணாமல், ஆக்கப்பட்டது. காரணம் சமய நோக்கமும் மூடநம்பிக்கைகளும் புகுந்து தமிழைப் பற்பல சுக்கு நூறாய் உடைத்தன. தெற்கே இருந்து வடக்கு நோக்கில் போகப்போகத் தமிழின் வழக்கு மெல்ல தளர்ந்து, அதன் பிடிமானம் தளர்வடைந்து உள்ளது. அதனாலே ஐந்திரம் என்ற நூல் தமிழா? வடமொழியா? அறிய முடியவில்லை. ஐந்து திறன்களைப் பற்றி அறியக்கூடியதே ஐந்திறம் ஆகும். இதில் தமிழின் எண் ஐந்து என்பதன் வழக்குப் பின்பற்றிக் கூறுவது ஐந்திரம் → ஐந்திரம் ஆகும். வடமொழி நூலாய் இருந்தால் பஞ்சதிரம் என்றுதான் அழைத்து இருக்கவேண்டும். ஐந்திரம் அல்லது இந்திரம் என்று அழைத்து இருக்க மாட்டார். ஐந்திரம், இந்திரம், இந்திரன் என்பனவற்றிற்குப் புராணவழியில் விளக்கம் தரப்படுகிறது. வேர்ச்சொல் வழியில் அது தமிழே ஆகும். கைப்புண்ணுக்குக் கண்ணாடி தேடும் நிலை உருவானது.

இந்த வகையில் மக்கள் மொழியான இந்தி, மராத்தி, குசராத்தி போன்றவைகளின் எண்களில் ஆண்பால், பெண்பால், பொதுபால் கூறுவில்லை.

இந்தி, குசராத்தி, மராத்தியில் ஒருமை, பன்மை மட்டும் தமிழைப் பின்பற்றி உண்டாகி உள்ளன. சமற்கிருதத்தைப் பின்பற்றி அமையவில்லை. சமற்கிருதத்தில் ஒருமை, இருமை பன்மை, என்று மூன்று வகைகள் உள்ளன. அதனால் பாமர மக்களால் சமற்கிருதத்தின் போக்குக்கு ஒத்துப் போக முடியவில்லை. அதனாலே தேவமொழி அல்லது தேவபாடை அல்லது தேவ பாகைஷ என்றனர்.

சமற்கிருதம்

தமிழ்	ஆண்பால்	பெண்பால்	பொதுபால்
ஒன்று	ஏக:	ஏகா	ஏகம்
இரண்டு	த்வௌ	த்வே	த்வே
மூன்று	த்ரய	திஸ்ர	த்ரீணி

இரு மொழியைக் கைக்கொண்டு பேசியதால் இரட்டர்கள் எனப்பட்டனர்; அவர்கள் வழியில் கி.பி.15ஆம் நூற்றாண்டிற்குப் பிறகு ரெட்டியார்கள் எனப்பட்டனர்.

தொடக்கத்தில் காவிரி இரண்டு ஓடையாகப் பிரிந்து பாய்ந்து வந்து சேர்ந்ததால் ஈரோடை → ஈரோடு எனப்பட்டது.

சரியாக அறிவு வளர்ச்சிப் பெறாதவர்களை இரண்டாங்கட்டி → ரெண்டாங்கட்டி என்பர்.

இரட்டைக் குழந்தைகளை, ''இரட்டையர்'' என்பர். ஆங்கிலத்தில் "Twins" என்பர். சண்டையில் ரெண்டில் ஒன்று பார்த்து விடுவேன் என்பர். Two in one என்பது இரண்டில் ஒன்று ஆகும்.கி.மு. முதல் நூற்றாண்டு முதல் கி.பி. எட்டாம் நூற்றாண்டு வரையில் விந்திய மலைக்கு அருகில் இருபுறமும் எந்த இலக்கியமும் தோன்றவில்லை ஏன்? ஏன்?

இரண்டு எழுத்துரு வளர்ச்சி
வரிவடிவ வளர்ச்சி

தொல் பழங்காலத்தில் 'll' என்பதே இரண்டைக் காட்டும் குறியீடு ஆகும். இன்னொரு முறையும் இருந்து இருக்க வேண்டும். அதுவே '=' என்பதாகும்.

'=' என்பதிலிருந்து 'Z' என்று ஆகி, அதுவே 'Z' ன்றாகி 'உ'என்று ஆகி, பிறகு 2 என்றும் 2 என்றும் ஆனது.

கி.மு. 2 ஆம் நூற்றாண்டு : =

கி.பி. 1 ஆம் நூற்றாண்டு : =

கி.பி. 2 ஆம் நூற்றாண்டு : =

கி.பி. *3* ஆம் நூற்றாண்டு : \\

கி.பி. *4* ஆம் நூற்றாண்டு : \\

கி.பி. *7* ஆம் நூற்றாண்டு : Z

கி.பி. *11* ஆம் நூற்றாண்டு : Z

கி.பி. *13* ஆம் நூற்றாண்டு : Z

கி.பி. *20* ஆம் நூற்றாண்டு : 2

இலத்தின் முறைப்படி இன்றும் **II** என்பதுவே இரண்டாகும்.

கி.மு. முதல் நூற்றாண்டு முதல் கி.பி. *8* ஆம் நூற்றாண்டு வரை 'உ' கரத்தின் வடிவம் ' L' ஆகும் – 'L'

ஊகார வடிவம் – ட என்பதாகும்.

அப்போது உகரமே இரண்டின் குறியீடு ஆக அமைய வில்லை ட பிற்காலத்தில் கி.பி. *9* ஆம் நூற்றாண்டு முதல் இரண்டின் வடிவமும் உகர வடிவமும் ஒன்றாக இணைந்தது. அப்போது அரேபியர் அதைப் பார்த்துத் தங்கள் மொழியில் இரண்டு '*2*' என்று எனக் கொண்டனர். அதைப் பார்த்த ஐரோப்பிய வணிகர்கள் அதையே இரண்டாகக் கொண்டனர்.

ஆனால் உரோம எண்கள் **I+I =I I** என்பதே ஆகும். உரோம எண்களின் படி(இலத்தீன்) ஓர் எண்ணை மூன்று முறை மட்டுமே பயன்படுத்த முடியும். **I+I =I I** ஆகும். சான்று VIII ஆகும். "பத்தில் இருந்து ஒன்றைக் கழி அது ஒன்பது" என்பது போல எண்களில் **V - I = IV** என்பதாகும் அது நான்கு ஆகும்.

V - I = IV

5 - 1 = 4

'*6*' என்பது **V + I = VI**

வலப்பக்கம் போட்டால் கூடுதல் **V + I = VI**

இடப்பக்கம் போட்டால் கழித்தல் **V - I = IV**

X - I = IX = 9

X + I = XI = 11

பரமசிவம் என்பது ஒன்றானவன் "–" சைவத்தின் குறியீடு "–"

ஆதிமூலம், வேதமுதல்வன் "I" என்பது குறியீடு. வைணவக் குறியீடு. "I"

பரமன் அல்லது பரபிர்மம் ''–'' சைவத்தின் குறியீடு ஆகும்.

அன்பு, ஆற்றல் '=' குறியீடு

(சிவம், சக்தி)

ஆதிபகவன், ஆதிமூலம், பரமசிவம், ஆதி முதல்வன், பரபிர்மம், பரமன் எல்லாம் ''கடவுள் ஒருவரே'' என்று காட்ட எழுந்த பெயர்களே ஆகும். சைவர், வைணவர் இருவரும் 'கடவுள் ஒருவரே' கூறினர். பிறகு பரமசிவம் அன்பு, ஆற்றலாய் (சிவம்+சக்தி) யாகக் காட்டி உமையொரு பாகனாய்க் காட்டிய காலத்தில் இரண்டாகக் கூறப்பட்டது. அதில் ஆணுறுப்புகள் பாதியும் பெண்ணுருப்பு பாதியும் செம்பாதியாக ஓருடம்பில் இருவடிவங்கள் எடுத்து காட்டப்பட்டன. முகம்மதியர் அல்லா ஒருவரே என்றனர். கடவுள் ஒருவரே என்றுகூறி மூவொரு கடவுளாகக் கிறித்துவம் சொல்லும். அதையே பரமத்தந்தை, இறைமகன், தூய ஆவி என்று மூன்றாகக் காட்டும். அதில் இறைமகன் இயேசு கிறித்து மனித ஆற்றலும் இறை ஆற்றலும் கொண்டவர் ஆவார்.

நல்ல தேவதை - துர்தேவதை இரண்டும் இந்து சமயம் காட்டுவனவாகும்.

நல்ல தேவதை, அலகன்(பிசாசு) ஆகியன கிறித்துவம் காட்டக் கூடியதாகும்.

பிறப்பு, இறப்பு	–	இரண்டு
உயிர், உடல்	–	இரண்டு
துவக்கம், முடிவு	–	இரண்டு
நன்மை, தீமை	–	இரண்டு
முன், பின்	–	இரண்டு
உண்மை, பொய்மை	–	இரண்டு
இகம், பரம்	–	இரண்டு
வெற்றி, தோல்வி	–	இரண்டு
இளமை, முதுமை	–	இரண்டு
ஆண், பெண்	–	இரண்டு
மேல், கீழ்	–	இரண்டு
சொர்க்கம், நரகம்	–	இரண்டு

நட்பு, தீ நட்பு	– இரண்டு
நண்பன், பகைவன்	– இரண்டு
உருவ வழிபாடு, அருவ வழிபாடு	– இரண்டு
பாவம், புண்ணியம்	– இரண்டு
கடவுள் உண்டு, இல்லை	– இரண்டு
வருவாய், செலவு	– இரண்டு
கிழக்கு, மேற்கு	– இரண்டு
வடக்கு, தெற்கு	– இரண்டு
இன்பம், துன்பம்	– இரண்டு
வாழ்வு, சாவு	– இரண்டு

சாகக்கூடியவன் கடைசி மணித்துளியில் இழுக்கும் உள் மூச்சு வெளிமூச்சு ''உய்'' ஆகும்.

உய்+(.)+இர்(இரு) = உயிர்; உயிர் இல்லாதபோது உடல் ''சவம்'' ஆகும். சாகும் → சாவும் → சவம் ஆகும்.

எழுந்து நடமாட, இயங்க, உயிர்வாழத் துணையாக இருப்பது 'உய்' என்ற மூச்சு ஆகும்.அமைதியாகப் படப்படப்பு இல்லாமல் உள்ளே மூச்சை இழுத்து வெளியே மெதுவாக மெல்ல விட்டால் வரும் ஒலியன் 'உய்' ஒலியன் வரும். சளி, கபம் தொல்லையால் வாழ்வோர் வாய், மூக்கில் 'உய்' என்று ஒலி வரும். வைணவத்தில் வடகலை, தென்கலை என்று இரண்டு உண்டு. V, U என்று நாமம் வடிவில் இரண்டுக்கும் வேறுபாடு உண்டு.

இலிங்கம் என்பது ஆணுருப்பும் பெண்ணுருப்பும் போக நிலையில் இருந்து உலகைப் படைப்பது போல அமைந்து உள்ளது. சிவம் என்பது இலிங்கம்; சக்தி என்பது அடிபீடம் ஆகும். இது முதலில் தொல் பழங்காலத்தில் ஒரு சிறு கல்லை நட்டு வணங்கி கடவுளை நினைந்து இருக்க வேண்டும். கல், நிற்பதற்காகச் சுற்றிலும் மண்ணைச் சுற்றி அணைத்து இருக்கவேண்டும். அதுவே மேற்கண்டவாறு அமைந்து இருக்க வேண்டும்.

தமிழில் இரட்டுற மொழிதல்(சிலேடைப் பாட்டு) என்று ஒன்று உண்டு. இதைப் பாடுவதில் காளமேகப் புலவர் வல்லவர். 'பாம்புக்கும் எலுமிச்சை பழத்துக்கும்' என்று இரண்டு பொருளைத் தரும் சொற்களை ஒன்றாக வைத்துப் பாடுவார்.

உட்+(.)+அல் = உடல் (க)

உயிரை இறுகப் பிடித்து இருப்பதும் உடல்; உடலை அழியாமல் உயிர் வைத்து இருப்பதும் ஒன்றுக்குள் ஒன்றான சித்து விளையாட்டு ஆகும். உயிர் போனால் உடல் நாறி விடும். உடல் அழிந்து போனால் உயிர் எங்கோ பறந்து விடும். அதனால் ''உடலை வளர்த்தேனே உயிரை வளர்த்தேனே!'' என்றார் திருமூலர்.

உட்+(.)+இ = உடி

உட்+(.)+உ = உடு → உடும்பு

உடு → உடுக்கை

உடுக்கை = ஆடை

உடுக்கை அவிழ்ந்தால் தானாகச் சென்று கைப்பற்றிக் கொள்ளும். உடும்பு என்பது பற்றின இடத்தை இறுகப் பற்றிக் கொள்ளும். உடும்பைப் பயன்படுத்தி அக்காலத்தில் திருடர்கள் திருடியதாகக் கூறுவர்.

''உடுக்கை இழந்தவன் கைபோல'' என்று நட்புக்கு இலக்கணம் திருவள்ளுவர் வகுத்து உள்ளார்.

மொழிக்கு இருவடிவங்கள் உண்டு : ஒலிவடிவம், வரி வடிவம் என்பன.

வடநாட்டில் சிந்து சமவெளி தமிழிலிருந்து சூரசேனி, மாகதி, பைசாசி, அர்த்தமாகதி பாலி போன்ற மொழிகள் தோன்றின. அதற்குப் பெரிதும் வட ஆரியம் துணையாக இருந்தது. அதனால் தென்னாட்டு மொழிகளில் இருந்து வடநாட்டு மொழிகள் பெரிதும் மாறியுள்ளன.

Indians who are in the main Dravidians by race tend to accept without scruity the popular doctrine that Indian culture religion and philosophy are of Arun origin கில்பர்ட் ஸ்லேட்டர்.

வட இந்திய மொழிகள் இந்தோ-ஆரியமொழிகள் என்று கூறப்படினும் அம்மொழிகளைப் பேசுவோர் திராவிட இனத்தவர் என்பதே நிலை மொழிநூல் அறிஞர் கில்பர்ட் ஸ்லேட்டர் கூற்று.

ஆண் = பெண்

1+1= 2 ; 2 = 2;

இப்படி சமம் என்பதைக் காட்டக் கூடிய குறியீடு = என்பதாகும்.

சிவம், சக்தி (அன்பு, ஆற்றல்) என்பதைக் காட்டும் குறியீடு = என்பதாகும். பின்னால் சிவம் பிரிந்து பிர்மா, திருமால், உருத்திரன் என்று ஆக்கப்பட்டனர். அவர்களுக்குத் தேவியர்கள் கலைமகள், திருமகள், மலைமகள் என்று கற்பிக்கப்பட்டார்கள். அவர்களுக்கு மூலம் சிவம், சக்தி என்பர். அதனால் மூன்று விரலால் திருநீறு நெற்றியில் இட்டுப் பூசுவர்.

பௌத்த, சமணத்தில் இந்த உலகம், உடல் அழியக் கூடியன. ஆன்மா அழிவற்றது என்று கூறப்பட்டது ஏழ்பிறப்பு ஏழு பிறவி என்று கூறப்பட்டது அதையே சைவர்கள் ஒரு. கொள்கையாகக் கொண்டு பிறந்த உடல் அழிந்து சாம்பலாகிறது என்றும் கூறி நெற்றியில் திருநீற்றைப் பூசுகிறார்கள். சமண, பௌத்தக் கொள்கையை வைணவம் எடுத்துக் கொண்டு பிறந்த மனிதன் மண்ணோடு மண்ணாக மண்ணில் புதைகிறான் என்ற தத்துவத்தைக் கொண்டு நெற்றியில் ''திருமண்'' சாற்றிக் கொள்கிறார்கள்.

கிறித்தவர்கள் தனித்தீர்வை உலா, பொதுத் தீர்வை உலா என்று கூறுகிறார்கள். தனி மனிதன் இறந்தபோது அவனது பாவம், புண்ணியத்துக்கு ஏற்ப தனித்தீர்வை உலா என்றும், உலகம் முடிவில், உலகம் அழியும்போது இறைவன், இறைமகன் இயேசு, தூயஆவி, புனிதர்கள் நல்லோன் கூடி செய்யும் தீர்வு பொதுத் தீர்வை உலா என்பர்.

உலகில் கடவுள் நம்பிக்கை உடையவர்; கடவுள் மறுப்பு செய்வோர் என்று இருவகை மக்கள் உண்டு. கடவுள் இல்லை என்று கூறுவோர் எந்தக் காலத்திலும் உண்டு.

'பூச்' என்ற வேர்ச் சொல்

பூச்+(.)+அம் = பூசம் → தைப் பூசம் முருகனுக்கு உகந்தது. தைப்பூசத்தன்று நில நூலார் கொள்கைப்படி அந்த ஆண்டு (வருடம்) முடிவுக்கு வருகிறது.

பூச்+(.)+இ = பூசி (நெற்றியில் பூசி)

பூச்+(.)+உ = பூசு (நெற்றியில் பூசு)

பூச்+(.)+ஐ = பூசை(பூஜை)

பூச்+(.)+அல் = பூசல் (சண்டை)

பூச்+(.)+அர் = பூசர் →பூசரர்

பூச்+(.)+அன் = பூசன் (சிறப்புப் பெயர்)

சகரம் இரட்டித்தால் 'பூச்ச்' என்றாகும்.

பூச்ச்+(.)+இ = பூச்சி

பூச்ச்+(.)+உ = பூச்சு

பூச்ச்+(.)+ஐ = பூச்சை

பூச்சி – சுண்ணாம்புப் பூச்சினால்

பூச்சு – சுண்ணாம்புப் பூச்சு செய்யாமல் இருக்குது

பூச்சை– சுண்ணாம்புப் பூச்சை

பூச்சி – பூரான், பல்லி, சிலந்தி, கரப்பான் இவைகளைக் கூற ஒட்டு மொத்த பெயர் ஆகும்.

சுண்ணாம்பு பூசாத வீட்டில் இவைகள் பெருகும்; 'பூசை' என்பதிலிருந்து 'பூஜை' என்று உருவாகி இருக்கவேண்டும். 'பூசை' என்பது தமிழ்ச் சொல்லே ஆகும்.

பூ+ செய் = பூ செய் → பூசை → பூஜை

செய்+ கை = செய்கை → சைகை = கையெழுத்து signature

செய்+வோம் = செய்வோம் →சைவோம்→சைவம்→சிவம். கூடி நின்று பூவிட்டு வணங்குதலே 'செய்வோம்' ஆகும். அதுவே தொல்பழங்காலத்திற்குப் பிறகு செய்வோம் → சைவம் என்றும் செய்யோன்(சிவப்பு) என்பது → சிவன் என்றும் ஆனது; ''செய்யோன் மேய மைவரை உலகம்'' என்று ஆனது.

'டொட்' 'டொட்' → உடைந்த பானை ஒலியன்.

டொட் = ட்+(.)+ ஒ+ட்; நகரம் ஒலியன் இல்லை;

சிறுமாற்றம் = ட்வு = Two; ஒட் = ட் + ஒ = ட்டூ

இரு இடங்களை ஒட்டிச் சேர்த்தல் 'ஒட்டு' வேர்ச்சொல் ''ஒட்'' என்பதாகும். ஈர சாணி விராட்டியாகத் தட்டி, சுவரில் தட்டினால் ''ஒட்'' என்ற ஒலியன் கிடைக்கும்.

ஈர் → year

ஈர் → யூரல் மலைத் தொடர்

ஆசியாவிலும் ஐரோப்பாவிலும் இணைந்து இருக்கும் இடத்தில் உள்ள நாடு யூர்+ஷ்யா→யூரஷ்யா →இரஷ்யா.

ஈராயா →ஈரஷ்யா → இரஷ்யா.

ஆசியாவும் ஐரோப்பாவும் நிலப்பரப்பில் இணைந்து இருப்பதால் ஈரோப்பியா என்று பெயர் வந்தது. இவை இரண்டும் இணையும் இடத்தில் ஈரான், ஈராக்கு என்ற நாடுகள் உள்ளன.

இரட்டை ஆட்சி என்ற ஒரு ஆட்சி முறையை ஆங்கிலேயர் கொண்டு வந்தனர்.

இலக்கியத்தில் இரண்டு

1. தானம்தவம் இரண்டும் தங்காவியன் உலகம்
வானம் வழங்கா தெனின்.

- திருக்குறள் வான் சிறப்பு பாடல் 19.

2. இருமைவகை தெரிந்து ஈண்டறம் பூண்டார்
பெருமை பிறங்கிற்று உலகு.

- குறள் – நீத்தார்- பாடல் 23.

3. உயர்திணைப் பெயரே அஃறிணைப் பெயர் என்று
ஆஇரண்டு என்ப பெயர்நிலைச் சுட்டே.

- தொல்–எழுத்து–புணரியல் நூற்பா-117.

4. மூன்று தலையிட்ட முப்பதிற்று எழுத்தின்
இரண்டு தலையிட்ட முதலாகு இருபஃது
அறுநான்கு ஈற்றொடு நெறி நின்று இயலும்.

- தொல்-எழுத்து-புணரியல். 103.

5. இரண்டு அறி கள்வி நம் காதலோளே.

- குறுந்தொகை - குறிஞ்சி - 133

6. ஒன்று புரிந்த ஈரிரண்டின். *- புறம் - பாடல் 166*

7. இருசீர்ப் பாணிக்கு ஏற்ப விரிகதிர். *-பொருநர் ஆற்றுப்படை வரி71*

8. ஈரெழுத்து ஒரு மொழி. *-தொல்-எழுத்து-நூற்பா 406*

9. உண்ட வீட்டுக்கு இரண்டகம் செய்வோன்
உருப்பட மாட்டான். *- பழமொழி*

10. ஈரெழு வேளிர் இயைந்து ஒருங்கு எறிந்த.

- அகநானூறு-பாடல் 135

10. மூன்று (௩)

அறுவடைத் தொழிலாளிகள் நெல்லின் தாளைக் கொண்டு கயிறு திரிப்பர். அதை ஆக்கை என்றும் பளுதை என்றும் கூறுவர். அது இரு பிரி நூலாகவும் இருக்கும். முப்புரி நூலாகவும் இருக்கும்.

ஆக்கை = பொருளைக் கட்டும் கயிறு;

ஆக்குதல் = ஆக்கை.(கட்டுதல்)

யாக்கை = உடம்பு; உயிரைக் கட்டும் உடல்.

பளு+தை = பளுதை = பளுவைக் கட்ட (தய்க்க) பயன்படும் கயிறு. தய்த்தல் = தைத்தல்

தய்+(.)+இர் = தயிர் (கெட்டியாக உறைந்த பால்)

நல்லப் பால் முறிந்து போனால் 'கெட்டு'ப் போய் விட்டது என்போம். 'பால் திரிந்து போச்சு' என்பர்.

தய்+(.)+அல் = தையல்; ஒன்றை ஒன்று இணைக்கப் பயன்படும் ஒரு முறை. குடும்பத்தைக் கட்டி மனைக்குள்ளே நடத்தி செல்பவள் தையல்= மனைவி

அந்தப் பளுவினைக் கட்டப் பயன்படும் பளுதையை உண்டாக்கும் முறைக்குத் 'திரித்தல்' என்று கூறுவர். இதையே தொல்காப்பியம் சொல்லதிகாரம் கூறுவது ''மகடுஉ மருங்கில் பால்திரி கிளவி'' என்று பெயரியலில் திரி என்ற சொல்லைப் பயன்படுகிறார். ''திரி வேறு கிளப்பின்'' நூற்பா 432 என்றும் கூறுகிறது. ஆகத் 'திரி' என்ற சொல் தமிழர்களுக்கு ஒன்றும் புதியது அல்ல. வைக்கோல் தாளில் பளுதையை உருட்டி திரிக்கும்போது 'திர்' 'திர்' என்ற ஒலியன் கிடைக்கும்.

''திரிபு வேறு கிளப்பின் ஒற்றும் இறுதியும்'' என்று குற்றுகரப் புணர்ச்சியில் நூற்பா 27யை பயன்படுத்துகிறார். தொல் பழங்காலத்திலேயே திரிகோண மலை''என்று ஈழத்தில் உள்ள மலைக்குப் பெயரிட்டு உள்ளனர். புராணத்தில் ''திரிசங்கு சொர்க்கம்'' என்றும் உண்டு.

'மூன்று' என்பதன் வேர்ச் சொல் 'மூ' ஆகும். 'மூ' என்பது 'மு' ஆனது. ம்+(.)+ஊ=மூ=ம்+(.)+உ+உ=மூ.

மூன்று+எட்டு = மூவெட்டு

''மூன்றும் ஆறும் நெடுமுதல் குறுகும்'' என்று தொல்காப்பியம் சொல்லதிகாரத்தில் குற்றுகரப் புணர்ச்சியில் நூற்பா 35இல் கூறுகிறது.

மூன்று + பத்து = முப்பது என குறுகும்.

ஆறு + பத்து = அறுபது என குறுகும்.

தொல்காப்பியத்தில் எழுத்ததிகாரத்தில் ஒன்று, இரண்டு, மூன்று, நான்கு என்றும், நூறாயிரம் ஆம்பல், தாமரை, வெள்ளம் போன்ற எண்ணிக்கைச் சொற்கள் பயன்படுத்தப்பட்டுள்ளன.

ஒன்று, இரண்டு, என்பனவற்றில் வேர்ச்சொல் ஓர், ஓரெழுத்து ஒருமொழி; ஈரெழுத்து ஒருமொழி என்று தொல்காப்பியத்தின் எழுத்தில், அளபெடையில், நூற்பா 12இல், வருகிறது.

முன்+திரி = முன்திரி → முந்திரி

மூன்று+பத்து = முப்பது.

மு+தல் = முதல்

மு+அகம் = முகம்

மலங் கழிக்கும்போது 'மூக்' என்ற ஒலியன் வாயில் மூக்கில் வரும். அந்த ஒலியன் வருகின்ற இடம் முகம் ஆகும்.

முக்+(.)+அம் = முகம்

முக்+(.)+இ = முகி → முகில்

நீட்டிக்கொண்டு இல்லாமல் படை போல மேகங்கள் திரண்டு வருவதை, தட்டையாக வருவதை 'முகில்' என்றனர். முக்+(.)+உ=முகு → முகுந்தன் (சிறப்புப் பெயர்)

முக்+(.)+ஐ = முகை = மொட்டு.

மலராத மொட்டு கூர்மையாக முகம் போல இருக்கும். அதனால் 'முகை' என்றனர்.

முக்+க்+(.)+உ = முக்கு → மூக்கு முக்கும்போது ஒலியன் மூக்கிலும் வாயிலும் வரும்.

குடமூக்கு = கும்ப கோணம்.

'மூக்கு' என்ற உறுப்பு முப்பட்டை வடிவில் நுனி கூராகவும் அடியில் பருத்தும் இருக்கும். முக்கோண வடிவில் இருக்கும்.

இதனாலே 'மூ' என்பது வேர்ச்சொல்லாக அமைந்தது.

மூன்றாம் நாளில் அமாவாசையிலிருந்து நிலா வளர்பிறையாகத் தெரிவதால் 'Moon' என்றனர்.

மூன்று+நூறு = முன்னூறு

மூன்+பிறை = முன்பிறை → மூன்றாம் பிறை. அமாவாசையில் இருந்து மூன்றாம் நாளில் வருவது மூன்றாம்பிறை.

மூன்றாம் பிறை → மூன்பிறை → Moon சுருக்கமாகச் சுருங்கி இருக்கலாம்.

மூன்று+எட்டு = மூவெட்டு 3X8=24

மூன்று+பத்து = மூபத்து → முப்பது 3X10=30.

பூணூல்

இரண்டு முடிச்சுகள் கயிற்றில் போட்டால் பலம் இருக்காது. மூன்றாவது முடிச்சுதான் மற்றவைகளை இறுகப் பிடிக்கும். அதனால் தாலி கட்டும் போது 'மூன்று முடிச்சு' போடச் சொல்வர். இரண்டு நூல்களைத் திரித்தால் உறுதி இருக்காது; மூன்றாவது நூலைச் சேர்த்துத் திரித்தால் முப்புரி நூலாக அமையும். அதுவே பார்ப்பணர்கள் போடும் முப்புரி நூலாகும். வைக்கோல் புரி திரிக்கும்போது இரண்டு நூல்விட்டு திரித்தால் உறுதி இருக்காது. மூன்றாம் நூல் சேர்த்துத் திரித்தால் உறுதியாக இருக்கும். முப்புரி நூலை ஆரிய பிராமணர்கள் ''தாங்கள் உயர்ந்தவர்கள்'' என்பதைக் காட்டவே அணிகிறார்கள். தமது இனத்தை வேறுபடுத்திக் காட்டவே முப்புரி பூணூல் தமது உடம்பில் வலம் இடமாக மாற்றிக் குறுக்காகப் போடுவர். இதை ஆரியர்கள் தமது செல்வாக்கை உயர்த்திக் கொண்டபோது இவ்வாறு செய்தார்கள். தமது குலத்தில் மேலும் கலப்பு ஏற்பட்டு விடக்கூடாது என்று பிராமணர், சத்திரியர், வைசியர் மூவரை மட்டுமே போட வைத்தனர். சூத்திரர்கள் என்பவர்கள் தாசுக்கள்(தாஸ்); தமிழர்கள் அவர்களுக்குப் பூணூல் போட உரிமை இல்லை. ஆரியர் வந்த காலத்தில் ஆரியர் மட்டுமே வந்தனர். இங்குள்ள செல்வாக்குள்ள தமக்கு உதவியவரைச் சேர்த்து சத்திரியர், வைசியர்(வேளான், வணிகர்) பிரித்துக் கொண்டனர். சூத்திரர் என்பவர்கள் கலப்பற்ற தமிழர்கள், தமிழிய மக்கள் ஆவார். தென்னாட்டிலும

வடநாட்டிலும் உள்ள தமிழர்கள் ஆவார். அதனால் நிரந்தரமாகப் பூணூல் போடுவோரை ‘இருபிறப்பாளர்’ என்றனர். பழந்தமிழரும் ஆரியரும் கலந்து உருவானவர்கள் ‘இருபிறப்பாளர்’ என்பதாகும்.

மூன்று+வேந்தர் = மூவேந்தர்(சேர, சோற, பாண்டியர்)

மூன்று+ தமிழ் = முத்தமிழ்(இயல், இசை, கூத்து)

மூன்று+கனி = முக்கனி(மா, பலா, வாழை)

மூன்று+பால் = முப்பால் (அறம், பொருள், இன்பம்)

இறைத்தந்தை+இறைமகன்+தூய ஆவி = மூவொரு கடவுள்

மூன்று+கண் = முக்கண் (சிவபெருமானின் நெற்றிக்கண்)

நல்ல எண்ணம்+நல்ல நம்பிக்கை+நற்செயல் = மும்மணி

சொர்க்கம்+நரகம்+பூவுலகம் = மூவுலகம்.

பூவுலகம்+மேலுலகம்+பாதாள உலகம் = மூவுலகம்.

ஆடல்+பாடல்+பாவம் = நடனக்கலை; மும்மணிகளைச் சமணர், பவுத்தர் திரிரெத்தினம் என்பர். மேலும் திரிபீடகம் போன்ற சொல்லும் வழக்கில் உண்டு. சிறுபஞ்சமூலம் என்ற பதினெண்கீழ்க்கணக்கு நூலில் மருந்து பொருள்களைக் கூறுகின்றது.

உயிர்+மெய்+உயிர்மெய்கள் = தமிழ், எழுத்துகள்

ஆண்+பெண்+அலி= மனித நிலைப்பாடு

அறத்துப்பால்+பொருட்பால்+காமத்துப் பால் = முப்பால் (திருக்குறள்).

ஒரு கை விரல்கள் ஐந்து; அதில் மூன்+இரு → மூன்று; மூன்+(.)+இரு → மூன்று. ஐந்தில் எண்ணில் முன்னால் இரண்டு; பின்னால் இரண்டு; நடுவில் மூன்று.

1+ 2 = 3 = 3+2=5

5−2=3

மூன்று = மூன்று வித ஆற்றல்கள் ஒன்றாய் உறைவது மூன்றாகும். ஆக்கல், காத்தல், அழித்தல் மூன்று செயல்களைச் செய்பவர் பிரமன், திருமால், சிவன் ஆவார். இவர்களைக் காரண ஈசர்கள் என்பர்.

மூன்+ற்+(.)+உ = மூன்று

மூன் =மூன்று (ஒன்று, இரண்டு, மூன்று)

ற் = ஆற்றல்

உ = உறைவது

சமற்கிருதம் எண்ணியல்

தமிழ் – ஆண்பால் – பெண்பால் – பொதுபால்

↓ ↓ ↓ ↓

மூன்று – த்ரய – திஸ்ர – த்ரீணி

சமற்கிருத எண்ணுரு

(1) க : தமிழ் 2 – உ (சமற்கிருதம்)

२ : சமற்கிருதம்

ரு : தமிழ்

३ : சமற்கிருதம்.

சமற்கிருதம்

தமிழ்	ஆண்பால்	பெண்பால்	பொதுபால்	ஆங்கிலம்
1-வது	ப்ரதம	ப்ரதமா	ப்ரதமம்	First
2-வது	த்விதீய	த்விதீயா	த்விதீயம்	Second
3-வது	த்ருதீய	த்ருதீயா	த்ருதீயம்	Third
4-வது	சதுர்த	சதுர்தீ	சதுர்தம்	Forth
5-வது	பஞ்சம்	பஞ்சமீ	பஞ்சமம்	Fifth

ஆனால் இந்தியில் தமிழின் அடிப்படையில் உருவாகி இருந்தது.

சமற்கிருதம் பண்டிதர்களின் மொழியானதால் பாமரத் தன்மை இல்லை. ஆனால் இந்தி, குசராத்தி, மராட்டி பாமர மொழியானதால் பாமரத் தன்மை இருந்து வருகிறது. இந்தியில் ஏக், தோ, தீன், சார், பாஞ்ச் என்றே எண்ணப்படுகிறது. இதில் ஆண்பால், பெண்பால், பலர்பால் இல்லை, தமிழைப் போல் பாமரத் தன்மையுடன் விளங்குகிறது.

தமிழ்	இந்தி	குசராத்தி	மராத்தி
மூன்று	தீன்	த்ரண்	தீன்

இவையெல்லாம் 'திரிந்து' என்பதை அடிப்படையாகக் கொண்டு 'திர்' 'தின்' வேர்ச்சொல்லாக அமைந்து விளங்குகிறது.

சமற்கிருதம் ஒன்று ஆனது 'பிரதம' என்று அழைக்கப்படுகிறது. அதனால் ஏகம் என்பது தமிழ் மூலம் உண்டாகி சென்று இருக்க வேண்டும். அந்த காலத்தில் தமிழ் கோலாச்சிய நேரம் ஆகும். அதனால் ஒவ்வொன்றிலும் மூன்று நான்கு வித சொற்கள் உருவாகி இருந்தன. வீடு, மனை, இல்லம், இல், இல்லு, குடி, குடும்பம் போன்ற சொற்கள் ஒத்த பொருள் தரக்கூடிய உருவாகி இருந்தன. செப்பு, உரை, பேசு, சொல்லு பறை, போன்றவை கூட ஒத்த பொருளுடையவை இவைகளில் இல்லு, செப்பு தெலுங்கிலும் மனை போன்றவை கன்னடத்திலும், இல்லம், குடி, பறை போன்றவை மலையாளத்திலும் சென்று சேர்ந்துள்ளன. அதுபோல ஏகம், துண்டு(துவம்) திரிபு என்பன தமிழாக இருந்து வடமொழிக்குள் சென்று இருக்கலாம். மேலை ஆரிய மொழிகளில் ஒன்றன First ம் பிரதம என்பதும் ஒலியன் பொருளில் ஒத்து போகின்றன. த்ரு, திரிபு, Third மூன்றும் ஒத்துப் போகின்றன.

திராவிடம்

'திராவிடம்' என்ற சொல் பலபேர் பலவாறு பொருள் கொள்கிறார்கள். 'துரா' என்ற சொல்லின் அடியாக 'திராவிடம்' துரத்தப்பட்டவர்கள் என்ற பொருளில் உண்டானது என்றும் வட இந்தியாவில் இருந்து ஆரிய இனத்தவரால் திராவிடர் துரத்தப்பட்டவர்கள் என்ற அடிப்படையிலும் கூறுவாருமுண்டு.

வடமொழியில் தமிழின் 'பீடம்' என்பது திரியோடு புணர்ந்து 'திரிபீடகம்' என்று ஆனது. Triangle என்பது தமிழின் கூன் அல்லது கோணம் திரி சேர்ந்து Triangle என்பது உருவாகி இருக்கக் கூடும். தெற்கில் கடல்; கிழக்கிலும் மேற்கிலும் கடல்; வடக்கில் விந்திய சாத்பூரா மலைகள் – நிலம்; இதற்குள் அடைப்பட்ட இடம் திரி+இடம் →திரிவிடம்→ திராவிடம் என்று சொல் உருவாகி இருக்கக் கூடும். திராவிடம் என்பது இடத்தால் வந்த பெயராக இருக்கலாம். தரை+இடம் = தராயிடம் → திராவிடம். மூன்று கடல்களுக்குள் அடைப்பட்ட இடம் தரையிடம்→திராவிடம்.

ஆனாலும் வடநாட்டில் பழந்தமிழின் கிளை மொழிகள் இராஜ்மகால், கோண்ட், கூயி, பிராகூயி, போன்ற மொழிகள் இருப்பதால் திரிவிடம், தரையிடம் என்பதுமூலம் அமைவதில் தடையில்லை. ஏனென்றால் இனத்தால், மொழிகள் பேசுவோர்

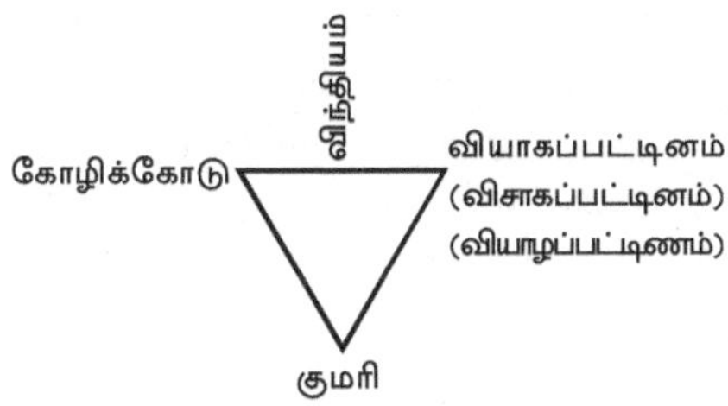

நிறைய பேர் உண்டு. அவர்கள் இனத்தால் மொழியால் தமிழீயர்களே(திராவிடர்களே) ஆவார். திராவிடர் என்று இனத்தால், அழைத்தால் வடநாட்டு தமிழிய மொழி பேசுவோர் இன்று திராவிடர்களாக இல்லை. அதனால் அமைவிடத்தால் 'திராவிடர்' என்பர்.

திராவிடம் என்ற சொல் வடநாட்டில் வரிவடிவம் பற்றி சமற்கிருத நூல்தான் 'திராவிடி' என்று கூறியது. தென்னாட்டில் ஆந்திர, திராவிட பாஷா என்று குமாரில் பட்டரும், ஆதிசங்கரர் திருஞானசம்பந்தரைத் திராவிட சிசு என்றும் கூறினார்கள்.

இதற்கு நிலவியல் சான்று கோழிக்கோடு, வியாழப்பட்டினம் (விசாகப்பட்டினம்) குமரி என்று ஊர்ப் பெயர்கள் அமைந்து இருப்பதால் (கோடு, விசாலம் (வியாகம்), கும்மரி (குமரி) என்று திரிஇடம் என்று கொண்டனர்.

கும்மறி → குமுறி → குமுரி → குமரி.

விசாலம் = விசாகப்பட்டினம்

கோழிக்கோடு = கோழி போன்ற முக்கோண வடிவ அமைப்புள்ள திராவிடத்தின் எல்லைக் கோடு ஆகும். விந்தியம் நீண்ட கோடாக இருந்தது. விண்டு= பிட்டு, பிரித்து விண்டியம் = பிடப்பட்ட பகுதி; பிரிக்கும் எல்லை

திரு+இடம் = திரியிடம் → திராவிடம்.

வாதி, பிரதிவாதி, நடுவர் மூவரைக் கொண்ட நடுவர் குழுவுக்கு Tribunul என்று கூறுவர். மரத்தில் ஏறி படரும் கொடியானது முறுக்கி, திருவிக் கொண்டு இருந்தால் 'திருவிக் கிட்டு' கிடக்கு என்பர். கொஞ்சக் காலத்திற்கு முன்,கட்டை வண்டியில் பூட்டப்பட்ட மாடுகள் மூக்காணியை விட்டு வெளியே வந்து முறுக்கிக் கொண்டால் 'திருவிக் கிட்டு கிடக்கு' என்பர். தட்டு தடுமாறி விழுந்தால் 'திறுவிக் கிட்டு விழுந்தேன்' என்பர்.

திரும்பு, திருப்பு, திருப்பம், திருந்து, திருத்து போன்ற சொற்கள் நேராக நேர்க்கோட்டில் செல்லும் ஒன்றை ஒரு புள்ளியில் நிறுத்தி பிறகு மாற்றுப்பாதை வழியே திருப்பி செல்ல வைப்பதாகும். இதில் மூன்று புள்ளிகள், ஊர்களைத் தொட்டு சென்று முடிவதாகும். வந்தப் பாதை, நின்று திரும்பும் புள்ளி, போகும் பாதை என்று மூன்று வகைக் கொண்டது திரும்புதல் ஆகும்.

இதனுடைய அடிப்படை வேர்ச் சொல் ''திர்'' ஆகும். திரி, த்ருதீய, த்ரண், இவைகளுக்கு அடிப்படை வேர்ச்சொல் 'திர்' ஆகும்.

திர்+(.)+அம் = திரம்

திர்+(.)+இ = திரி → திரிபு, திரிதல், திரித்தல்

திர்+(.)+உ = திரு → திரும்பு, திருகு

திர்+(.)+அல் = திரல் → திரண் → திரன்

திர்+(.)+அள் = திரள் → திரட்டு

திர்+(.)+ஐ = திரை(கடல் அலை)

இந்த திர் → 'த்ர்' என்று வெற்று ஒலியன் ஆ்கும். அது மாறி வடத்தமிழ், வட ஆரியம், பிராகிருதம் போன்ற மொழிகளில் மெய்யெழுத்தை சொல்லின் முதலில் நிறுத்தி, 'த்ரி' 'த்ரு' 'த்ருதீய' போன்ற சொற்கள் உருவாகி உள்ளன. தமிழில் மொழிக்கு முதலில் மெய்யெழுத்து வராது என்று இலக்கணம் வகுத்து உள்ளனர். ஆரிய மொழியில் நேர்மாறாக இதுவே வழக்காறாக இருந்து வந்துள்ளது. ஆகவே திராவிடம் → த்ராவிடம் என்பது ஆகும். இது தமிழ் முறைக்கு எதிரானது.

க்ருதயம், த்ரேகம், ஸ்தலம் என்று வடமொழி மெய்யெழுத்தை முன்னால் இட்டு வழங்கினர். இதுபோல இந்தியில் வழங்குவது மிகமிகக் குறைவு ஆகும். சமற்கிருதத்தில் மிக மிக அதிகம் இந்த விதத்தில் இந்தி சமற்கிருதத்தில் இருந்து மிகவும் வேறுபட்டு உள்ளது. ச்ருதி, க்ருதி, ஸ்ருட்டி, க்ரோத், ப்ரேம், ப்யார், ப்ரீதி என்று ஒருசில மட்டுமே வந்துள்ளன.

தமிழில் உள்ள சுருதி, குருதி, சிருட்டி போன்றவை மொழி மாற்றப்பட்டு உள்ளன. இந்தியில் ஸ்ருதி, ஸ்ருஷ்டி, போன்றவை உயிர்மெய் எழுத்தில் வருகின்றன.

ஒரு போக்காகச் சென்றவன் நின்று ஒரு புள்ளியில் இருந்து மறுதிசை நோக்கித் திரும்பிச் சென்றால் ''திரும்பு'' ஆங்கிலத்தில் Turn(ட்ரேன்) என்பர்.

இந்தியில் மூன்றைக் குறிக்கும் 'தீன்' என்பது மேலை ஆரிய மொழிக்கும் பழந்தமிழின் மூன்றுக்கும் இடைபட்டுக் கலப்புச் சொல்லாகும். அக்காலத்தில் வட ஆரியர்களும் பழந்தமிழ் குடியினரும் கலக்கும்போது உருவானது ஆகும்.

ஆரிய மொழி – த்ரி, த்ருதீய

தமிழிய மொழிகள் – மூன்று, மூடு, மூறு, மூஜி

இந்தி = தீன்

இதில் ஆரியத்தின் 'தி' யும் தமிழின் 'ன்' ணும் சேர்ந்து 'தீன்' என்றாகியது.

ஆரியம் – (தகரம்) – த்ரி

தமிழ் – மூன்று, முப்பது,

முந்நூறு = மூன்று + நூறு = மூ + நூறு → முந்நூறு.

இந்தியில் – தீன்

மலை – மூநு

தெலுங்கு – மூடு

கன்னடம் – மூறு

துளு – மூஜி

நாயக்கி – மூந்தி

குயி –மூஞ்ஜி

குரூக் – மூந்த்

திராவிட மொழிகளான (தமிழிய மொழிகள்) தெலுங்கு, துளு, நாயக்கி, குயி, குரூக், மொழிகளில் தமிழின் மூன்று சிறிது சிதைந்துள்ளது. கன்னடத்தில் இடையில் னகரம் கெட்டு உள்ளது. மொத்தத்தில் பழந்தமிழின் மூன்று தமிழைத் தவிர மற்ற திராவிட மொழிகளில் தமது நிலையில் சிறிது சிதைந்துள்ளது. மொத்தத்தில் வடக்கே இருந்து மேகமூட்டம் போல வட ஆரியம் இந்திய மொழிகளில் ஊடுருவி உள்ளது. வடக்கே சற்று அதிகமாகவும் தெற்கே சற்றுக் குறைவாகவும் தமிழில் மிகமிகக் குறைவாகவும் வட ஆரியம் ஊடுருவி உள்ளது. ஆனாலும் 'திர்' என்பது பழந்தமிழின் வேர்ச்சொல்லாகும்.

எண்	தமிழ்	சமற்	கிரேக்கம்	இலத்தீன்	செர்மன்	ஆங்கிலம்
1	ஒன்று	eka	eis,en	UNUS	eins	one
2	இரண்டு	dvi	duo	duo	Zuei	two
3	மூன்று	thri	trris	tres	dres	thre

'ஒன்று' என்பதில் மேலை ஆரியம் எல்லாமொழிகளும் ஒத்து போகின்றன. கிரேக்கம் மட்டும் இருவகைகளில் ஒன்று மாறுபடுகிறது. eis, en என்று உள்ளது.

இரண்டு (*2*) என்பதில் 'இரு+துண்டு' சாயலில் கிரேக்கம் அமைகின்றது. (duo) இலத்தீன் கூட 'duo' என்றே உள்ளது. மூன்று (*3*) என்பதில் த்ர் → த்ரி என்பதன் சாயலில் உள்ளன.

தலையில் முதன்மையான பாகம் 'முகம்' ஆகும். முகம், முகை இரண்டுக்கும் மூன்று பக்கங்கள் உண்டு. முகிலுக்கு தட்டையாக இருப்பதால் மூன்று பக்கங்கள் இல்லை.

முக்+(.)+இல் = முகில்

சுட்டப் பானை, சட்டியில் எல்லாம் சரியாக இருந்தால் முழுப்பானை, அடிப்பக்கம், சுற்றியுள்ள பக்கம், மேல்பக்கம் மூன்று பக்கங்கள் உண்டு. அதில் ஒன்று உடைந்தாலும் 'மூழி' என்பர்.

மூ+அழி = மூயழி → மூழி

மூழிப்பானை, மூழிசட்டி என்பர்.

உரோமானிய முறை

சிந்து வெளி எழுத்து ஒன்று –

இரண்டு =

மூன்று ≡

நிமிர்த்தி இதையே உரோமானிய முறையில் I, II, III என்று அமைத்து இருக்கிறார்கள்.

UNUS (one) – I

DUO (Two) – 1+1 = II

Tries(Three) – 1+1+1= III

ஐந்து என்பதன் உரோமானிய எண் V என்பதாகும். இதைப்பற்றி முன்பே விளக்கி விட்டோம். ஆனால் ஒரு கையில் உள்ள விரல்கள் ஐந்து  என்பதாகும். இதை மறைமுகமாகக் காட்டுவதுVஆகும். இதில் ஒரு விரலை மடக்கினால் **V–I=IV** ஆகும். இரண்டு கைகளை இணைத்து ஒரு கையில் ஐந்தும் மறு கையில் ஒரு விரலும் நீட்ட **V+I =VI** என்பதாகும்.

V + I = VI  **= 6**

X – I = IX  **= 9**

இப்படியாகக் கணக்கிட்டு இலத்தீன் அமைகிறது.

ஒவ்வொரு விரலிலும் மூன்று மூட்டுகள் உள்ளன. அதை மூ+ஒட்டு = மூவொட்டு→ மூட்டு. ஒவ்வொரு கைகளிலும் மூன்று மூன்று மூட்டுகள் உண்டு. மேற்கையும் தோள்பட்டையும் சேருமிடம் (பந்து கிண்ணமூட்டு), மேற்கையும் கீழ்க்கையும் சேருமிடம்; (கீல்மூட்டு) கீழ்க்கையும் மணிக்கட்டும் சேருமிடம் (வழுக்கு மூட்டு) ஆகிய மூட்டுகள் உள்ளன. இதைப் போலவே கால்களிலும் மூ'டடுகள் உள்ளன.

மூ+ஒட்டு = மூவொட்டு→ மூட்டு = இணை, சேர், தைத்துவிடு

சணல் சாக்கில் மூட்டும்போது இரண்டு பக்கங்களையும் மூட்டும்போது கயிறும் சேருவதால் மூட்ட முடிகிறது.

(கீழ்மூட்டு)இரண்டு கைகளில்= *15+15=30* மூட்டுகள்(விரல் மூட்டுகள்)

(கீழ் மூட்டு) இரண்டு கால்களில்=*15+15=30* மூட்டுகள்(விரல் மூட்டுகள்)

இரு கைகளில்	=	*3+3=6* மூட்டுகள்
இரு கால்களில்	=	*3+3= 6* மூட்டுகள்
மொத்தம்	=	*12* மூட்டுகள்
விரல்கள்	=	*60* மூட்டுகள்
மொத்தம்	=	*72* மூட்டுகள்

'மூட்' 'மூட்' வேர்ச் சொற்கள்

மூட்+(.)+அம் = மூடம் → மூட்டம் (மேக மூட்டம்)

கன்னியாகுமரியில், சின்ன முட்டம், பெரிய முட்டம் என்றுண்டு கை, கால்களை இழந்தவர்கள் 'மூடம்' எனப்படுவர்.

மூட்+(.)+அம் = மூடம் → மூட்டம்

'முட்' வரும் சொற்கள்

முட்+(.)+இ = முடி மூட்+(.)+இ= மூடி

முட்+(.)+உ = முடு மூட்+(.)+உ = மூடு

முட்+(.)+ஐ = முடை மூட்+(.)+ஐ = மூடை

முட்+(.)+அல் = முடல் மூட்+(.)+அர் = மூடர்

உயிர்களின் உடலுக்கு முடிகளே (மயிர்) மூடியாக மாறுகின்றன.

முட்+(.)+அர் = முடர் மூட்+(.)+ அன் = மூடன்

கணினியில் 'மோடம்' என்றச் சொல் வழக்கில் உள்ளது.

டகரம் இரட்டித்தால்

முட்ட+(.)இ+முட்டி முட்ட்+(.)உ+முட்டு

முட்ட்+(.)ஐ+முட்டை முட்ட்+(.)+முட்டல்

முட்ட்+(.)ஆள்+முட்டாள் முட்ட்+(.)+அல் = மூட்டல்

என்பனவாக சொற்கள் அமையும். கன்னியாகுமரி கடற்கரை ஓரத்தில் சின்ன முட்டம், பெரிய முட்டம் என்ற இரண்டு கடல் அழிவால் பாதிக்கப்படும் இடங்கள் உள்ளன.

முல் → முன் → முற் → முற் → முக் → முகம்

முல் → முன் → முண் → முட் → முடி

போன்றவாறு வேர்ச் சொற்கள் வளர்ச்சிப் பெற்று இருக்கும்.

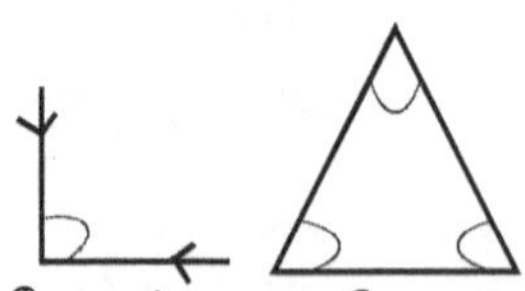

கோணம் முக்கோணம்

முட்டியை மடக்கினால் முக்கோணம் அமையும். முடக்கு என்பதற்கு 'முடக்குத்தெரு போன்றவைகளில் மூன்று நிலைகள் உடையன.

துவக்க நிலை – சந்திப்புநிலை – பிரிவு நிலை மூன்றும் சேருமிடம் 'கோணம்' அமையும்.

'முடக்கு' என்பதற்கு 'முக்கு' என்று இன்னொரு பெயர் உண்டு. 'முக்கு' என்பதை நீட்டி கூறினால் 'மூக்கு' என்பதாகும். கொள்ளிடம் சற்று உள்வாங்கி மூக்கு போல அமைந்த இடம் குட மூக்கு ஆகும். அதுவே குடந்தை ஆகும்.

இராயல சீமை

இர்+(.)+ஆ+ய்+(.)+அல்+அ = இராயல அரசர்கள் – முடியுடை அரசர்கள் ஆளாத பகுதி; இன்று **ஆந்திராவை தெலுங்காணா** ஒரு பகுதியாகவும், **இராயல சீமை** ஒரு பகுதியாகவும் பிரிக்கப் போராடி வருகிறார்கள். இராயல சீமை என்பது கிருஷ்ண தேவராயர் ஆண்டதால்'இராயல சீமை' என்கின்றனர். ஆனால் கடைச் சங்க காலம் முதல் அந்தப் பகுதி சோழர்களுக்குட்பட்டும், புல்லி, வேங்கடவன், பல்வேல் திரையன் போன்ற சிற்றரசர்கள் ஆண்ட இடமாகவும், இடைக்காலத்தில் → இருந்தது. சாளுக்கியர், பல்லவர், களப்பிரர் போன்றவர்களுக்கு உட்பட்டு முடிதரித்த அரசர்கள் ஆளவில்லை யாதலால் இராயலசீமை என்று கூறப்பட்டது.கிருஷ்ண தேவராயர் விந்திய மலைக்குத் தெற்கே முழு தென்னாட்டையும் ஆண்டு வந்தார். இராயர் + இல்லை = இராயரில்லை; இராயல சீமை.

வரலாற்றை நுணுகி ஆராய்ந்து பார்த்தால் புரியும். நூற்றுவர் கன்னர்(சதவாகனர்) கங்கர்கள், கட்டியர்கள், இரட்டர்கள், சோழர்கள், பொறையர்கள் எல்லோரும் மணிமுடி தரித்த அரசர்களே ஆவார். அவர்களுக்கு நாடு பிடிக்கும் இடமாகப் பயன்பட்ட இடம் 'இராயல சீமை' ஆகும். இங்கு சிற்றரசர்கள் மற்றும் பதலி அரசர்களே ஆண்டு வந்துள்ளனர். இது ஒரு வரலாற்று உண்மையாகும். தெலுங்குச் சோழர், முற்கால பல்லவர்கள் குறுநில மன்னர்களாக ஆண்ட இடம் இராயல சீமை ஆகும்.

இதற்கென்ற மணிமுடி தரித்த அரசர்கள் கிருஷ்ண தேவராயர் காலம் வரை இருந்தது இல்லை. காலனி ஆதிக்கம் போல இருந்து வந்தது. மற்றவர்களுக்கு காலனி நாடாக இருந்தது.

முடிவு

1. மூன்றின் வேர்ச்சொல் மூ, மூன் என்பதாகும்.
2. த்ருதிய என்பதன் வேர்ச்சொல் 'த்ரு'→ திர்

3. Three இன் வேர்ச்சொல் 'திர்' என்பதாகும்.

4. 'தீன்' என்ற இந்தியின் மூன்றுக்குள் வடமொழி சமற்கிருதம் 'தி'யும் பழந்தமிழின் 'ன்' வும் சேர்ந்து உள்ளது.

5. பழந்தமிழில்(திராவிட மொழிகளின்) வேர்ச்சொல் 'மூ' என்பதாகும்.

6. திராவிட மொழிகள், ஆரிய மொழிகள் என்று பிரிக்க உதவுவது எண்களின் வேர்ச் சொற்களாகும்.

மூன்றின் எண்ணுரு

கி.மு. 2-ஆம் : ≡

கி.மு. 1-ஆம் : ≡

கி.பி. 2-ஆம் : ≡

கி.பி. 4-ஆம் : 

கி.பி. 6-ஆம் : 

கி.பி. 8-ஆம் : 

கி.பி. 10-ஆம் : 

கி.பி. 12-ஆம் : 

கி.பி. 14-ஆம் : 

கி.பி. 16-ஆம் : 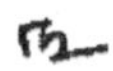

தற்போது : 

ஙகரம் அமைப்பு

கி.மு. 3-ஆம் : 

கி.மு. 1-ஆம் : 

கி.பி. 3-ஆம் : 

கி.பி. 5-ஆம் : 

கி.பி. 6-ஆம் : 

கி.பி. 8-ஆம் : 

கி.பி. 10-ஆம் : 

கி.பி. 12-ஆம் : 

கி.பி. 14-ஆம் : 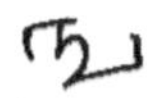

கி.பி. 16-ஆம் : ங

கி.பி. 20-ஆம் : ங

தொடக்கக் காலத்தில் மூன்றும் 3ம் ஙகரமும் ஒன்றாய் தொடங்கி அமையவில்லை. ஆனால் இன்று தமிழ்எண் 3ம் 'ங'வும் ஙகரமும் ஒத்து அமைந்துள்ளன. 'ங ப்போல் வளை' என்பது ஔவையாரின் வாக்கு ஆகும். கொன்றைவேந்தன் பாடிய ஔவையார் காலத்தில் 'ங' அமைப்பு ஒழுங்குற அமைந்து விட்டது; அதனால் அவ்வாறு பாடினார்.

பசு, பதி, பாசம் என்பது சைவர் தத்துவம்

பசு = உயிர்; பதி = சிவன்: பாசம் = இணைப்பு

கடவுளுக்கும் உயிருக்கும் உள்ள இணைப்புப் பிடிப்பு.

இலக்கியத்தில் மூன்று

எழுத்தெனப் படுவ அகரம் முதல் னகரம் இறுவாய்
முப்பது என்ப. *- தொல்-எழுத்து-நூல்மரபு-நூற்பா 1*

ஆய்தம் என்ற
முப்பால் புள்ளியும் எழுத்தோர் அன்ன.
- தொல்-எழுத்து-நூல்மரபு நூற்பா 2

மூ அளவு இசைத்தல் ஓர் எழுத்து இன்றே.
-தொல்-எழுத்து- நூல்மரபு நூற்பா 5

அம்மூவாறும் வழங்கியல் மருங்கின்.
- தொல்-எழுத்து-நூல்மரபு நூற்பா. 22

மூன்றே மொழி நிலை தோன்றிய நெறியே.
- தொல்-எழுத்து-மொழி மரபு-45,

இரு பெயர் மூன்றும் உரியவாக. *- தொல்-பொருள்-பொருளியல் 1142*

ஒன்றே. சிறியிலை வெதிரின் நெல்விளை யும்மே
இரண்டே, தீஞ்சுளைப் பலவின் பழம் ஊழ்விக்கும்மே
மூன்றே கொழுங்கொடி வள்ளிக் கிழங்கு வீழ்க்கும்மே
நான்கே, அணிநிற ஓரி பாய்தலின் மீதழிந்து. *- புறம்—பாடல்-109*

கடந்து அடு முன்பொடு, முக்கண்ணான் மூஎயிலும்.
கலித்தொகை—பாலைக்கலி—பாடல்-1, வரிஎண்-4

இல்வாழ்வான் என்பான் இயல்புடைய மூவர்க்கும்
நல்லாற்றின் நின்ற துணை.
- திருக்குறள்-இல்வாழ்க்கை-பாடல்எண் ஒன்று

அறம், பொருள், இன்பம் பற்றி பேசுவது முப்பால் ஆகும்.

சில ஊர்களின் பெயர்கள்

முத்தரசநல்லூர் = திருச்சிக்கு மேற்கே உள்ள ஊர்

மூவானூர் = மூவர் ஆண்ட ஊர்; மூவரை அடக்கி ஆண்டவன் ஊர் (மண்ணச்சநல்லூர் ஒன்றியம்)

மூவராயன்பாளையம் = மூன்று அரசர் ஆண்ட பாளையம்.

சில குலங்களின் பெயர்கள்

முக்குலத்தோர் : கள்ளர், மறவர், தேவர்

முத்தரையர் : சேர, சோழ, பாண்டியர்களின் நடுவில் ஆண்ட அரசு.

வேறு சில பெயர்கள்

முத்தமிழ் = இயல், இசை, கூத்து

முக்கனி = மா, பலா, வாழை

மும்மலம் = ஆணவம், கன்மம், மாயை; அல்லது காமம், வெகுளி, மயக்கம்.

மும்முடி சோழன் = சேர, சோழ, பாண்டிய நாட்டை அடக்கி ஆண்ட முதலாம் இராச இராசன்.

மூன்று

அடியிலும் சுற்றிலும் ஏதோ ஒரு பொருளால் மூடி மேலே மூன்றாம் பக்கம் திறந்து மூடினால் அதற்கு மூடி என்று பெயர், மேல்-கீழ், (டயரம்) அகலப் பக்கங்கள் இரண்டும் நீளப்பக்கங்கள் இரண்டும் கொண்டு மூட்டி விடப்பட்ட ஒன்று மூட்டை என்று பெயர். (நீளப்பக்கங்கள் 2+ அகலம் பக்கங்கள் 2+ உயரப்பக்கங்கள் 2 என்று அமைவது மூட்டையாகும். கொள்ளளவு உடையது.

2 நீளம்+2அகலம்+2 உயரம் = மூட்டை அல்லது பெட்டி அல்லது தொட்டி.

'மூட்' என்பது வேர்ச்சொல்.

இது 'மூல்' என்பதிலிருந்து வளர்ந்ததாகும்.

மூல்+(.)+இ = மூலி (மூன்று பக்கங்கள் கொண்டது)

மூல்+(.)+ஐ = மூலை(மூன்று பக்கங்கள் கொண்டது)

(கூம்பு வடிவம்)

முல்+ல்+(.)+ஐ = முல்லை(மூன்று பக்கம்)

(கூம்பு வடிவம்)

முல் → முள் → முளை = முள்ளும், முளையும் மூன்று பக்கங்கள் உடையது. (கூம்பு வடிவம்)

அடிப்பக்கம் + சுற்றிலும் + உச்சி = கூம்பு.

மேல்கீழ், வலம்இடம், முன்பின் பக்கப் பகுதிகளால் பாதுகாப்பாக கபால மண்டையோட்டிற்குள் அமையப்பெற்றது மூளை.

இலக்கியத்தில் நான்கு

நன்னான்கு = நன்+நான்கு →நல்+நான்கு 'நல்' என்பதும் நால் என்பதின் குறுகிய ஒலியன் ஆகும்.

''நல் நான்கு பூண்ட கடும்பரி நெடுந்தேர்''

அகநானூற்றில் வருகின்ற வரிகளாகும்.

''துணைப் புணர் தொழில் நால்குடன் பூட்டி''

என்று பெரும்பாணாற்றுப்படை கூறுகிறது.

நல், நான்கு, நால்கு என்பன நான்கின் எண்ணுப்பெயராகும். நாலடியார், இன்னாநாற்பது, இனியவை நாற்பது போன்ற நூல்களின் பெயர்கள் உள்ளன. 'நால்கு' என்பதை விட 'நான்கு' என்பது சொல்லுவதற்கு இனிமையாக உள்ளது.

ஆரிய மொழிகளில் எண்கள்

எண்ணுரு	தமிழ்	skt	GK	Latin	Ger	English
1	ஒன்று	eka	eis, en	unus	eins	one
2	இரண்டு	dvi	duo	duo	zwei	two
3	மூன்று	thri	treis	tres	drei	three
4	நான்கு	chathur	rettares	quartuor	vier	four
5	ஐந்து	panchan	pente	quinque	funf	five
6	ஆறு	sas	hex	sex	sechs	six
7	ஏழு	sapthan	hepta	septem	steben	seven
8	எட்டு	astam	okko	octo	acht	eight
9	ஒன்பது	navan	ennea	novem	neum	nine
10	பத்து	dasan	deka	decem	zehn	ten
100	நூறு	satha	ekaton	centum	hundent	hundred

நன்றி : வடமொழி வரலாறு. ஆசிரியர் தேவநேயப் பாவாணர் மொழி அதிகாரம் பக்கம் 55.

11. நான்கு (௪)

நால்கு – நான்கு –நாற்பது –நானூறு – நாலாயிரம் – நாற்பதாயிரம் – நான்காயிரம் – நாலு இலட்சம் – நாலு கோடி.

ஆக மொத்தம் 'நால்' என்பதே வேர்ச்சொல்லாகும்.

'ல்→ ன்→ ற்' என்பதற்கு நான்கு ஒரு சான்று 'நால்கு' என்பதலிருந்தே 'நான்கு' தோன்றி இருக்க வேண்டும்.

தமிழிய மொழிகள் (திராவிட மொழிகள்)

தமிழ் – நாலு, நால்கு, நான்கு , நான்மறை

மலையாளம் – நாலு, நால்பது (நாற்பது)

தெலுங்கு – நாலுகு, நலபை(நாற்பது)

கன்னடம் – நாலுகு, நால்மடி, நலுவத்து(நாற்பது)

துளு – நாலு, நால்ப (நாற்பது)

குரூக் – Na: kha (நாய்க்)

வட ஆரிய மொழிகள்

	ஆண்பால்	பெண்பால்	பொதுபால்
சமற்கிருதம் :	சதுர்த	சதுர்தீ	சதுர்தம்

இந்தி : சார்

மராத்தி : Char (சார்)

குசராத்தி : சார்

மேலை ஆரிய மொழிகள்

இலத்தீன் : குவார்ட்டர் (Quatuor)

ஆங்கிலம் : Four, Fourth

பிரஞ்சு : Qha (கா) tre (த்ர்)

தமிழிய மொழிகளுக்கும் ஆரிய மொழிகளுக்கும் எந்த தொடர்பு இல்லை. தமிழிய மொழிகளுக்கு ''நல், நால்'' என்பதே வேர்ச்சொல் ஆகும்.

நுல் → நில் → நல் → நால்

நுல் → நெல் → நில் → நல் → நால்

நொல் → நுல் → நெல் → நில் → நல் → நால்

ஒன்று 'நுல்' என்பதை அறிந்து 'நால்' என்பது வந்து இருக்க வேண்டும். அல்லது ''நொல்'' தொடங்கி ''நால்'' வந்து இருக்கவேண்டும். ஆரிய மொழிகளில் வட இந்திய (கீழை ஆரிய மொழிகள் 'சார்' என்பதே வேர்ச்சொல்லாக அமைகின்றன. மேலை ஆரிய மொழிகள் இதற்கு எந்த தொடர்பும் இன்றி உள்ளன. குவார்ட்டர், க கா-த்ர் என்பதில் ஆங்கிலம் மட்டும் தனித்து உள்ளது. இலத்தீன் பிரஞ்சு ஒட்டுறவாக உள்ளன.

நொல்–நோல்–நோன்சான் (மெலிந்து) = ஒல்லிய உடல்;

நில்–நீல்– நல்–நேல் → நேய்ந்து → நேந்து(மெலிந்து)

நில், நல், **நால்,** நெல், போன்ற நன்றாக வளர்ந்து பொருள்தரும் வேர்ச் சொற்களாகும்.

'எல்' = கதிரவன், ஒளி, வெளிச்சம்

நெல் = ந்+(.)+எல் = நெல்

'நெல்' என்ற தானியம் கதிரவனின் ஒளியை (எல்)ப் பார்த்து விளைவதாகும். நன்றாக முற்றின கதிர்கள் கதிரவனைப் பாராது தலை சாயும். மழை, இருட்டு இவற்றால் சாய்ந்துவிடும். முற்றிய நெல்கதிர்கள் நீண்டு ஒளிபோல இருப்பதால் 'கதிர்கள்' என்கிறோம். கதிர்களை உடையவன் 'கதிரவன்' ஆவான். நன்றாக விளைந்து தலைக்கனம் கூடக்கூட மெல்ல மெல்ல தலைச் சாயும். நன்றாக விளைந்து முற்றிய கதிர்கள் கதிரவனைப் பாராது கீழே சாய்ந்து விடும்.

எல் → நெல் → நல் → விளை → விலை இந்த நான்கு வேர்ச்சொற்களும் ஒன்றுக்கு ஒன்று தொடர்புடையவை.

நல் → நில் → நால் → செல் இவை ஒன்றுக்கு ஒன்று தொடர்புடையவை ஆகும்.

நல்லவிதமாக நில்லும் உயிரியே நாலு, பக்கங்களுக்குச் செல்ல முடியும். 'நல்' என்ற வேர்ச் சொல்லே 'நால்' என்று வளர்ந்துள்ளது.

ந்+(.)+அல் = நல்

ந்+(.)+ஆல் = நால்

நால்+(.)+கு = நால்கு → நான்கு.

'நில்' – நின்ற இடத்தில் இருந்து நான்கு செல்ல 'நல்' விதமாக இருக்கவேண்டும்.

நல் ⟶ நன் ⟶ நன்மை

நல்+ல்+(.)+அ = நல்ல

'நல்' மெல்ல நகரும்போதுதான் 'நல்ல' கிடைக்கிறது.

நால்+ல்+(.)+அ = 'நால்ல'

இப்படி சொல் அமையவில்லை.

'நல்' கெட்டால் 'நலிவு' ஏற்படும்

'நல்' கெட்டால் ''நலி'' வரும்.

இன்று ''நலி'' பண்ணாதே என்று பேச்சு வழக்கில் உள்ளது. 'அல்' என்பதிலிருந்து மெல்ல நகர்வது 'நல்' ஆகும். 'ஆல்' என்பதிலிருந்து மெல்ல நகர்வது ''நால்''

'ஆல்' மெல்ல படர்தல் ஆகும்.

அல் ⟶ நல் ⟶ நால் ⟶ நாலு

'அல்' துளிர் விடுதல் தொடங்குதல் என்பது பொருளாக அமையும். துளிர் விட்டுப் படர்தல் 'நால்' என்பதாகும். காய்ந்த விறை (வித்து)-முதல்படி. நனைந்து 'உறை' ஊறி 'முளை' வரத் தொடங்குதல்(விண்டு) (விதை வெடித்தல்) இரண்டாம்படி, மெல்ல முளை முட்டுதல் மூன்றாம்படி; துளிர் விடுதல் 'நல்' துளிர் வளர்ந்து நான்கு பக்கங்களும் செல்லல். நான்காம்படி 'நால்' என்பதாகும். நால்+கு= நால்கு இந்த 'கு' வேற்றுமை உருபு தமிழ், தெலுங்கு, கன்னடம் மொழிகளில் இருப்பதால் மிகமிகத் தொல் பழங்காலத்திலேயே திராவிட மொழியில் (தமிழிய மொழியில்) அமைந்து இருக்க வேண்டும். அது தான் தொல் பழந்தமிழ் ''நால்கு'' என்பது ஆகும்.

நல் ⟶ நால் ⟶ நாற் ⟶ நாற்று.

ஓர் ஆணும் ஒரு பெண்ணும் திருமணம் செய்து கொள்ள முதலில் நான்கு கட்டங்களைத் தாண்டவேண்டும். முதல்கட்டம் பெண்பார்த்தல்; 2வது கட்டம் பரிசம் போடுதல் 3வது கட்டம் திருமணம். 4வது கட்டம் 'நலங்கு' வைத்தல்.

புதுமணத் தம்பதியரை ஒரு சிறிய குடத்தில் அரிசியைக் கொட்டி அதற்குள் தங்க மோதிரத்தைப் போட்டு மணமகனையும் மணமகளையும் விட்டு எடுக்கச் செய்தல் இருவருக்கும் உறவுப் பலப்படுத்த செய்யும் நிகழ்வு ஆகும்.

நல்+(.)+அங்கு = நலங்கு

நல்கு = நல்லபடியாகக் கொடுத்தல்

நல்கு = கொடுத்தல், வழங்குதல்

நல்குதல் = கொடுத்தல், வழங்குதல்

'நல்கு' = ஒரு பொருள் நல்ல விதமாக கை மாறுதல்.

நால்+கு = நால்கு → நான்கு

நான்காம் வேற்றுமை உருபு – "கு"

'கு' என்பது நான்காம் வேற்றுமை உருபு ஆகும். சொல்லின் பெயர் நான்கு; சொல்லின் பொருள் எண்ணிக்கையில் நான்கு; வேற்றுமை உருபும் "கு" நான்காம் வேற்றுமை உருபாகும். இதுதான் தொல்பழந்தமிழ் அருமையான சிறப்பு ஆகும். இது தென்னகம் முழுவதும் தமிழ், தெலுங்கு, கன்னடம் மொழிகளில் ஏறி உள்ளது. அதைவிட ஒரு சிறப்பாகும். எண் பெயர் "நான்கு" என்பதில் 'கு' நான்காம் வேற்றுமை 'கு' அமைந்துள்ளது.

மலையாளம் : நான்காம் வேற்றுமை உருபு 'கு' எனிக்கு = எனக்கு.

கன்னடம் : கி, கே, ஒஸ் கர, தம காகி, தமகோஸ்கர

தெலுங்கு : கை, கு

1. நீ கொறகு நேனு வெள்ள அன்னானு; உனக்காக நான் போகிறேன்.

2. நாமுனிகை ராஜ்யமுனு இச்செனு; இராமனுக்காக நாட்டைக் கொடுத்தான்.

தமிழ் : எனக்கு ஒரு பழம் கொடு

நான்காம் வேற்றுமை : கு

பொருளும் : நான்கு (எண்ணிக்கை *1, 2, 3, 4*)

பெயரும் : நான்கு (நால்கு)

வேற்றுமையும் : நாலாம் வேற்றுமை 'கு' இது தமிழின் சிறப்பான அமைப்பாகும். இதை வைத்து தான் வேற்றுமைகள் தமிழில்தான் ஏற்பட்டு இருக்கவேண்டும். மற்ற மொழிகளில் அந்த அமைப்பு இல்லை. சொல் வேறு; பொருள் வேறு ஆகும்.

கன்னடம் : சதுர்தீ விபக்தி (நாலாம் வேற்றுமை) சொல்லும் பொருளும் வேற்றுமையும் வேறு.

தெலுங்கு : சதுர்தீ விபக்தி (நாலாம் வேற்றுமை) மலையாளத்தில் சொல்லும் பொருளும் வேற்றுமையும் ஒன்றாக உள்ளது.

அவளுக்குப் பழம் கொடுத்து (மலையாளம்) மலையாளம் தமிழின் கிளைமொழி போலவே அமைந்துள்ளது.

சமற்கிருதம் : கஸ்மை – காப்யாம் – கேப்யா

(ஒருமை) (இருமை) (பன்மை)

இந்தியில் நான்காம் வேற்றுமை ''எதற்கு'' என்பதற்கு மை, யாம், யா என்பதாக உருவாக அமைகின்றது.

மராத்தி : (ச, லா) स, ला (ஒருமை) (நா) ना (பன்மை)

குசராத்தி : ने நே

இந்தி : केलिये केवास्ते பொருட்டு, ஆக (கேலியே) (கே வாச்தே)

இந்தியில் நான்காம் வேற்றுமை உருபைப் பொருத்து தமிழையே சார்ந்து அமைந்து உள்ளது.

கு = கே

பொருட்டு = கே பர்தே என்று அமைந்து உள்ளது.

au (ஒ) என்பது பிரஞ்சு மொழி நான்காம் வேற்றுமை உருபு ஆகும்.

ஆங்கிலம் : தமிழின் சாயலிலே த என்று அமைந்து உள்ளது. இது ஆக்கப் பொருளைப் பற்றி வருதல் 'To' வந்தது. இதையே பின்பற்றி 'To' உள்ளது.

கு = க்+(.)+உ = ஆக்கப் பொருளை நகர்தல் ஆகும்.

நான் திருச்சிக்குச் சென்றேன்.

அவன் விலைக்கு வாங்கினான்.

உனக்கு வேலை இல்லையா? ஆக 'கு' என்பது ஆக்கப் பொருளை நோக்கி உருதல் அல்லது ஊருதல் ஆகும்.

நான்கு திசைகளிலும் 'கு' அமைந்துள்ளது.

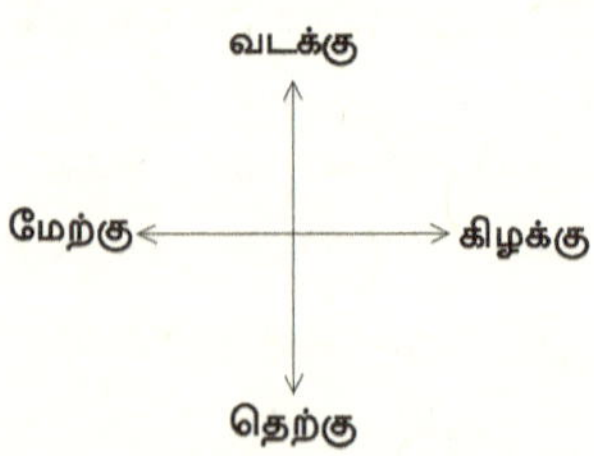

மேல்கு, கீழ்கு, வடக்கு, தென்கு என்பது புணர்ச்சி விதிகளின்படி மேற்கு, கிழக்கு, வடக்கு, தெற்கு என்று ஆகி உள்ளன.

ஒருவர் நலமுடன் இருந்தால் நான்குப் பக்கமும் நல்ல விதமாய் சென்று வரமுடியும்.

இயற்கையாக இதில் 'கு' நான்காம் வேற்றுமை உருபாக மாறி உள்ளது. வடக் கு, தெற்கு கிழக்கு, மேற்கு

இதை உணராத வெளிநாட்டு மொழியியல் அறிஞர் சிலர் வடமொழியில் இருந்து எட்டு வேற்றுமைகள் உருவாகி மற்ற மொழிக்குச் சென்றதாக கூறுவர். எட்டு வேற்றுமையைக் கற்பித்தவர் 'வட மொழி இந்திரன்' என்பர். உண்மையில் அறிந்து எழுதிய தமிழ் மொழி ஐந்திரன் ஆவார். சொல்லும், பொருளும், அமைப்பு தமிழில்தான் சீரான முறையில் படிப்படியாக வளர்ச்சிப் பெற்று உள்ளது. திசைகளோடும் பொருந்தி வருகிறது. அதனால் உலகின் "முதல் தாய் மொழி" என்று அறிஞர்கள் பலரும் மொழி ஞாயிறு தேவநேயப் பாவாணர் உள்பட கூறுவர்.

எட்டு வேற்றுமைகளில் ஏழு வேற்றுமைகள் மொழியைப் பற்றி சிந்தித்த காலத்திலே உருவாகி விட்டன. அதனால் தொல்காப்பியர்,

வேற்றுமை தாமே ஏழெனமொழிப 'மொழி' உருவானகாலத்தில் ஏழு வேற்றுமைகள் அறியப்பட்டன. இதை வைத்தே 'மொழிப' என்று தொல் பழங்காலத்தை உரைத்தார். ஆனால் தொல் காப்பியர் காலத்தில், கண்டுபிடிக்கப்பட்டது 'எட்டாம் வேற்றுமை' அதனால் "விளி கொள்வதன்கண் விளியோடு எட்டே" என்றார்.

நான்கு ஆகுவதே : கு எனப் பெயரிய வேற்றுமைக் கிளவி எப்பொருளாயினும் கொள்ளும் அதுவே.

தொல். நூற்பா. 559. (வேற்றுமை)

நான்காம் வேற்றுமையை விவரித்துள்ளார்.

நான்கு திசைகளுக்கும் 'கு' அமைந்துள்ளது.

'நான்கு' என்ற பெயருக்கும் 'கு' அமைந்துள்ளது.

நான்காம் வேற்றுமையும் 'கு' வாக அமைந்துள்ளது.

சொல், பெயர், பொருள், இடப் பொருத்தங்கள் சிறப்பான சொல் 'நான்கு' ஆகும்.

'நான்கன்' ஒற்றே லகாரம் ஆகும்

தொல் – எழுத்து – குற்றி – 453 (நூற்பா)

'நான்கன்' ஒற்றே றகாரம் ஆகும்.

தொல் – எழுத்து – குற்றி – 442 (நூற்பா)

நான்கும் ஐந்தும் ஒற்றுமெய் திரியா

தொல் – எழுத்து– குற்றி – நூற்பா 462

குறில் : நல்+(.)+அம் = நலம்
நல்+(.)+இ = நலி
நல்+(.)+உ = நலு (நலுங்கு)
நல்+(.)+அய் = நலய் → நலை
நல்+(.)+அல் = நலல்
நல்+ல்+(.)+அ = நல்ல
நல்+ல்+(.)+உ = நல்லு (இடுகுறி சிறப்புப் பெயராக மாந்தர் இடுவதுண்டு)

நெடில் : நால் +(.)+அம் = நாலம் → ஞாலம்
நால்+(.)+இ = நாலி → நாழி
நால்+(.)+ஐ = நா → நாலை → நாளை

என்று நலம், நலு, நலி, நல்ல, ஞாலம், நாழி, நாள், நாளை சொற்கள் அமையும்.

கு+மறுநாள் → குமாறு நாள் → Tomorrow ;'நாலு பேர் நல்லவர்கள் இருந்த போதும்' என்று கூறுவது பேச்சுமொழி.

வடஇந்திய மொழிகளில் 'சார்' என்பது நான்கை குறிக்கும் சொல்; அது வேர்ச்சொல்லாகவும் உள்ளது சாரம், சாரு, சாரி (வரிசை), சாரை, சாரல், சாரார், சாரள், போன்ற சொற்கள் உருவாகி உள்ளன. மேற்கண்ட சொற்கள் அனைத்திற்கும் வேர்ச்சொல் 'சார்' ஆகும்.

சாரி சாரியாக வண்டிகள் சென்றன.

சாரை சாரையாக எறும்புகள் சென்றன

'திங்கற சோறு உடம்புல சார மாட்டேன்கு'

'சாரம்' போட்டு வீடு கட்டு!

'திங்கற சோறு உடம்புல சாருதல் இல்லையே' நோயாளி புலம்பல்.

வேர்ச் சொல் = சார்= சேருதல்

நான் என் வீட்டுக்காரரைச் சார்ந்து வாழ்கிறேன்.

சாரார் = சேரர்

முன்பு மேற்குக் கடற்கரை மக்கள் தமிழகத்தோடு சார்ந்து வாழ்வது இல்லை, அதனால் சேரார் என்பது ஆகி சேரர் ஆகி விட்டனர். பின்பு மேற்குத் தொடர்ச்சி மலைக்குக் கிழக்கில் நாடு பிடித்து அதைக் கொங்கு மண்டலம் ஆக்கி விட்டனர்.

சார்

மணல் முட்டு முதல் நிலை

காற்று, தண்ணீர், வெள்ளம் வந்து சூழ்தல் 2வது நிலை, 'சர்' என்று சரியத் தொடங்குதல் 3வது நிலை. மிக அதிகமாக 'சார்' என்று மணல் சரிதல் 4ஆம் நிலை. அதை வைத்தே 'சார்' என்ற எண்ணிக்கை வட இந்திய மொழிகளில் நான்குக்கு அமைந்தது. சதுர்த்தி என்பது மொழி வளர்ந்த நிலையில் உருவானச் சொல்லாகும். சதுரம் என்பது நான்குப் பக்கங்களும் சமம்; நான்கு கோணங்களும் சமம். இதுபோல ஆய்வு செய்து 'சதுர்த்தி' என்று பெயரிட்ட காலம் மிகவும் பண்பட்ட காலம் ஆகும்.

12. எண்ணடிப் பெயர்கள்

தமிழ்	துளு	கன்னடம்	மலையாளம்
நால்வர்	நாலவெரு	நால்வரு	நால்வர்

1. ஆரிய வேதங்கள் நான்கு : இருக்கு, யசூர், சாமம், அதர்வனம்.

2. இந்திய மக்களை நான்கு சாதியாகப் பிரித்தனர் : பிராமணன், சத்திரியர், வைசியர், சூத்திரர்.

3. நான்கு வகைப் பாக்கள் உண்டு: ஆசிரியப்பா, வெண்பா, கலிப்பா, வஞ்சிப்பா.

4. கால்நடைகளுக்கு (ஆடு, மாடு, நாய்) போன்ற விலங்குகளுக்கு நான்கு கால்கள் உண்டு, அதில் ஒருக்கால் நொண்டியானாலும் அதனால் நல்லவிதமாக நடக்க முடியாது. நொண்டி, நொண்டித்தான் நடக்க இயலும். நான்கு கால்களும் நலமாக இருந்தால் விலங்கு நலமாக நடக்கும். அப்போது கிடைப்பது 'நலம்' இதன் மூலம் உருவானது நாலு.

5. நாலில் ஒன்று கால் ¼   மூன்று கால் ¾ (முக்கால்) முக்கால்

மலையாள மொழியில் 'முக்கால்' என்றே அழைக்கப் படுகிறது.

கன்னட மொழியில் 'முக்காலு' என்று அழைக்கப்படுகிறது.

தெலுங்கு மொழியில் 'முப்பாதிக' என்று வழங்கப்படுகிறது

முப்+பாதிகம் = முப்பாதிகம்.

'பாதோ நம்' என்று சமற்கிருதத்தில் அழைக்கப்படுகிறது. இது பாதி என்பதைத் தொடர்ந்து எழுந்து சொல் ஆகும்.இதைத் தொடர்ந்து தமிழும் பிராகிருதமும் கலந்து எழுந்த சொல்லாகும். அதைப் போல 'அரை' ½ என்பதைத் தொடர்ந்து வடமொழியில் 'அர்தம்' என்று எழுந்துள்ளது.

தமிழ்	:	¼ (கால்)	½ (அரை)	¾ (முக்கால்)	1	ஒன்று
மலையாளம்	:	¼ (கால்)	½ (அர)	¾ (முக்கால்)	1	ஒந்நு
கன்னடம்	:	¼ (காலு)	½ (அர்த)	¾ (முக்காலு)	1	ஒம்து
தெலுங்கு	:	¼ (பாதிக)	½ (அர்தமு)	¾ (முப்பாதிக)	1	ஒகடி
சமற்கிருதம்	:	¼ (பாதம்)	½ (அர்தம்)	¾ (பாதோநம்)	1	ஏக
இந்தி	:	¼ (சௌதாயீ)	½ (ஆதா)	¾ (பௌன்)	1	ஏக
ஆங்கிலம்	:	¼ (Quator)	½ (Half)	¾ (3 Quator)		One

தமிழின் அரை (½) யை ஒட்டியே சமற்கிருதம் உள்பட எல்லா மொழிகளிலும் ஓசை, பொருள் எல்லாம் ஒத்து உள்ளன.

'அர்' என்பதே இதன் வேர்ச் சொல்லாகும்.

அர்+(.)+அம் = அரம்

அர்+(.)+இ = அரி

அர்+(.)+உ = அரு → ரூ → ரூபம் = அருபம் = அருவம்

அர்+(.)+ஐ = அரை

அரை, அர, அர்த, அர்தமு,அர்தம், ஆதா, ஆபு (Half) என்று எல்லாம் 'அர்' என்பதின் வேர்ச்சொல்லாகி தமிழின் வழியே எல்லா மொழிகளிலும் சென்று சேர்ந்து உள்ளன.

'கால்' என்பதின் மொழி மாற்றம் 'பாதம்' என்பதாக சமற்கிருதத்தில் அமைகிறது. ஆங்கிலத்தில் 'Leg' என்பது 'காலின்' இடவல மாற்றம் பிம்ப மாற்றம் ஆகும்.

கால் = க்+(.)+அ+அ+ல் பிம்ப மாற்றம் = ல்+(.)+அ+அ+க்

லாக் → லெக் – Leg.

ஒரு பந்தல் போடக் குறைந்த பட்சம் நான்குகால்கள் தேவைப்படும். விலங்குக்கும் நான்கு கால்கள் உள்ளன.

நான்கு பக்கங்களில் இருந்து காற்று அடிப்பதால் கால்→காற்→காற்று என்று ஆனது.

நாவலந்தீவுக்குக் கிழக்கிலும் மேற்கிலும் கடல்கள். தெற்கிலும் கடல். வடக்கில் பனிபடர்ந்த மலை அதனால் நீரால் சூழப்பட்டதாகக் கொள்ளப்பட்டு நான்கு + வலம் + தீவு = நான்கு வலந்தீவு = நாவலந்தீவு எனப்பட்டது.

முதன்மை திசைகள் நான்கு.

தசரதனின் பிள்ளைகள் நால்வர்: இராமன், பரதன், இலக்குவன், சத்ருக்கணன், இவர்கள் காலத்திலே வடநாட்டில் தமிழ் உருமாற்றம் ஆகத் தொடங்கி விட்டது.

1. நான்காம் வேற்றுமை உருபு 'கு'

2. நான்கு திசைகளிலும் ஈற்று ஒலியன் 'கு' கிழக்கு, மேற்கு, தெற்கு, வடக்கு.

3. நான்கின் தமிழ் எண்ணுரு 'ச'

4. 'க' வின் பழங்கால எழுத்து "+"

5. தமிழ் எண்ணுருவும் (ஒன்று) தமிழ் 'க'வும் ஒன்றாய் இணைந்து தமிழ் எண்ணுருவாய் ஆன காலம் கி.பி. 10 நூற்றாண்டுக்குப் பின், இதை உணர்ந்து உருவாக்கி உள்ளார்கள்.

6. நான்கு சாதிகள் உருவாக்கப்பட்டன. காலின் மொழி மாற்றமே சமற்கிருதத்தின் பாதம்; அளவுபடி 'பாதம்' என்பது உடம்பில் 'கால்' ஆக இல்லை. அது பத்தில் ஒரு பங்கே ஆகும். பாதம், கெண்டைக்கால், முழங்கால், தொடை, வயிறு, நெஞ்சு, கழுத்து, தலை, இருகைகள், தலையில் மயிர்; இதுவே மனிதன் உடலமைப்பு. தமிழ் கால்படி 1. கால் 2. இடுப்பு, வயிறு, மார்பு கூடு, கைகள். 3. கழுத்து 4. தலை என்பதாகும். 'பாதம்' என்பது

'கால்' என்பதன் மொழி பெயர்ப்பே ஆகும். அதை உணர்ந்து உருவாக்க வில்லை. எங்கோ உள்ள ஆங்கிலத்தில் கால் = Leg என்று உள்ளது. இது தொல்பழங்கால சொல்லாகும். திராவிட மொழிகள் அனைத்தும் தெலுங்கு தவிர 'கால்' என்றே கூறுகின்றன. தெலுங்கு பிராகிருதத்தைப் பின்பற்றி 'பாதிக' என்று எழுந்துள்ளது.

(ப்+(.)+ஆ)+(த்+(.)+இ) = பாதி

= பாதி; வேர்ச்சொற்கள் 'பத்' ''பாத்'' என்பன

பதம் – பாதம்

பது – பாது → பாதுஷா

பதி – பாதி

பதை – பாதை

பதல் – பாதல் (பஞ்சாபு சொல்லாகும்)

இதில் பதம், பாதம், பது, (பதுவை), பதைப்பதைப்பு, பாதை, பதில், பதப்படுத்துதல் போன்றவை தமிழ்ச் சொற்களாகும்.

தமிழின் முக்கால், மலையாளம், கன்னடம் இவற்றில் அப்படியே ஏறி உள்ளன.

கால், காலு, என்றும், முக்கால், முக்காலு என்றும் தமிழின் சாயலில் அமைந்து உள்ளன.

சிந்துவெளி தமிழ் 'க'

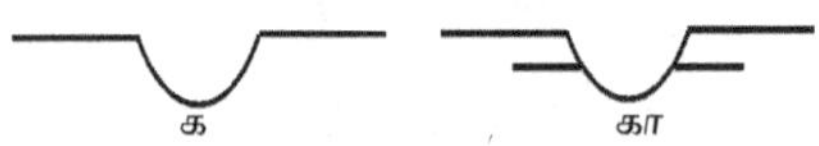

என்பது 'க' வின் அமைப்பாக உள்ளது.

தமிழியில்

பிராமியில்

வட பிராமியில் ‘க்’ மெய்யொற்று என்பது இல்லை. அதை உணர்ந்துதான் படிக்கவேண்டும் பிற்காலத்தில் பக்கம் என்பதை **पक्कम** என்று எழுதினர்.

தமிழியல் ∪ + + ⊎ = பக்கம் என்று எழுதப்பட்டது.

+ = க் (இக்) மெய்யொற்று.

+ = க (க்+அ) இடவலம் பிம்ப மாற்றம்

‘அக்’; ககரத்தின் பிம்பமாற்றம் ‘அக்’ (க்+அ)

‘‘க’’ என்பது அகர வரிசை (அரிச்சுவடியில்) மெய்யெழுத்துக்களில் முதலாவது ஆகும். இந்த அமைப்பு தொல்காப்பியம் எழுதுவதற்கு முன்பே ஏற்பட்டுவிட்டது வட ஆரிய மொழிகளிலும் ககரமே முதல் மெய்யொற்று ஆகும். ஆனால் ககரம், சகரம், டகரம், தகரம், பகரம் இந்த ஐந்தும் வருக்க ஒலியன்கள் தொல்காப்பியத்துக்குப் பிறகுதான் கண்டு பிடிக்கப்பட்டு அந்தந்த வட ஆரியமொழிகளில் ஏறி உள்ளன. ஆகவே இந்த கண்டுபிடிப்புக்கு முந்தியது தொல்காப்பியம். வட எழுத்தொரீஇ என்று நூற்பா கூறப்பட்டுள்ளதால் தொல்காப்பியர் காலத்தில் ஸ, ஜ, போன்ற ஒலியன் மட்டுமே இருந்து இருக்கக் கூடும். $க_1$, $க_2$, $க_3$, $க_4$ என்று நான்காக வரையறுக்கப்பட வில்லை. மேலை ஆரிய மொழிகளில் இதுபோல வரையறை இல்லை.‘வர்க்கம்’ ஒலியன் பற்றி தொல்காப்பியம் பேசவே இல்லை.

கலயம், குடம், கடல், குளம், குட்டை, குழி, கால்வாய், வாய்க்கால், கண்வாய், கண்மாய், கரை கேணி, கிணறு, கங்கை, காவிரி, கோதாவரி என்பன ‘நீர்’ என்பதைத் தழுவியுள்ளவையாகும். இதில் முதல் எழுத்து ‘க’ என்பதாகும். குளத்து நீர் வரும் வழி, வெளியேறும் வழி இரண்டையும் இணைத்த சிந்து வெளி எழுத்து அமைந்து இருந்தது‘‘க’’

 கலயம் நிறைந்தால் வழியும். குளமும் வழியும். ‘ககரம்’– குளம் என்பது குழியான ஒன்று. கலயம் சுற்றிலும் ஓடு அமைந்து இருக்கும். வெள்ளக் காலத்தில் கரை உடைந்து ஏரி, குளம் இவற்றின் தண்ணீர் வெளியேறும். அப்போது ‘ஆ’ என்ற ஒலி எழும். $க_1$, $க_2$, $க_3$, $க_4$ என்ற கிரந்த, வர்க்க ஒலியன்கள் வளர்ச்சி ஒலியன்கள் ஆகும்.

நான்கு வர்ணங்கள் எனப்படும் சாதிகள் உருவாக்கப்பட்டன. அவை பிராமணர், சத்திரியர், வைசியர், சூத்திரர் என்று நான்கு வைக்கப்பட்டன. அப்போது நான்கு வேதங்கள் பற்றி பேச்சு எழுந்தது.

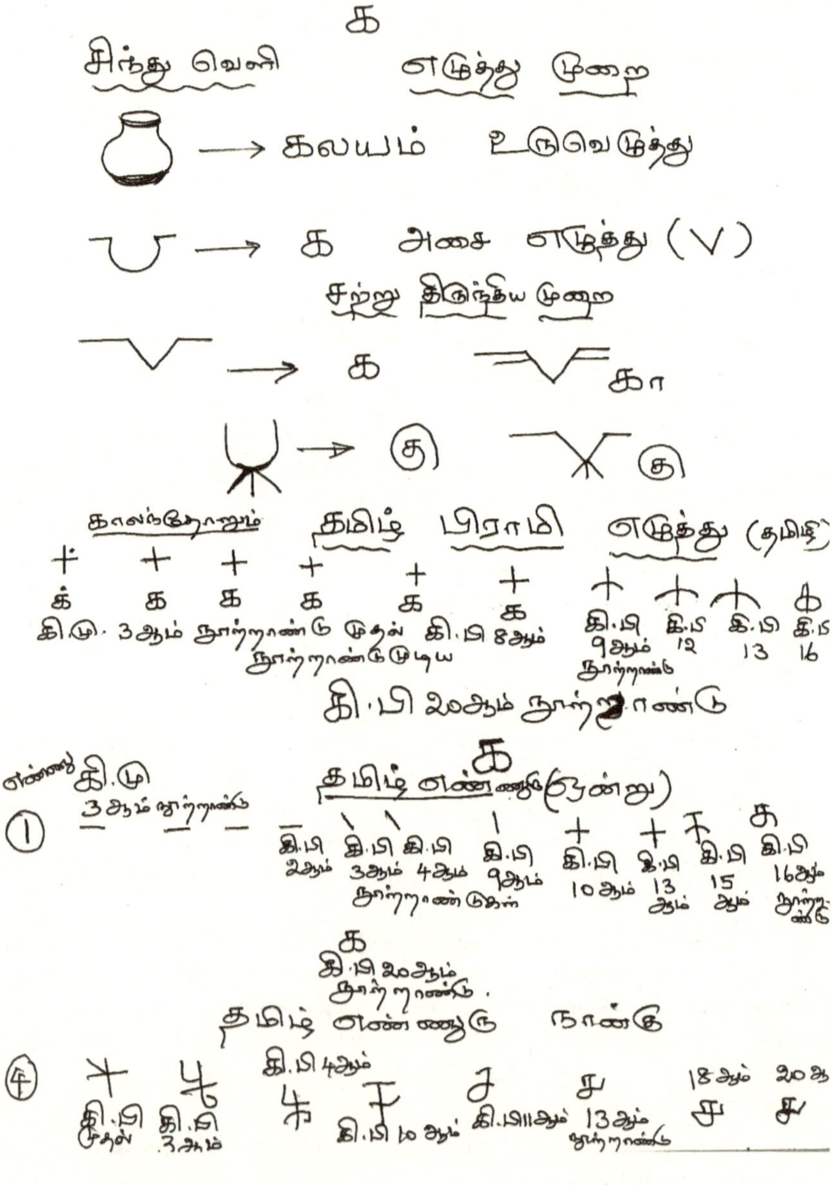
க
சிந்து வெளி எழுத்து முறை
கலயம் உருவெழுத்து
க அசை எழுத்து (V)
சற்று திருந்திய முறை
க
கா
கு
கு
காலந்தோறும் தமிழ் பிராமி எழுத்து (தமிழ்)
க் க க க க க
கி.மு. 3ஆம் நூற்றாண்டு முதல் கி.பி 8ஆம் நூற்றாண்டு முடிய
கி.பி 9ஆம் நூற்றாண்டு
கி.பி 12
கி.பி 13
கி.பி 16
கி.பி 20ஆம் நூற்றாண்டு
க
கி.மு 3ஆம் நூற்றாண்டு
தமிழ் எண்ணுரு (ஒன்று)
1
கி.பி 2ஆம்
கி.பி 3ஆம்
கி.பி 4ஆம் நூற்றாண்டுகள்
கி.பி 9ஆம்
கி.பி 10ஆம்
கி.பி 13ஆம்
கி.பி 15ஆம்
கி.பி 16ஆம் நூற்றாண்டு
க
கி.பி 20ஆம் நூற்றாண்டு.
தமிழ் எண்ணுரு நான்கு
4
கி.பி முதல்
கி.பி 3ஆம்
கி.பி 4ஆம்
கி.பி 10 ஆம்
கி.பி 11ஆம்
13ஆம் நூற்றாண்டு
18ஆம்
20ஆ

உருது   அர 4   எண்

ـ½ ~ ④

மராத்தி எண்கள்

1/4	1/2	1	2	3	4
पाव pav	अर्धा ardhā	ன்று ek	இரண்டு don	மூன்று tin	நான்கு Char

சமஸ்கிருதம்

पादम	अर्धम	एकः	द्वौ	त्रयः	चत्वार	पञ्च
பாதம்	அர்தம்	ஏக	த்வௌ	த்ரய	சத்வார	பஞ்ச
		1	2	3	4	ஐந்து

மலையாளம்

கால் — அர — ஒந்நு — ரண்டு — மூந்நு — நாலு — அஞ்சு

இந்தி

चौथाई	आधा	पौन	एक	दो	तीन	चार	पाँच
சௌதாயீ	ஆதா	பௌன்	ஏக்	தோ	தீன்	சார்	பாஞ்ச

தெலுங்கு

பாதிக (1/4) அர்தமு (1/2) முப்பாதிக (3/4) ஒகடி (ஒன்று) ரெண்டு மூடு நாலுகு ஐது

கன்னடம்

காலு அர்த முக்காலு ஒம்து எரடு (ஜோடி) இம்மடி மும்மடி நான்மடி

ஒம்து எரடு மூறு நால்கு ஐது ஆறு

"க"வின் உருவம்.

தமிழ்	தெலுங்கு	மலையாளம்	கன்னடம்	சமஸ்கிருதம்	இந்தி	மராட்டி	ஆங்கிலம்
க	క	க	ಕ	क	क	क	K

மலையாளத்தில் தமிழ் 'க' போலவே 'க' அமைந்துள்ளது.

எண்ணுருக்கள்

எண்	தமிழ்	கன்னடம்	தெலுங்கு	இந்தி	அமர்	மராத்தி	இலத்தீன்
1	க	೧	౧	१	२	१	I
2	உ	೨	౨	२	२	२	II
3	ங	೩	౩	३	३	३	III
4	ச	೪	౪	४	४	४	IV
5	ரு	೫	౫	५	५	५	V
6	சா	೬	౬	६	६	६	VI
7	எ	೭	౭	७	७	७	VII
8	அ	೮	౮	८	८	८	VIII
9	சு	೧೦	౧౦	९	९	९	IX
10	ய க0	೧೧	౧౧	१०	२०	१०	X

சிந்து வெளி எழுத்து முறையில் 'க' வரிசை

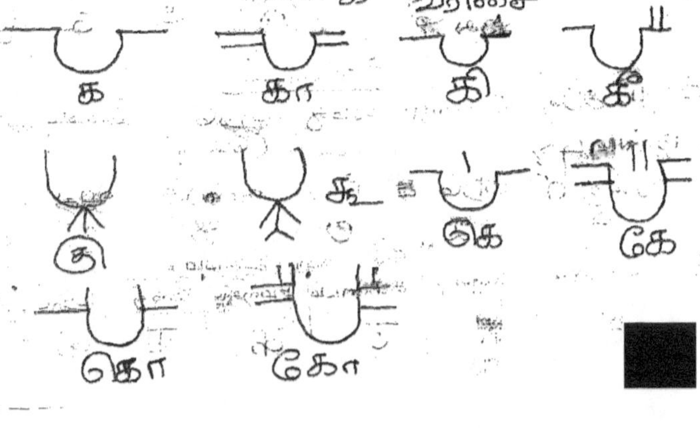

[redacted]

நான்கைப் பற்றிய இலக்கிய இலக்கணங்களின் கூற்று

நான்கு வருணத்திற்கும் தனித்தனி இடுகாடு இருந்தமையை மணிமேகலை வாயிலாக அறியலாம்.

''நால்வேறு வருணப் பால்வேறு காட்டி
இறந்தோர் மருங்கின் சிறந்தோ செய்த
குறியவும் நெடியவும் குன்று கண்டன்ன
சுடுமண் ஓங்கிய நெடுநிலைக் கோட்டமும்''

மணி :- காதை 6 : வரி 54-59.

தொல் – எழுத்து – மொழி மரபு – நூற்பா –63.

ஆறன் உருபினும் **நான்கன்** உருபினும்

தொல் – எழுத்து – தொகை மரபு 161

தொல் – எழுத்து – குற்றுகரப் புணரியல் நூற்பா 442

நான்கன் ஒற்றே றாரமாகும்

தொல் – எழுத்து – குற்றுகரப் புணிரியல் நூற்பா 453

நான்கண் ஒற்ற லகாரமாகும்.

தொல் – எழுத்து குற்றுகரப் புணிரியல் நூற்பா 462

நான்கும் ஐந்தும் ஒற்று மெய் திரியா
நான்மறை முனிவர் ஏந்துகை எதிரே.

புறநானூறு பாடல் எண் 6 வரி எண் 20.

நான்மறை = நான்கு மறைகள்

அஞ்சாமை ஈகை அறிவூக்கம் இந்நான்கும்
எஞ்சாமை வேந்தற்கு இயல்பு

திருக்குறள் - அறம் - துறவறம் பாடல் 382.

கணக்கியல்

2+2 = 4

2X2= 4

கூட்டினாலும் பெருக்கினாலும் (2யை 2 ஆல்) கிடைப்பது இரண்டின் மடங்கு ஆன நான்கு. ''2^2'' என்றும் எழுதுவர்.

வாழ்வியல்

**''என்னை என் வீட்டுக்காரன் நாலாத்தங்
கரையில் விட்டு புட்டுப் போய்ட்டான்''**

என்பது மனைவியின் பேச்சு.

''நாலு பேருக்கிட்டே சொன்னாதான் தெரியும்'' மறை பொருளை அம்பலமாக்கும் விதம்.

இலக்கிய வழக்கு

நானிலம் : குறிஞ்சி, முல்லை, மருதம், நெய்தல், பாலை என்பதில் 'பாலை' என்பது நிரந்தரம் இல்லை. மழை பெய்தால் முல்லையாக, மருதமாக நெய்தலாக மாறும். அதனால் பாலை விட்டு குறிஞ்சி, முல்லை, மருதம், நெய்தல் மட்டும் சேர்ந்த நிலங்கள் 'நானிலம்' எனப்பட்டது. இதையே தொல்காப்பியம் நூற்பா 948 அவற்றுள்

**நடுவண் ஐந்திணை நடுவனது ஒழியப்
படுதிரை வையம் பாத்திய பண்பே.**

என்றது. அவ்வேழில் நடுவில் இருக்கும், குறிஞ்சி, முல்லை, பாலை, மருதம் நெய்தல் என்ற ஐந்திணைகளுள் நடுவில் இருக்கும் பாலை நீங்கக் கடலால் சூழப் பெற்ற இந்நில உலகத்தைப் பகுத்துக் கொண்டனர். என்பது பொருளாகும்.

இந்த ''நானிலம்'' என்ற சொல் இன்னொரு வகையிலும் ஏற்பட்டதாக இருக்கலாம். தெற்கு, வடக்கு, மேற்கு, கிழக்கு என்று முதன்மை திசைகள் நான்கை வைத்து நிலங்கள் அமைந்துள்ளதால் நான்கு+நிலம் = நானிலம் என்று அமைந்து இருக்கலாம். ஒருநிலத்தின் வடப்பகுதி, தென்பகுதி, மேற்குப் பகுதி, கிழக்குப்பகுதி என்று தான் கூறுவர். தென் வடல், கிழ மேல் இப்படி, இவ்வளவு அளவு என்று எழுதுவர். அந்த நிலம் பரந்து விரிந்து இருப்பதால் நானிலம் என்றனர். 'உலகம்' என்ற சொல்லுக்கு மாற்றுப் பெயராக 'நானிலம்' என்று உருவானது.

நால்கு+நிலம் → நான்கு+நிலம் → நானிலம். அதுவே குறுகி ''ஞாலம்'' என்று ஆனது.

நாலில் → 'நால்கு' குகரம் இருக்கிறது. ஈற்றில் திசைப் பெயர்களில் 'குகரம்' அமைந்து உள்ளது. ''நானிலம்'' என்பது திசைப் பற்றி எழுந்த பெயராக இருக்கலாம். நான்கு+நிலம் =

நானிலம்→ஞாலம்; இதில்கூட நான்காம் வேற்றுமை உருபும் ‘குகரம்’ மறைந்துள்ளது ஆகும்.

 என்ற அமைப்பு கலயம் போன்று இருப்பதால் பழங்காலத்தில் ‘ககரம்’ என்பதைக் குறிக்க அசை எழுத்துக்களில் சிந்துவெளி மக்கள் இந்த குறியீட்டைப் பயப்படுத்தினார்கள்.

 என்பது சுருங்கி ‘+’ என்று தமிழியில் அமைந்து இருக்கலாம். இரண்டு பக்கமும் ஒன்றாகி என்று இரண்டும் சேர்ந்து ஆகி இருக்கக்கூடும். பின்னாளில் படுக்கைக் கோடு நீக்கப்பட்டு (1) என்று ஆகி இருக்கலாம். ஆனால் தமிழில் ஒன்று என்பதைக் குறிக்க எழுந்த குறியீடு ‘க’ ஆகும். நான்கு என்பதைக் குறிக்க எழுந்த ‘ச’ ஆகும்.8 கி.மு. முதல் நூற்றாண்டில்  என்பதே நான்கு ஆகும். நான்கு திசைகளும் ஒன்றாய் இணையும் புள்ளியை சுட்டுவதாக அமைகிறது ஐந்தாம் கோடு.

தொல்காப்பிய காலத்துக்கு முன்பு இருக்கு, யஜூர் மட்டும் இருந்து இருக்கக் கூடும். தொல்காப்பியத்தக்குப் பிறகு சாமம், அதர்வனம் எழுதப்பட்டு நான்மறை என்று குறிக்கப்பட்டு இருக்கவேண்டும்

மறைகள்	நான்கு
சாதிகள்	நான்கு
கிரந்த வருக்கங்கள்	நான்கு
தசரதனின் பிள்ளைகள்	நான்கு

இதுவெல்லாம் வடஆரியர் இராமாயண காலத்துக்குப் பிறகு கண்டறிந்த ‘நான்கு’ ஒட்டிய செயல்பாடுகளாகும். கடைச் சங்க காலத்திற்கு முன்பு எழுதப்பட்ட தொல்காப்பியத்தில் ‘‘சூத்திரர்’’ என்ற சொல் இல்லை; ஆனால் ‘சூத்திரம்’ என்ற சொல் உள்ளது.

அவற்றுள் சூத்திரந்தானே
ஆடி நிழலின் அறியத் தோன்றி. *– தொல் – பொருள்– நூற்பா 1425*

தொல் – பொருள்– மரபு – **1570** முதல் **1584** நூற்பா வரையில் தொழிலைப் பற்றி எழுந்த நூற்பா அரசர், அந்தணர், வைசியர், வேளாண் என்றுதான் வருகிறது. இதில் ‘வணிகன்’ என்ற சொல் வைசியனாக திரிந்து உள்ளது. இது இடைச் செருகலான சொல்லாக உள்ளது. இதில் ‘அந்தணர்’ என்ற சொல் அம்+தண்+(.)+அர் = அம்தணர்→அந்தணர் என்று புணர்ந்து

உள்ளது. மனதை எப்போதும் சினம் இல்லாமல் குளிர்ச்சியாக வைத்துக் கொண்டவர் அந்தணர் ஆவார்.

அம்(அகம்)+தண்+(.)+அர் = அந்தணர்.

அந்தணர் என்போர் அறவோர்; மற்றெவ்வுயிர்க்கும்
செந்தண்மை பூண்டொழுக லான்.

திருக்குறள்-பாயிரம்—நீத்தார் பெருமை – நூற்பா 30

பொருள் : எல்லா உயிர்களிடத்தும் குளிர்ந்த அருளைச் செலுத்தக் கூடியவர் அந்த துறவியரே அந்தணர் என்று கூறக்கூடியவர் ஆவார்.

இப்படியாக நாலு சாதி முறைகளைப் பற்றி எந்தப் பேச்சும் பேசவில்லை. அந்தணர் என்பவர் அருள் நிறைந்த துறவியர் ஆவார் என்று கூறுகிறது.

வேர்ச்சொல் 'சார்' என்பதைப் பற்றி தமிழில் சாரம், சாரி, சாரல், சாரை, சாரன், சாரட்டு, சார்ந்து, சார்பு போன்ற சொற்கள் உள்ளன.

13. ஐந்து

'ஐந்து' என்பதில் இப்போதுள்ள ஐகாரம் அது எண் பெயராக எழுந்த காலத்தில் இல்லை. அப்போது 'அய்ந்து' என்றே அழைக்கப்பட்டது. இதில் வியப்பு தொனிக்கின்றது. இரண்டாம் வேற்றுமை உருபு 'அய்' யும் இறந்த கால இடைநிலை 'த்'யும் 'புணர்ந்து வந்து உள்ளது.

அய்+ந்+த்+(.)+உ = அய்ந்து

ஒருவன் செயலின் பயணத்தின் பாதி வழியைத் தொட்டு விட்டால் அப்போது அவனது வாயில் உருவாகும் ஒலியன் 'அய்' என்பதாகும். அய் ⟶ த்+(.)+உ = 'அய்து' என்று இருக்கக் கூடும்.

ஒருக்கை விரல்கள் 'அய்ந்து' என்பதைக் காட்ட விரல்களைக் காட்ட, 'கைய்ந்து' என்று வந்து அதுவே பின்னால் 'ககரம்' மறைந்து 'அய்ந்து' என்று மாறி இருக்கக்கூடும். அதுவே 'அஞ்சு' என்று மாறி இருக்கக் கூடும்.

'அஞ்சு' என்று மலையாளச் சொல் உருவான காலத்தில் மற்ற வட ஆரிய மொழிகளில் 'பஞ்சு' உருவாகி இருக்கக் கூடும்.

அஞ்சு= பயந்து

திருக்குறள் 428 இல்

அஞ்சுவது அஞ்சாமை பேதமை அஞ்சுவது
அஞ்சல் அறிவார் தொழில்.

என்று அஞ்சு = பயம் என்ற பொருளில் அஞ்சு = பயந்து → பய்ந்து → பஞ்ச

பயந்து X பாய்ந்து

என்று சொல்லாக அமைகின்றது. பாய்ந்து → 'பாஞ்சு' எதிர்ச்சொல் பொருளில் என்றும் அமைந்து இருக்கக்கூடும்.

பாஞ்ச் → பஞ்ச(அஞ்சு); வியப்பு, அச்சம், துணிச்சல் பற்றி எழுந்த சொல் ஒலியன்களே அய்ந்து, பஞ்ச பாஞ்ச் என்பனவாகும். ஆற்றில் நீந்தி நட்டாறு வரை சென்றவன் பாதியிலே திரும்பினாலும், முழுமையாக மறுகரை சென்றாலும் எல்லாம் ஒன்றுதான்.

பய்ந்து(அஞ்சு) X பாய்ந்து → பாஞ்சு

''பாஞ்சு'' என்பது எதிர்ச்சொல் போல ஆரியமொழிகளில் ஏறி உள்ளது.

சிந்துவெளி எழுத்துக்களில் இரு அமைப்புகள் ஐந்தைக் காட்டுவனவாக உள்ளன.

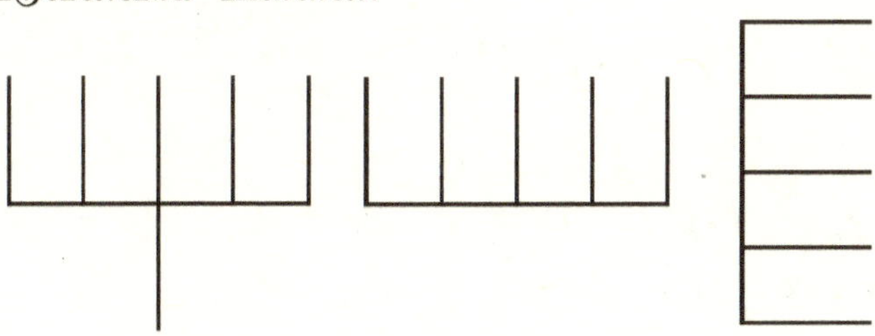

ஈ (பறக்கும் ஈ)

யா என்ற மரம்

கொடுமுடி சண்முகம் அவர்களின் சிந்துவெளி எழுத்து வாசிப்பு

ஐவகை நிலங்கள் : நிலம், நீர், காற்று, நெருப்பு, வானம்

ஐவகை திணைகள்: குறிஞ்சி, முல்லை, மருதம், நெய்தல், பாலை

ஐவர் → பஞ்சபாண்டவர்:- தருமன், பீமன், அருச்சுனன், நகலன், சகாதேவன்

ஐவகை மாநிலம் - மகதம், கோசலம், அவந்தி, குரு, பாஞ்சாலம்

ஐந்துதிராவிடம் (இன்னொரு வழி) : (பஞ்ச திராவிடம்) தமிழ், தெலுங்கு, மலையாளம், துளு, கன்னடம்.

ஐந்து திராவிடர் : (பஞ்ச திராவிடர்) தமிழர், ஆந்திரர், கன்னடர், மராட்டியர், குசராத்தியர்

கட்டை விரல் குறியீடு **கைவிரல் குறியீடு**

கைவிரல்கள் : கட்டைவிரல், பெருவிரல், பாம்புவிரல், சுண்டுவிரல் என்பதாகும். நடுவில் உள்ள மூன்று விரல்களை மடக்கிக் கொள்ள அமைவது என்பதாகும்.

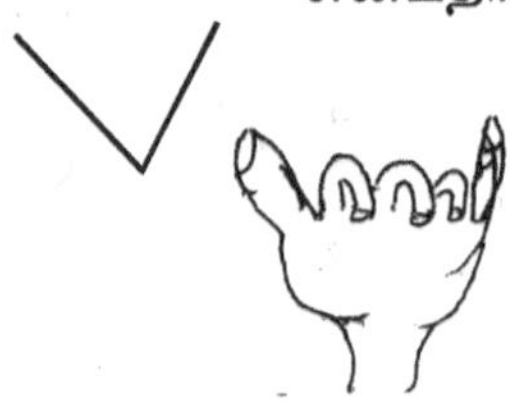

என்பதாகும்.

V = ஐந்து ***1+1+1*** = III *(3)*

V ***–1*** = IV *(5)*

V ***+1*** = VI *(6)*

V+I+I = VII *(7)*

V+I+I+I = VIII *(8)*

உரோமானிய முறையில் ஓர் எண்ணை மூன்று முறை மட்டுமே பயன்படுத்த முடியும். பிறகு விட்டு விட்டு ***14*** என்பதில் மீண்டும் பயன்படுத்தபட்டுள்ளது. அதன்படி மாற்றம் பெற்றுள்ளது.

X =*10* ஆகும்

X –I = IX *(9)*

X+I = XI *(11)*

X+V = XV *(15)*

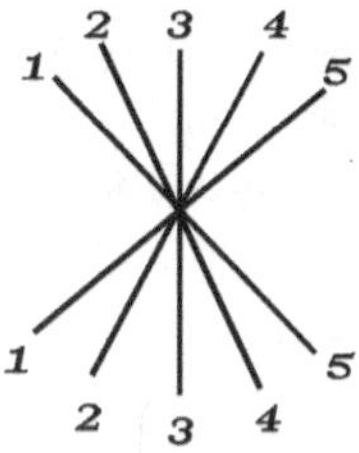

கைகளை விரித்து வலம் இடம் என்பதாக வைத்தால் இது போல் அமையும்

தமிழில் ஒன்பது என்ற எண்ணின் அமைப்பில் இடப்பக்கம் ஒன்று அமைந்தால் கழித்தல்; வலப்பக்கம் அமைந்தால் கூட்டல் என்பதாகும். *10–1=9; 9+1=10.*

பஞ்சமர் பற்றிய விளக்கம்

புராணத்தில் ஆரியர்-தமிழியர் (திராவிடர்) போர்களில் நேருக்கு நேர் நின்று போரிட்டுத் தோற்றவர் அரக்கர் அல்லது அசுரர் என்று அழைக்கப்பட்டனர். அதே அசுரர்கள் பின்னாளில் தனித்து ஒதுக்கப்பட்டுப் ‘பஞ்சமர்’ என்று கூறப்பட்டனர். ‘‘பஞ்சமர் விளக்கம்

புராணப்படி போர்க்களத்தில் நின்று ஆரியர்களுக்கு உதவியவர்கள் ‘சத்திரியர்’ எனப்பட்டனர். எதிலும் பட்டுக்கொள்ளாமல் ஒதுங்கி வாணிகம், வேளாண்மைப் பார்த்தவர்கள் ‘வைசியர்’ எனப்பட்டனர்; ஆரியர்களை எதிர்க்க முடியாமல் அவர்கள் இட்ட வேலையை ஏற்று அடிமையாய் வேலை செய்தவர்கள் ‘தஸீஸ்’ எனப்படும் ‘தாசுக்கள்’ என்றும் ‘சுத்திரர்கள்’ என்றும் ஆனார்கள். எதிர்த்து நின்று போரிட்டவர்கள். ‘‘பஞ்சமர்’’ என்று ஊருக்கு வெளியே தள்ளி வைக்கப்பட்டு ஐந்தாம் நிலையில் வைக்கப்பட்டார்கள். ஆரியர் - வைதீகர்களுக்கு ‘அரசர்கள்’ எனப்படும் ‘சத்திரியர்’ என்போர் துணையாக இருக்கும்படி ‘மனு தர்ம சாத்திரம்’ என்ற நூலை எழுதித் தன் வயப்படுத்தி விட்டார்கள். பிராமணர் பிறப்பு நெற்றி என்றும் சத்திரியர் பிறப்பு கழுத்து, மார்பு என்றும், வைசியர் பிறப்பு வயிறு, இடுப்பு என்றும், சூத்திரம், பஞ்சமர் காலில் பிறப்பு என்றும் மனு தர்ம சாத்திரத்தில் எழுதி வைத்துக் காலங்காலமாக அரசர்களை அதை நடத்தி வர ஏவி விட்டனர்.

குழந்தை பிறப்பு

ஆணும் பெண்ணும் கலவியல் கூடி ஈடுபட்டு ஆணின் விந்து பெண்ணின் கருப்பைத் தசைச் சுவரில் பட்டு ஒட்டி 'X' 'y' என்ற இரண்டும் (ஆண் விந்தும் பெண்ணின் உயிரணுவும்) ஒன்று

கலந்து கரு தரித்து வளர்ந்து பெண்ணின் வயிற்றில் குழந்தையாக கை, கால், தலை, முகம் போன்ற உறுப்புகளுடன் உரு பெறுவது கரு தரித்த ஐந்தாம் மாதம் ஆகும்.

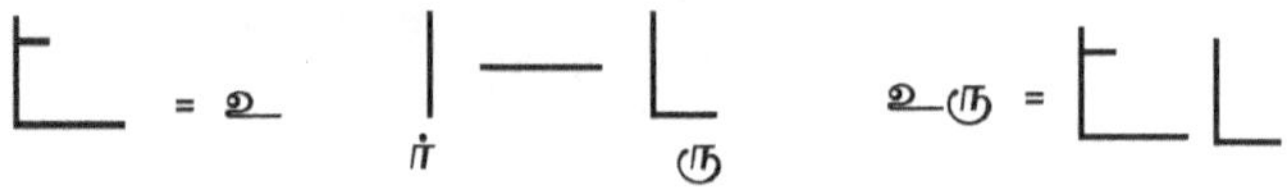

இந்த இரண்டையும் இணைத்து ‘ஐந்து’ என்ற எண்ணுக்கு ‘  ’

என்று ஆகி பின்னால் “ 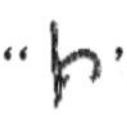 ” என்று கி.மு. முதல் நூற்றாண்டில் கல்வெட்டுகளில் பதியப்பட்டு இருக்க வேண்டும். அதுவே

கி.மு.1 கி.பி.1 கி.பி.2 கி.பி.3 கி.பி.4 கி.பி.10 கி.பி.13 கி.பி.20

இதுவே வட மொழியில் ‘க்ரு’ என்ற உயிரும் அல்லாத மெய்யும் அல்லாத ‘அலி’ எழுத்து உருவாகி வர காரணமாக அமைவது இருக்கும்.

ऋ இந்தி ऋ சமற்கிருதம்

இந்த எழுத்து தமிழிய மொழிகள் (திராவிட மொழிகள்) வரை வந்து ஏறி உள்ளது. மலையாளம், கன்னடம் தெலுங்கில் இந்த எழுத்து உண்டு. தமிழில் அந்த எழுத்து இல்லை.

இந்த எழுத்து தமிழியில் (தமிழ் பிராமி) கி.மு. முதலே தமிழில் இல்லை. அதனால் தமிழி எழுத்துக்கள் தமிழில்தான் கண்டு பிடிக்கப்பட்டு வடமொழியில் மகா அசோகர் காலத்தில் பிராமியாக உருபெற்றது. தமிழில் புள்ளியுடன் இருந்தது. ‘உட்பெறு புள்ளி உருவாகும்மே’ நூற்பா *14*

“மெய்யின் இயற்கை புள்ளியொடு நிலையில்”

தொல் - எழுத்து - நூரல் - நூற்பா 15

முதலில் வரிவடிவம் தமிழில் தோன்றி பிறகு பிராகிருதம், பாலியில் நுழைந்து, தெலுங்கு, கன்னடம், மலையாளம், சென்று சேர்ந்துள்ளது என்பதற்கு ‘க்ரு’ வடிவங்கள் தமிழில் இல்லாமையே ஆகும். பின்னால் அந்த எழுத்த உருவாக்கப்

பட்டது. அந்த நிலையில் தமிழில் இருந்து வரிவடிவம் எடுத்துக் கொள்ளப்பட்டது. தொல்காப்பியத்தில் தொடக்கம் முதல் புணரியல் முடிய ''புள்ளி'' என்ற சொல் பல இடங்களில் வருகின்றது. கல்வெட்டில் புள்ளி இருந்து மறைந்தது. அல்லது கல்வெட்டு தச்சர் தமிழர்கள் இல்லை என்பதே பொருள் ஆகும்.

தமிழ் எண் ஐந்து 'ரு'

தொடக்கக் காலத்தில் 'ரு'க்குப் பதிலாக மொழியியல் வேறு எழுத்தும் கணக்கியலில் வேறு எழுத்தும் இருந்து வந்து உள்ளன. பிறகு கி.பி.13 ஆம் நூற்றாண்டில் மொழியியல் 'ரு' கணக்கியல் '5'க்கு நுழைக்கப்பட்டது.

கி.மு.முதல் நூற்றாண்டில் ரு – '' என்பதாகும்

கி.மு.முதல் நூற்றாண்டில் 5 – '' என்பதாகும்

'ரு' எழுத்த உரு முனைவர் கொடுமுடி சண்முகம் அவர்களின் ஆய்வின்படி ஆகும்.

எண்ணுரு கா. அப்பாதுரையார் ஆய்வின்படி (5)  என்பதாகும். இரண்டும் ஒன்றாய் இணையும் காலத்தில் அரேபியர் எடுத்துச் சென்று உலகுக்கு அறிமுகப்படுத்தினர்.

'5' அரபு தற்போதைய எண்ணு '  ' என்பதாகும். அதில்

பாதி வடிவம் '' என்பதாகும். அதுவே ஆங்கில எண் '5' ஆக

மாறியது. இது தமிழ் எண் ரு வை ஒத்து அமைந்து உள்ளது.

''பஞ்சமர் 'வில்' பிடித்து பயிற்சி பெற உரிமை இல்லை'' என்பது ஏகலைவன் கட்டைவிரல் '–' ஐந்தாம் விரலை வாங்கப்பட்ட நிகழ்ச்சி ஆகும். திராவிட (தமிழிய) வேர்ச்சொல்லாக மொழியிலார் 'சய்ந்து' என்பதைக் குறிப்பர். (Cayntu)

சய்ந்து → ஐந்து

ஆனால் பெரும்பான்மைத் திராவிடமொழிகளில் 'ஐ' என்பதன் அடிப்படையாக எழுந்துள்ளது. 'ஐந்து' என்பது கைவிரல்கள் 'ஐந்தை' நினைவூட்டுகிறது. 'கை' என்பதன் திரிபு 'ஐ' ஆகும்.

அய்ந்து, ஐந்து, அஞ்சு - தமிழ்
ஐது – தெலுங்கு, கன்னடம்
சேதுக் – பர்ஜி
ஸையுங்க – கதபா
ஸிங்கி – குயி
மலையாளம் – அஞ்சு
துளு – ஐனு

கன்னடத்தில் ஒன்பதை – ஒம்பத்து என்றும் பத்தை –ஹத்து என்றும் இருபதை – இப்பத்து என்றும் இருபத்து ஒன்றை – இப்பத்தொம்பது என்றும் ஆனால் பதினொன்றை –ஹன்னொந்து என்றும் அந்த எண்கள் 11, 12, 13, 14, 15, 16, 17, 18, 19 ஆகிய எண்களை ஹத்து என்றே தொடங்கி அழைக்கப்படுகிறது. மற்றபடி 20, 30, 40, 50, 60, 70, 80, வரை 'பத்து' என்றே தமிழின் சாயலில் அமைத்துள்ளன. ஆனால் பத்தும் 11, 12, 13 ....19 வரை ஹத்து என்று கூறப்படுகிறது. தமிழிய மொழிகள் (திராவிடமொழிகள்) எல்லாம் தமிழை மையமாக வைத்தே எண்களை அழைத்துள்ளன. ஐநூறு(தமிழ்) -ஐநூறு(கன்னடம்) இரண்டு ஒலியன்களும் ஒன்றாக உள்ளன. 'ஐம்பது' என்பதை 'ஐவத்து' என்று கன்னடத்தில் கூறப்படுகிறது.

ஆக திராவிட மொழிகள் அனைத்தும் ஒரு குழுவாய்க் கூடி வாழ்ந்து பிரிந்தது போலவே அமைந்து ஒலிக்கின்றன. அது இலெமூரியாவா? அல்லது குமரிநாடா? அல்லது இந்தியா முழுமைக்கும் தமிழ் ஆட்சி மொழியா? என்றால் இந்தியா முழுமைக்கும் ஆரியர் இந்த நாட்டுக்கு வருவதற்குமுன் தமிழிய மொழி(திராவிட மொழி) யே (தமிழ்) ஆட்சி மொழியாக இருந்து இருக்கவேண்டும்.

 என்ற 'அயந்து' ஒலியன் உருவம் பின்னால் **ய** என்று மாறி யகர எழுத்தாக மாறியது. இது இரண்டு கோடுகளாக **య** உருமாறி சமற்கிருதமாக மாறியது. அய்= **ய** என்று மாறி இருக்கக்கூடும்; ய்+(.)+அ ='ய' ஆகும். 'அய்' இன் பிம்ப மாற்றம் 'ய' ஆகும்.

பெருமுக்கல் உருவ எழுத்து முறைப்படி அய்  என்று உள்ளது என்று சிந்துவெளி எழுத்துக்களைப் படித்த சந்திர ஜீவா அவர்கள் கூறுகிறார். கீழவாலை எழுத்து முறைப்படி  என்பது 'சய்ய' என்று அவரது நூலில் கூறுகிறார். பொதிகை மலைக் குகை(தமிழ்நாடு) எழுத்துப்படி  என்பதே 'அய்' என்கிறார்.

கொடுமுடி சண்முகம்  என்பதே 'ஐ' என்கிறார்.

அவர்தான் சிந்துவெளி எழுத்தில்  என்பதே அய் என்கிறார்.

அறிஞர் குலசேகரன் வாசிப்புப்படி  என்பதே 'அய்' என்று கூறுகிறார் 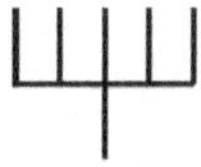 என்பதில் யாறு என்ற குறியீடும் உள்ளது.

வட்ட எழுத்து காலத்தில்  என்று பாண்டியநாட்டிலும்  என்று சேரநாட்டிலும் 'ஐ' உருவாகி எழுதப்பட்டது. இதுவே 'ஐ' என்று வளர்ந்துள்ளது.

மலையாளிகளால் 'ஐ' என்பதை 'அய்' எனக் கொண்டு, அஞ்சு, பதிநஞ்சு, அன்பது, அஞ்ஞூறு, அய்ஞ்ஞாயிரம் என்று அழைக்கப்படுகின்றன. இதைக் கொண்டே சோழ, பாண்டிய, தென் கொங்கு பகுதிகளில் இருந்து மேற்குப் பகுதி(மேலைக் கடற்கரை) யான சேரநாடு தனியே பேச்சு வழக்கில் தனித்து ஒதுங்கி சென்றவைகளில் இதுவும் ஒன்று ஆகும்.

தெலுங்கில் ''ஐது'' என்றே நகரத்தை நீக்கி பேசுகிறார்கள். பதினைது, யாபை(ஐம்பது) என்று பேசுகிறார்கள். ஆனால் ஐந்தாம் வேற்றுமை என்பதை 'பஞ்சமீ விபக்தி' என்றே அழைக்கப்படுகிறது. தமிழ் பாதி பிராக்கிருதம் பாதி என்று தெலுங்கு வழங்குகிறது. எண்களின் பெயர்களைத் தெலுங்கு, கன்னடம் தமிழின் சாயலில் அழைத்து விட்டு எட்டு

வேற்றுமைகளை சமக்கிருத சாயலில் அழைக்கின்றன. இதனால் தெலுங்கு, கன்னடத்தில் எட்டு வேற்றுமை இலக்கணம் கண்டுபிடிப்பு சமற்கிருதத்தை வைத்து பிற்காலத்தில் உருவாக்கப்பட்டன மலையாளம் வேற்றுப் பெயர்கள் சமற்கிருதத்தை ஒட்டியே வருகின்றன.

வடமொழிகளில் பிராக்கிருதம் ‘பஞ்ச’ என்றும் சமற்கிருதம் ‘பஞ்ச’ என்றும் இந்தியில் ‘பாஞ்ச்’ என்றும், குசராத்தியில் பஞ்ச என்றும், மராத்தியில் ‘பஞ்ச்’ என்றும் என்று கூறுகின்றனர். ஆங்கிலம் 'Five' என்றும் அமைகின்றது. எல்லாச் சொற்களும் ‘பஞ்ச்’ என்பதையே வேர்ச் சொல்லாகக் கொண்டு வழங்குகின்றன.

அடர்த்தியற்ற எளிய பொருள்களான இலவம் பஞ்சு, பருத்தி பஞ்சு என்பவைகள் அடர்த்திக் குறைவானது ஆகும். ‘அஞ்ச்’ என்பதின் மொழி திரிபாகக் கொண்டு ‘பஞ்ச்’ உருவாகி இருக்கலாம். பஞ்சம், பஞ்சைப் பராரி (ஏழை) என்பன இல்லாமை, வறுமையைக் காட்டுகின்றன. உணவுப் பஞ்சம், துணிப்பஞ்சம், என்பன வறுமையைக் காட்டுகின்றன.

வறுமை, அச்சம் என்பனவற்றால் எழுந்த சொற்கள் ‘அஞ்சு’, ‘பஞ்ச’ என்பனவாகும்.

அ, ஈ, ஊ, ஏ, ஐ, ஓ, ஔ என்னும் அப்பால் ஏழும்

ஈரளபு இசைக்கும் நெட்டெழுத் தென்ப.

தொல் – எழுத்த – நூன்மரபு – மாத்திரை நூற்பாவில் வருகிறது.

தமிழ்நாட்டில் வெட்டப்பட்ட கல்வெட்டுகளில் உயிர்மெய் ரை, சை குறிக்கப்பட்ட விதம்

14. கல்வெட்டுகள் ஆய்வுகள்

அழகர் மலை

1. அழகர் மலை கல்வெட்டில் ‘மதிரய்’ -(மதுரை) என்று எழுதப்பட்டு உள்ளது. (முற்கால கல்வெட்டு)

2. அதே அழகர் மலை மூன்றாவது கல்வெட்டில் ‘மாத்திரை’ என்று மதுரையைக் குறிக்கிறது. மதுரை உப்பு வாணிகனைப் பற்றி கூறுகிறது.

3. அதே அழகர் மலைக் கல்வெட்டு எட்டில், திரைநாடன் என்று எழுதப்பட்டுள்ளது.

4. ஒன்பதாவது கல்வெட்டில் 'அரைய' என்று உயிர்மெய் ''ரை'' போட்டு எழுதப்பட்டுள்ளது.

5. பதினோராவது கல்வெட்டில் 'அறுவை' என்று 'வை' என்ற உயிர்மெய் எழுத்து எழுதப்பட்டு உள்ளது.

இதில் காலத்தால் மூத்தது முதல் கல்வெட்டு ஆகும்.

முத்துப்பட்டி கல்வெட்டு

1. 'சைய' விந்தை ஊர் என்று உயிர்மெய் எழுத்தில் குறிக்கப்பட்டுள்ளது

2. இரண்டாவது கல்வெட்டில் 'அதை' என்று குறிக்கப்பட்டுள்ளது.

ஆனைமலை கல்வெட்டு

'உறையுள்' எனறு முதல் கல்வெட்டில் 'றை' உயிர்மெய் குறிக்கப்பட்டுள்ளது. ஆனால் 'ஐகராம்' முதலில் வந்த கல்வெட்டுகள் இல்லை.

திருநாதர் குன்றம் வட்டெழுத்து கல்வெட்டு

இதன் ஐகாரம் முதலில் வருகிறது

'ஐம்பத்தேழன' என்று சொல்லின் மூலம் 'ஐம்பது' என்ற எண் காட்டப்பட்டுள்ளது. வட்ட எழுத்து முறையாகும். இதுஏறக்குறைய கி.மு. முதல் நூற்றாண்டில் வெட்டப்பட்ட எழுத்தாகும். இவ்வளவு கல்வெட்டுகளில் ஐகாரம் முதலில் வருவது இதுவே ஆகும்.

ஐகாரம் குறியீடு  ஆகும் .

சந்திர நந்தி ஆசிரியர் என்பவர் வடக்கிருந்து உயிர் விட உண்ணா நோன்பு இருந்த நாட்கள் ஐம்பத்தேழு என்பார்.

இது களப்பிரர் காலத்துக்கு முன்போ அல்லது களப்பிரர் காலத்தின் முன்பகுதியிலோ வெட்டப்பட்டு இருக்கலாம்.

கல்வெட்டுகளில் 'ஐகாரம்' இல்லையே; அப்படியானால் தொல்காப்பியத்தின் ''ஐகாரம்'' முதலில் வரும் கல்வெட்டு மட்டுமே ஆகும்.

இன்னொரு செய்தியையும் உணரவேண்டும். 'கல்தச்சர்' அரை குறை தமிழ் கற்று அறிந்தவர்கள். பிறப்பால் தமிழர் இல்லை. அதனால் தப்பும் தவறுமாக வெட்டி உள்ளார்கள்.

ஐகாரம் பயன்படுத்த வேண்டிய உயிர்-'ஐ' காரம் பயன்பாடு சொற்கள் கல்வெட்டுகளில் இல்லை. கல்வெட்டுகளில் பிராகிருத மொழியும் தவறுகளும் கலந்தே வருகின்றன. முதலில் ஒரே ஒரு மொழி தமிழ் பேசும் பிறப்பால் தமிழர் கல்வெட்டுகளை வெட்டவில்லை என்பதை நினைவில் கொள்ளவேண்டும்.

சான்று : - 'மதிரய்' என்பதை 'மத்திரை' என்றும் தவறாக எழுதப்பட்டுள்ளது. 'சொம்மீதீன் வழுதி' என்றும் எழுதப்பட்டுள்ளது. இது தமிழாக இல்லை.

சொல் விளக்கம்

ஐம் பொன் = பஞ்ச உலோகம்

ஐம்புலங்கள் = மெய், வாய், கண், மூக்கு, செவி என்பனவாகும். இதை வட நூலார் சிறிது மாற்றி 'ஐந்திரியம்' என்பதை 'இந்திரியம்' என்பர்.

ஐயர் = புலவர், சான்றோர், முனிவர், முனைவர், தலைவர் என்ற இவர்களை மொத்தத்தில் அழைக்கும் சொல் 'ஐயர்' ஆகும்.

'ஐயர் யாத்தனர் கரணம் என்ப'

தொல்காப்பியம் நூற்பா. இது பிற்காலத்தில் பிராமணர்களை மட்டும் குறிக்கும் சொல்லாக சாதிப்பெயராக மாற்றப்பட்டது. இதற்கு முன்பு ஆசிவகக் கடவுளாகக் காட்டப்படும் கடவுளை அழைக்கும் 'ஐயனார்' என்பதாகும். ஐயனாரின் கோயிலுக்கு 'ஐயன் பாழி' என்று கடைச் சங்கக் காலத்தில் கூறினார்கள். அதுவே பிற்காலத்தில் 'ஐயப்பன்' ஆக மாறியது.

ஐயை: பார்வதி, உமா, காளி, ஈசுவரி, அம்பிகை என்ற ஐந்து பெயர்களும் சேர்ந்த ஒரு பெயர் 'ஐயை' இது சிலம்பில், மணிமேகலையில் வரும் சொல்லாகும்.

ஐயோ: அச்சம், இரக்கம், துயரம், சினம், வெகுளி போன்ற எட்டு மெய்ப்பாடுகளின் போது 'வெகுண்டு' அறியாமல் எழுந்து வரும் 'சொல்' 'ஐயோ' ஆகும்.

ஐராவதம் : ஐந்து திறன்களை அடக்கி ஆளும் ஐந்திரன்-இந்திரன் என்பானின் யானை 'ஐராவதம்' என்பதாகும்.

இந்த ஐந்திறன்→ ஐந்திரன் ஆகி இந்திரன் ஆகி ஆரியர் தலைவனாக ஆக்கப்பட்டு, இந்திரப்பதவி ஒன்று ஆரியர்களிடம் உருவாக்கப்பட்டது.

ஐ+(.)+அம் = ஐயம்; ஐந்து வழிகளில் ஒருவன் அமைதி கெட்டு ஐயம் வரும்; ஐ= ஐந்து; அம் = அமைதி; காதல், கற்பு, செல்வம், வறுமை, செல்லும்வழிகளைக் கொண்டு, 1. நடத்தை, 2. செல்வம், 3. நோய், 4. கற்றல், 5. செல்லும்வழி என்ற ஐந்தில் 'ஐயம்' வந்து அமைதி கெடும்.

ஐராவதம் : போர்க் களத்தில் மிகுந்த ஊக்கத்துடன் 'ஐ+ரா+வதம்' வியக்கும்படி இராட்சதர்களை (அரக்கர்) (பழந்தமிழரை) வதம் செய்த யானை 'ஐராவதம்' ஆகும்.

பஞ்சநதம்(திருவையாறு) சிறு பஞ்சமூலம் (பதினெண் கீழ்க்கணக்கு நூல்) போன்றவை வடவர் கூட்டுறவால் தமிழில் புகுந்தவை. அந்த காலக் கட்டத்தில்தான் 'பஞ்ச மரபு' 'ஐந்து மரபு' என்பதை தலைப்பு மாற்றி இசை நூலாக எழுதப்பட்டதாக இருக்கவேண்டும்.

தொல்காப்பியம் 'ஐந்தை'ப் பற்றி கூறுவன

1. **அ இ உ எ ஒ என்னும் அப்பால் ஐந்தும்**
   ஓரளவு இசைக்குங் குற்றெழுத் தென்ப.
   தொல் – எழுத்த – நூன் மரபு – நூற்பா 3

இதில் ஐந்து என்ற சொல் வருகிறது.

2. இரண்டாம் வேற்றுமை உருபு ''ஐ'' ஆகும். இதைத் தொல்காப்பியம்.

இரண்டாகு வதே
ஐயெனப் பெயரிய வேற்றுமைக் கிளவி
எவ்வழி வரினும் வினையே வினைக் குறிப்பு
அவ்விரு முதலில் தோன்றும் அதுவே.
தொல் – சொல் – வேற்றுமை – நூற்பா – 555

சாத்தன் படத்தை வரைந்தான்
அண்ணன் தம்பியைக் கொன்றான்.

மேலே உள்ள சொற்றொடர்களில் ஐகாரம் வந்து பொருளை உணரச் செய்கிறது. சாத்தன் – எழுவாய்; வரைந்தான் – பயனிலை இந்த ஐகாரம் உணர்ச்சி மேலிட்டு எழுந்ததாகும்.

அண்ணன் தம்பி கொன்றான். இதில் யார் யாரைக் கொன்றது அறிய முடியவில்லை. இதில் இரண்டாம் வேற்றுமை 'ஐ' 'உருபு' நுழைந்தவுடன் பொருள் எளிதில் புரிகிறது. ஆனாலும் ஐந்துக்கும் வேற்றுமை உருபு ''ஐ'' என்பதற்கும் தொடர்பு பொருள் முறையில் உறவு இல்லை. வேண்டுமானால் வியப்பு என்பதைக் கொண்டு எழுந்தவை என்று கூறலாம்.

கன்னடத்தில் 'அன்னு' என்பதே இரண்டாம் வேற்றுமை உருபு ஆகும். தெலுங்கில் 'அனு' 'இனி' 'உனி' என்பன வேற்றுமை உருபு ஆகும். மலையாளத்தில் 'எ' என்பதே இரண்டாம் வேற்றுமை உருபு ஆகும். என்னெ, நின்னெ அவனெ, அவளெ, அதனெ, அவயெ, அவரெ என்பதில் 'எகரம்' ஒலிக்கிறது.

தெலுங்கு

'ஐ' வேற்றுமை பாலுனி, புஷ்பமுனு, ராமுனி என்பனவற்றில் (தெலுங்கில்) அனு, இனி, உனு என்பனவாக ஒலிக்கிறது.

கன்னடம்

பாலகனன்னு நோடு (பையனைப் பார்)

அண்ணனன்னு கரே (அண்ணனைக் கூப்பிடு)

இந்தி

இரண்டாம் வேற்றுமை உருபு 'கோ'

மஜ்கோ, ஹம்கோ, தும்கோ, ஆப்கோ

ஐகாரத்துடன் தொடர்பு இல்லை. சமற்கிருதத்தில் நம், நே, நாநி என்பவைகளே பெரும்பாலும் வருகின்றன. இரண்டாம் வேற்றுமை உருபு சொல்லுக்குச் சொல் மாறுபடுகிறது. இது மேதைகளின் மொழியாதலால் பாமரத்தனம் இதில் இல்லை. பாமரமக்கள் அறிந்து உச்சரிக்க முடியாது. பேச முடியாது.

தமிழின் 'ஐ' யை ஒட்டியே தெலுங்கு, கன்னடம், மலையாளம் அன்னு, அணு, இனி, உனி, எ, என்று வருகின்றன.

15. சில ஊர்களின் பெயர்கள்

திருவையாறு : திரு+ஐ+ஆறு; அய்ந்து ஆறுகள் பாயுமிடம் ஆகும். ஊரைச் சுற்றி கொள்ளிடம் காவிரி, வெண்ணாறு, வெட்டாறு, குடமுருட்டியாறு என்று ஐந்தாறுகள் பாய்கின்றன.

திரு= அழகு, செல்வம், வனப்பு, சிறப்பு, உயர்வு என்று பொருள்கள் உடையது.

திர்+(.)+அம் = திரம் → அத்திரம் → அஸ்திரம்.

திர்+(.)+இ = திரி → திரிபு

திர்+(.)+உ = திரு → திரு = அழகு, சிறப்பு;

உயர்வு போன்ற திரங்கள் உறையும் ஒன்று (ஒருபொருள் அல்லது ஆள் அல்லது இடம்)

திர்+(.)+ஐ = திரை = கடலலை; கடல்

திர்+(.)+அல் = திரல்;

திர்+(.)+அள் = திரள் → முகில் திரள்

திரள் → திரட்டு, திரண்டு, திரண்ட, திரட்டி

வை+த்+திரம் = வைத்திரம்; மனிதனை ஆடைகள் திரமாக வைத்து இருத்தல்; வைஸ்திரம் → வஸ்திரம்

செம்+(.)அ+திரம் → செமத்திரம் → சமுத்திரம்.

ஐயலூர், ஐயன்பாளையம், ஐயன் வாய்க்கால் போன்ற ஊர்களும் கால்வாய்களும் உள்ளன. ஐயாறு என்ற ஆறும் உண்டு. திருவையாறு என்ற பெயர் மிகப் பழங்காலத்திலேயே ஏற்பட்டுவிட்டது. இல்லையெனில் 'பஞ்சநதியின் ஊர்' என்று ஏற்படுத்தி இருப்பர். 'பஞ்சநதம்' என்று சொல் உருவாகியும் சரியானபடி வழக்குக்கு வரவில்லை 'பஞ்ச' என்று அழைக்கப்படும்.

சில

பஞ்ச மரபு = இசை நூல்

பஞ்ச கல்யாணி = ஒரு குதிரையின் பெயர்

நான்கு கால்களிலும், முகத்திலும் வெண்மை நிறமுள்ள சிவப்புக் குதிரையின் பெயர் பஞ்சக் கல்யாணி. (கோனார் தமிழ் அகராதி)

பஞ்ச தந்திரம் = ஐந்து தந்திரம்; ஒரு நூல்.

பஞ்ச நதிகள் பாயும் இடம் பாஞ்சாலம் → பிற்காலத்தில் 'பஞ்சாப்' என்று அழைக்கப்பட்டது.

பஞ்சவர்ணக்கிளி = ஐந்து நிறங்களைக் கொண்ட கிளி

பஞ்ச பாண்டவர் :- தருமன், பீமன், அருச்சனன், நகுலன், சகாதேவன்.

பஞ்சேந்திர தைலம் = இனிப்பு, புளிப்பு, உப்பு, உறைப்பு, கசப்பு உடைய தைலம்

பஞ்சநாதன் : ஐந்து வகை பூதங்களுக்கும் தலைவன்.

பஞ்சாட்சரம் : 'சிவாய நம' என்பதாகும். இது உண்மையில் ஐந்து உயிர்க் குறில் எழுத்துக்களைக் குறித்ததாகும். அ, இ, ஈ, எ, ஒ என்பனவாகும். ஆரிய மொழிகளில் குறில் எகரம் இல்லாததால் இந்த 'பஞ்ச அட்சரம் ' சைவக் குறியீடாக மாற்றப்பட்டது. மேலே கண்ட அனைத்தும் கடைச்சங்கக் காலத்திற்குப் பிறகு ஏற்பட்ட வழக்காறு ஆகும்.

புறநானூறு 2வது பாடலில் சேரமான் பெருஞ்சோற்று உதயஞ்சேரலாதனை முரஞ்சியூர் முடிநாகராயரின் பாடல் வரிகளில் 13வது வரி பஞ்சபாண்டவர்களைப் பற்றிக் கூறுவன:

''அலங்குகளைப் புரவி ஐவரொடு சினைஇ'' என்று கூறுகிறது. இது போன்ற ''பஞ்ச'' என்ற சொல் தமிழின் பாடலில் நுழைந்து இருந்தால் அது உண்மையில் பிற்கால வழக்காறாகும். அதைப் போல 'பஞ்ச மரபு' என்ற இசை நூலின் பெயர் பழங்காலத்தில் 'அஞ்சு மரபு' அல்லது 'ஐம் மரபு' என்றே இருந்து பிற்காலத்தில் பெயர் மாற்றம் பெற்று இருக்கும். ஐந்திசை என்றே பழங்காலத்தில் பஞ்சமரபு நூலின் பெயர் இருந்திருக்கும். களப்பிரர், பல்லவர்கள் காலத்தில் அல்லது அதன் பிறகு ஏற்பட்ட சொல் வழக்காறு ஆகும். வடமொழி தாக்கம் பெரிதும் தமிழில் பாதித்த காலத்தில் தமிழுக்குள் நுழைந்த சொல்லாகும். தமிழ், தெலுங்கு, கன்னடம், மலையாளம், துளு மொழிகளில் பெரிதும் ஐந்து, ஐம், அஞ்சு வழக்காறுகள் இருப்பதால் தமிழில் பிற்காலத்தில் நுழைந்த வழக்காறு ''பஞ்ச'' என்பதாகும். தொல்காப்பியம் 'ஐந்திணை' என்றுதான் கூறுகிறது. 'பஞ்சத் திணைகள்' என்று கூறவில்லை. 'பஞ்ச' வழக்குப் பின்னால் தமிழுக்குள் புகுந்தது.

தொல்காப்பியம் 'ஐகாரம்'

ஐயமும் கரிப்பும் ஆகலும் உரித்தே

தொல்–சொல்–உரியியல்–நூற்பா 867

ஐ

'ஐ' வியப்பாகும்

தொல் – சொல் – உரியியல் – நூற்பா 868

பூக்கடையில் பூக்களை அளக்கும்போது இரு கைகளால் அள்ளி போடுதல் உண்டு. வயலில் 'நெல் நாற்று' முடிகளை ஐந்து, ஐந்தாக எண்ணி 'நூறாக' 'நூறாக' வைப்பர். ஐந்து நாற்று முடிகளை 'ஈடு' என்பர். 20 ஈடுகள் கொண்டது 'ஒரு கட்டு' என்பர்.

கொரியன் மொழியில் ஐந்து, பத்து

கொரியன் மொழியில் தமிழின் ஐந்தின் அடிமூலம் ஐ/ கை(விரல்) என்பன ஆகும். 'அய்' என்பது 'யோ' ஆகி, 'ஓ' ஆகி விட்டது. கொரிய மொழியில் 'பத்து' பதி → பசி →'பசி' என்பது பிம்ப விதிப்படி 'சிப்' ஆகிறது. சாத்தூர் சேகரனின் தமிழும் உலகமொழிகளும் என்ற நூலில் 63 ஆம் பக்கத்தில் கொரிய மொழியில் 'ஓ' என்பதும் 'சிப்' என்பதும் விளக்கம் உள்ளது.

16. ஆறு (சீா)

தமிழில் ஆறுக்கும் (6) யாறுக்கும் (நதி) தொடர்பு படுத்தப்பட்டு ஆறு எண் என்று பெயரிடப்பட்டுள்ளது.

வேர்ச் சொல்

'அற்' என்பது வளர்ந்து 'ஆற்' என்ற வேர்ச் சொல்லாக வளர்ந்து நின்றது.

ஆற்றின் ஓட்டத்தில் மணல்மேடு அல்லது ஆற்றின் கரை கரைந்து சிதையும்போது 'அற்' என்ற ஒலியன் உருவாகி 'ஆற்' மணல் 'சர்' → 'சார்' என்று சரிந்து விழும்.

'ஆற்' வேர்ச்சொல்லும் 'சார்' வேர்ச்சொல்லும் ஒன்றுக்கு ஒன்று தொடர்புடையது. ஆனால் சொற்களாக உருவானப் பிறகு, தொடர்பு அற்றுப் போய் விடுகிறது.

'அற்' → வேர்ச்சொல் (குறில் நிலை) அற் (+) + உ = அறு

ஆற் → வேர்ச் சொல் (நெடில் நிலை)ஆற் (+) + உ = ஆறு

யாற் →'ஆறு' வரும் சொல்லாகப் புணர்ந்த நிலையில் 'கங்கை யாறு' என்று மாறுகிறது.

ஆக நீரோட்டத்தில் மணல் சரிவினால் உருவான வேர்ச்சொற்களே'அற், ஆற், யாற், சர், சார்' என்பனவாகும்.

அற்+(.)+அம் = அறம்; ஆற்றொழுக்காக மாசு இல்லாமல் தடைப்படாமல் ஒரு நல்ல காரியம் பற்றி எண்ணினால், அல்லது செய்தால் அது 'அறம்' எனப்படும்.

மனத்துக்கண் மாசிலன் ஆதல் அனைத்தறன்
ஆகுல நீர பிற.

என்றார் திருவள்ளுவர்.

நான்குப் பக்கமும் கரையுள்ள குளத்தில் உள்ளடங்கிக் கிடக்கும் நீரானது அடங்கியே இருக்கும். மழை பெய்து கரையை முட்ட முட்ட உயர்ந்து கரையை அறுத்து ஓடும்போது சரியத் தொடங்கும். ஆற்றின் நீரோட்டம் கரைக்குள் உள்ளடங்கி இருக்கும். போது மணல் சரிவு சிறியதாக இருக்கும். வெள்ளம் வரும்போது ஆற்றில் ‘அற்’ ‘ஆற்’ ஒலியன் உருவாகி மணல் சரிவு, மண் சரிவு இருக்கும். அதுபோல நல்ல செயல்பாடுகளை மனம் விட்டுச் செய்ய எண்ணும் போது அது அறமாக மாறும்.

அற்+(.)+இ = அறி

புதிய புதிய செயல்பாடுகளில் ஈடுபாடு கொள்ளும் போது புதிய புதிய செயல்களைப் பற்றி அறிவு ஏற்படும். அது மனதில் அல்லது மூளையில் பதிவு ஆகி ‘அறிதல்’ திறன் மேம்பட்டு ‘கற்றல்’ ஏற்படும்.

வயல்வெளியில் நெல் விளைச்சலை ‘அரிவாள்’ கொண்டு அறுக்கும் போது ‘அற்’ ‘அற்’ என்ற ஒலியன் கிடைக்கும்.

ஒரு கன்னத்தில் அறைந்த ‘அறை’ மறு கன்னத்தில் அறையின் வலி இருக்காது. வயலில் பாத்தி பாத்தியாகக் கட்டி விதை விதைத்துத் தண்ணீர் விடும்போது பக்கத்துப் பாத்தி வரண்டு இருக்கும். அப்போது பேசப்பட்ட சொல் ‘அறை’ என்பதாகும். ‘பாத்தி’ என்ற சொல் உருவானப் பிறகு ‘அறை’ என்ற சொல் வீட்டுக்குள் வந்து விட்டது. பார்த்துப் பார்த்து பாதி பாதியாக நீர்விடுதல் ‘பாத்தி’ எனப்பட்டது. இந்த ‘அற்’ மூலம் அறம், அறி, அறிவு, அறிஞன், அறுவடை, அறை, அறன், போன்ற சொற்கள் உருவாகி விட்டன.

‘அற்’ நீண்டு மணல் நீரால் அறுத்து சரியும் போது ‘ஆற்’ ஒன்று ஒலியன் கேட்கும். அதுவே யாற்+(.)+உ = யாறு; ஆற்+(.)+உ=ஆறு என்ற சொற்கள் உண்டாகின. அதுவே முதல் நீரோட்டத்தைக் குறிக்கத் தொடங்கியது. அதனால் ‘ஆறு’ என்ற சொல் உருவானது. வைகை ஆறு, காவிரி ஆறு என்று சிறப்புச் சொல்லும் பொதுச் சொல்லும் சேர்ந்து அழைக்கத் தலைப்பட்டது.

‘நத்’ வேர்ச்சொல்

நத்+(.)+அம் = நதம்

‘பஞ்ச நதம்’ இது வடத் தமிழ்ச் சொல்லாகும் பின்னால் பிராகிருதம், வழியாக வடமொழி சமற்கிருதமாக மாறியது.

நத்+(.)+இ = 'நதி'

எப்போதும் ஈரமான இடத்தை, '''நச' 'நசன்னு' நாசமாகிக் கிடக்கு'' என்பது வழக்குப் பேச்சு. இன்னொரு வழியில் 'சத' 'சத' என்று கிடக்கு என்பர். 'நச' வில் 'ந'வும் 'சத' என்பதில் 'த' சேர்ந்து 'நத' - என்று ஆகு நிற்காமல் ஓடியதால் 'நதி' ஆனது.

ஆற்+(.)+இ = ஆறி

மறை = தடு, இரகசியம்;

(ம்+அ)+(ற்+ஐ) = இடவலம் மாற்றம்

பிம்ப மாற்றம்

(ற்+ஐ)+அ+ம்= ற்+ஐ+அ+ம் = ரூம் மறை = ரூம்; Room

சூடாக உள்ள ஒரு பொருள் குளிர்ந்து வேதியியல் மாற்றம் அடையும்போது 'ஆறி' ப் போச்சு என்பர். அதுவே மனத்தில் சினம் பற்றி எழுந்து அடங்கும்போது ''ஆறு மனமே! ஆறு மனமே!'' என்று கூறுவர். கணவனை இழந்த மனைவியைத் திடப்படுத்த 'ஆறுதல்' கூறுவர்.

ஆற்+(.)+ஐ = ஆறை அறையின் வலி இருக்காது. வயலில் பாத்தி பாத்தியாகக் கட்டி விதை விதைத்து தண்ணீர் விடும்போது பக்கத்துப் பாத்தி வரண்டு இருக்கும். அப்போது பேசப்பட்ட சொல் 'அறை' என்பதாகும். 'பாத்தி' என்ற சொல் உருவானப் பிறகு 'அறை' என்ற சொல் வீட்டுக்குள் வந்து விட்டது. பார்த்து பார்த்து பாதி பாதியாகத் தடுத்து நீர்விடுதல் 'பாத்தி' எனப்பட்டது.

ஆற்+(.)+ஐ = ஆறை → பழைய ஆறை; பழைய ஆறை ஓர் ஊரின் பெயராகும். 'பழைய ஆறை' யில் பழைய பழங்காலச் சோழர்களின் வாரிசுகள் இருந்து பல்லவ அரசு, முத்தரைய அரசுகள் வீழ்ந்தபோது எழுச்சிப்பெற்று பிற்காலச் சோழர்களாகப் பரிமளித்தது. அதைச் செய்தவன் விச(ஜ)ய ஆலயச் சோழன் என்பவன் ஆவான். சிறந்த அரசன் முதலாம் இராச இராசன் ஆவான்.

ஆறை = பரம்பரை, கொடி, வாரிசு.

பழைய ஆறை = பழைய வாரிசு, பழைய கொடி 'ஐந்து' என்ற இலக்கம் ஒருக்கை விரல்கள் 'ஐந்தில்' அடங்குவன ஆகும். 'ஆறு' என்பது அடுத்த கையின் ஒரு விரலைக் காட்டி நீட்ட வேண்டும். அப்போது வறுமையில்(பஞ்சம்) மாறி செழிப்பு

நோக்கி நடைப்போடும் எண் 'ஆறு' ஆகும். ''ஆறில்லா ஊருக்கு அழகு பாழ்'' என்பது பழமொழி. ஆறு இருந்தால் வளம் பெருகும். ஐந்து விரல்கள் மட்டும் இருந்து மறுகையில் ஒருவிரலும் இல்லாது போனால் (ஊனம்) செயல்பாடு குறைவாகவே இருக்கும். ஆகவே ஆறாவது விரல் வளர்ச்சியை நோக்கி செல்கிறது. குளத்து நீர் குளத்திலே இருந்தால் பச்சையாகிப் பாசான் பிடித்துக் குளத்திலே அடங்கிப் போகும். ஆனால் மழை பொழிந்து 'கண்மாய்' வழியாக ஆறாக ஓடினால் வயலுக்குச் சென்று பாய்ந்து வளம் பெருக்கும். அதனால் தொல் பழங்காலத்தில் நீரோட்டத்தை 'ஆறு' எனவும் எண்களின் ஓட்டத்தில் ஐந்துக்கு அடுத்த எண்ணை 'ஆறு' என்றனர். இது தமிழிய மொழிகளில் எல்லாம் சென்று சேர்ந்துள்ளது. 'நதி'யைக் குறிக்கவும், 6 எண்ணைக் குறிக்கவும் 'ஆறு' என்ற சொல்லையே பயன்படுத்தினர்.

தமிழ்	கன்னடம்	தெலுங்கு	மலையாளம்	துளு
ஆறு	ஆறு	ஆரு	ஆறு	ஆஜி

தெலுங்கு மொழி வல்லினம் 'றகரத்தை' இழந்து உள்ளது. துளு மொழி ரகரம், றகரத்தை இழந்து 'ஜி' ஆக மாறி கிரந்தமாய் விட்டது.

எண்ணடி உயர்திணைப் பெயர்கள்

தமிழ்	**மலையாளம்**	**கன்னடம்**	**தெலுங்கு**	**துளு**
அறுவர்	அறுவர்	அறுவரு	அருவரு	அஜ்ஜிரு

ஆறாம், ஆறாவது, ஆறில் இவற்றில் குறிலாக மாறவில்லை; தமிழைப் போலவே தமிழின் அறுபது என்பதுபோல அறுபது(மலையாளம்) அரவை(தெலுங்கு) அறுவத்து (கன்னடம்) போன்றவைகள் ஒலிக்கின்றன.

ஆக கி.பி. பதிமூன்றாம் நூற்றாண்டிற்குப் பிறகு மலையாளமும், கி.பி.ஏழாம் நூற்றாண்டிற்குப் பிறகு தெலுங்கு, கன்னடமும் தமிழில் இருந்து பிரிந்து இருக்க வேண்டும். அதனால்தான் குறில் ஒலியன் கூட அப்படியே உள்ளன. இது எண்களால் கிடைத்த சான்று ஆகும்.

வட இந்திய திராவிட மொழிகளில் **ஆறு**

கோலமி – ஆர்

கோண்டி – ஸாருங்க்

குயி – sa:jgi

நாயக்கி – ஸாதிகு

துளு மொழியில் எண்ணடி உயர்திணைப் பெயர்கள்

தமிழ்	–	துளு
ஒருவன்	–	ஓரி (வொரி)
ஒருத்தி	–	ஓர்த்தி (வொர்த்தி)
இருவர்	–	இர்வொரு
மூவர்	–	மூவொரு
நால்வர்	–	நாலவெரு
ஐவர்	–	ஐவெரு
அறுவர்	–	ஆஜ்வெரு
எழுவர்	–	யேள்வரு
எண்மர்	–	யெண்மமந்தெ
ஒன்பதிமர்	–	வொர்மயமந்தெ
பதின்மர்	–	பத்து மந்தெ
பதினொருவர்	–	பத்தொஞ்சி மந்தெ

ஏழுக்கு மேற்பட்ட எண்ணடி உயர்திணைப் பெயரெல்லாம், எண்ணுப் பெயரோடு மந்தெ என்னும் தொகுதி பெயர் கூடி அமையும்.

முறை எண்ணுப் பெயர்

தமிழ்	–	துளு
ஒன்றாம்	–	வெஞ்சனே
இரண்டாம்	–	ரட்டனெ
மூன்றாம்	–	மூஜனெ
நாலாம்	–	நானெல
ஐந்தாம்	–	ஐனனெ
பத்தாம்	–	பத்தனெ

தொல் பழந்தமிழில் ஆறுக்கு இன்னொரு முறை இருந்து இருக்கவேண்டும். அதுவே நான்குக்கு இந்தியில் 'சார்' என்று ஏறி உள்ளது.

அதுவே ஆறாகி கிரந்தம், வர்க்கம் நுழைந்து 'ஷஷ்ட' என்று ஆனது. சமற்கிருதம் புலவர்கள், மேதைகள் மொழியானதால் ஆண்பால்,பெண்பால், பொது பால் கற்பிக்கப்பட்டன.

சமற்கிருதம்

ஆண்பால்	பெண்பால்	பொதுபால்
ஷஷ்ட	ஷஷ்டி	ஷஷ்டம்

சர் → சார் – சீர் → சீஜ் → சிக்ஸ் (Six)

மேலை ஆரிய மொழிகள்

பிரஞ்சு	ஆங்கிலம்	இலத்தீன்	கிரேக்கம்	பாரசீகம்
சீஜ்	சிக்ஸ்	Sex	Seks	அர்ரே

வட இந்திய மொழிகள்

இந்தி	குசாரத்தி	மராத்தி	சமற்கிருதம்
சஹ்	ச:	சாஸ்தா	ஷஷ்டி

ஷஷ்டி வேர்ச்சொல்லாக 'ஷஷ்ட்' கொள்ளப்படுகிறது. உண்மையில் 'சட்ட்' என்பதே வேர்ச்சொல்லாகும். தமிழில் சட்டம், சட்டி, சட்டகன், சட்டை, போன்ற சொற்கள் உருவாகி உள்ளன.பாம்பு சட்டம் என்பது படங்களுக்குப் போடப்படும் பாதுகாப்பு ஆகும். திறந்த வெளியில் இரண்டு பக்கங்கள் மட்டும் மூடி மூன்றாவது பக்கம் அகன்ற அளவில் திறந்து இருப்பது 'சட்டி' ஆகும்.

'ஆற்' மூலம் உருவானச் சொற்கள் ஆறு, ஆறி ஆறை, ஆறல், ஆறன் என்பன.

றகரம் இரட்டித்து உருவாகும் சொல் ஆற்றல்

ஆறு = வழி, பாதை, நீர்ப்பாதை

ஆற்று = வழிப்படுத்து, நெறிப்படுத்து

ஆற்றி = சொற்பொழிவு ஆற்றி; ஆற்றி = செய்து, வழிப்படுத்தி, நெறிப்படுத்தி

ஆற்றை = 'ஆறு' என்பதில் ''இரண்டாம் வேற்றுமை நுழையும்போது 'ஆற்றை' என்ற சொல் உருவாகிறது. ''ஆற்றைத் தேக்கிக் குளத்தில் விடு,'' என்பது வழக்குப் பேச்சு. தற்போது 'ஆற்றூர்' என்பது 'ஆத்தூர்' என்று ஆகி உள்ளது.

ஆற்றலை(சக்தி) நிரந்தரமாகத் தடுக்கமுடியாது;

ஆற்+ற்+(.)+ அல் = ஆற்றல்.

ஆறு(வழி) என்பதை இல்லாமல் செய்ய முடியாது. வேறு பாதைக்குத் திருப்பி விடலாம். சிந்து வெளியின் 'ஆறு' குறியீடு

 என்பதாகும். தமிழின் குறியீடு  என்பதாகும்.

மலையில் அல்லது குளத்தில் இருந்து உண்டானது 'ஆறு' என்பதைக் காட்டுகிறது தமிழின் குறியீடு ஆகும். ஆற்றின்

பின்னால் றகரத்தைக் காட்டும்  என்பதாகும்.

ஆறு மலை அல்லது குளத்தில் இருந்து உருவாகி வருவதை அசையா எழுத்தாக  என்று காட்டப்பட்டது. பிறகு அசையும் எழுத்தாக  என்று காட்டப்பட்டது மேலே கோடு போடும் முறை சிந்துவெளி அசை எழுத்து 'ஆறு' என்பதில் உருவானது ஆகும்.

ஆங்கில **'R'** என்பது மலை உருவம் **O** என்பதும் அதில் இருந்து / \ என்று பிரிவது 'ஆறு' என்பதைக் காட்டுவது ஆகும்.  என்பதாக அமைகிறது.

பிறகு எல்லா மொழிகளுக்கு **| र ர, R** என்று மாறின.

கற்பனை ஆறு

பின்னால் ஆறு என்பது பெண்ணாக உருவகம் செய்யப்பட்டு, கங்கை, காவிரி, கோதாவரி, நர்மதை, யமுனா, கிருஷ்ணா என்ற ஆறு ஆறுகள் புனிதமாகக் கொள்ளப்பட்டு 'ஆறு' எண்ணும் ஒன்றாக வருவதைக் கண்ட ஆரியர்கள் இல்லாத ஓர் ஆற்றை இணைத்து (சரஸ்வதி) ஏழு ஆறாக ஆக்கி விட்டனர். அந்த எண்ணின் பண்பு, தன்மை, சிறப்பை மாற்றி விட்டனர். 'சப்த கன்னியர்கள்' என்று அழைத்துக் கொண்டனர். 'ஆறு' என்ற

எண்ணின் சிறப்பு, உயர்வு, பண்பு மறைக்கப்பட்டது. 'சரஸ்வதி' என்பது பூமியில் ஓடாத ஆறு ஆகும். கற்பனை ஆறு ஆகும். கிரேதா யுகத்தில் ஓடியதாகக் கூறுவர்.

எண் = ஆறு (6)

நீரோட்டம் = ஆறு (நதி)

உருவம் = ஆறு கோடுகள்

'ஆறு இல்லாவிடில் அழகு இருக்காது' என்கிற சிறப்பை மாற்றவே 'கற்பனை ஆறு' புகுத்தப்பட்டது.

17. முருகன் அல்லது அழகு

தமிழ்த் தென்றல், தமிழ்ப் பெரியார் திரு.வி.க. அவர்கள் 'முருகன் அல்லது அழகு' என்ற நூலைத் திறம்பட எழுதியுள்ளார்.

தொல்காப்பியம் நிலம் - பொழுது - பெரும்பொழுது சிறுபொழுது என்று பகுக்கும்போது பெரும்பொழுதை 'ஆறு' எனக் கொண்டது. கார்-குறிஞ்சி; முன்பனியும் குறிஞ்சிக்கு உரியது; மருதம் - வைகறை; நெய்தல் - ஏற்பாடு; பாலை-பெரும் பொழுதுகள் 1. இளவேனில் 2. முதுவேனில்.

இந்த ஆறு பருவங்களும் முருகனின் ஆறு முகங்களாக மாறின. கார், முன்பனி, வைகறை ஏற்பாடு, இளவேனில், முதுவேனில் என்ற ஆறு ஆகும். இதைக் கற்பனைப் படுத்தும்போது கார்த்திகைக் குளத்தில் (இந்திய மண்) அறுவர் ஆறு ஆறுகள் (கங்கை, யமுனை, நர்மதா, கோதவரி, கிருஷ்ணா, காவிரி) கார்த்திகைப் பெண்களாக உருவெடுத்த குளிக்கப் போகின்றனர். அந்த நிலையில் உருத்திரனும்(சிவன்) பார்வதியும் கலவியில்(போகத்தில்) ஈடுப்பட்டு இருக்க, அதைக் கண்ட முனிவர்கள் வேண்டவே, உருத்திரன் விந்து விழுந்து, ஆறு குழந்தைகளாக மாறி, கார்த்திகை குளத்தின் தாமரை இலையில் கிடக்கவே, கார்த்திகைப் பெண்கள் எடுத்து வளர்க்கிறார்கள். பார்வதியால் ஒன்றாக இணைக்கப்பட்டு சூரபத்மனை அழிக்கும் ஆற்றலாக முருகனாக வளர்ந்ததாகக் கூறப்படுகிறது. இதை நுணுகி பார்த்தால் கார்(மழை) ஆறு முகம் = (ஆறுபருவங்கள்) இணைந்த ஓராண்டு, சுரபத்மன் = வறுமை; பஞ்சம் அழிக்கும் ஆற்றல்-வளம்-செழிப்பு=முருகன். திராவிடப் பண்பாடு, ஆரியப்பண்பாடு கலந்த நேரத்தில் இந்தப் புராணக் கதைகள் உருவாயின.

இந்தியத் துணைக் கண்டத்தில் அய்ப்பசி கார்த்திகை மார்கழி மாதங்களில் வடகிழக்குப் பருவக்காற்றால் மழை; பிறகு தென்மேற்குப் பருவக் காற்றால் அரபிக் கடலில் இருந்து மழை ஆக வடக்கு, வடகிழக்கு, தெற்கு, தென்கிழக்கு, தென்மேற்கு முதலிய ஆறு திசைகளில் இந்திய துணைக் கண்டத்திற்கு மழை.

கார்த்திகைக் குளம் – இந்திய மண்.

கார்த்திகைப் பெண் – ஆறு திசைகள், ஆறு ஆறுகள்.

முருகன் – அழகு, வளம், செழிப்பு

சூரபத்மன் – வறுமை, பஞ்சம்.

இங்கு சூரபத்மன் என்பது களப்பிர அரசன் கோக்கலி வர்மனைக் காட்டுகிறது. அவன் முதுகுடுமி பெருவழுதியால் வேள்விகள் செய்ததற்காகப் பார்ப்பனர்களுக்குத் தரப்பட்ட சதுர்வேதி மங்கலம் என்ற ஊர்களை, நிலங்களை மீண்டும் எடுத்து அரசுடைமையாக ஆக்கி விட்டான். அதனால் பிராமணர்கள் வறுமையில் ஆட்பட்டார்கள். அதைக் காட்ட வே நக்கீர தேவர் என்பவர் திருமுருகாற்றுப் படையை எழுதினார். களப்பிர அரசனுக்குத் தெரியாமல் மறைக்கப்பட்டு படிக்கப்பட்டது.

நக்கீரர் வேறு; நக்கீர தேவர் வேறு;
கபிலர் வேறு; கபில தேவர் வேறு;

பொய்கையார் வேறு; பொய்கை ஆழ்வார் வேறு;

இந்த எழிலைப் பற்றி விவரிக்க 'முருகு' என்று தமிழ்ப்பெரியார் திரு.வி.க கூறி விளக்கினார். கோக்கலி வர்மன் சமண சமயத்தை நாட்டில் பரப்பி அதை அரசு மதமாக ஆக்கினான். அதனால் நக்கீர தேவர் அவனைச் சூரபத்மன் என்றுஉருவகப்படுத்தினார்.

ஆறுமுகம் = ஆறு திசைகள்

கார்த்திகை மாதத்தில் தோன்றக் கூடிய ஆறு விண்மீன்களை ஆறு பெண்களாகக் கொள்ளலாம்.

பன்னிரண்டு கைகள் - 12 மாதங்கள்

விளைச்சல் பெறும் மாதங்கள் - தை, மாசி

அறுவடை செய்து விளைச்சல் பெறத் தொடங்கும் நாள் - தைப்பூசம்

விளைச்சல் வீட்டிற்கு வந்து முடிவடையும் நாள் - மாசி மகம்

விதைக்கத் தொடங்கும் நாள் - ஆடி பதினெட்டு

பருவங்கள் - ஆறு

முருகனின் முகங்கள் - ஆறு

முருகனின் படைகள் - ஆறு

கார்த்திகைப் பெண்கள் - ஆறு பேர்

குற்றிலுகரங்கள் - ஆறு.

வல்லினம் - ஆறு (கசடதபற)

மெல்லினம் - ஆறு (ஙஞணநமன)

இடையினம் - ஆறு (யரழவளல)

அறுசுவை - உப்பு, உறைப்பு(காரம்), இனிப்பு, கசப்பு, புளிப்பு, துவர்ப்பு

இலக்கியங்கள் ஆறு

ஆறு என் கிளவி முதல் நீடும்மே.

தொல்—எழுத்து— குற்றியலுகப் புணரியல் நூற்பா 458

திருக்குறள்

படைகுடி கூழ்அமைச்சு நட்புஅரண் ஆறும்
உடையான் அரசருள் ஏறு.

திருக்குறள் - பொருள் - துறவறம் - 381

இந்த குறளில் 'ஆறு' என்ற சொல் எண்ணிக்கையைச் சொல்லும் முகத்தான் வருகிறது. மேலும் திருக்குறளில் அழுக்காறு, ஒழுக்காறு போன்ற சொற்கள் 'வழி' என்ற பொருளில் வருகின்றது.

அறத்தாறு இது என வேண்டா; சிவிகை
பொறுத்தானோடு ஊர்ந்தான் இடை.

திருக்குறள்-அறத்துப்பால்-பாயிரம் பாடல் எண் 37.

அறத்தாறு = அறத்தின் வழி
இது என வேண்டா = இது என்று சொல்ல வேண்டாம்
சிவிகை = பல்லக்கு
பொறுத்தானோடு = தூக்கி செல்பவனோடு
ஊர்ந்தான் இடை = ஏறி அமர்ந்து செல்பவன்.

அறத்தின் வழி என்று இது என்று சொல்ல வேண்டாம்; தூக்கிச் செல்பவனோடு ஏறி அமர்ந்தவனை வைத்துப் பார்க்கும்போது சமூதாய ஏற்றத் தாழ்வுகளைப் பற்றி அறியலாம். இங்கே 'ஆறு' என்பது 'வழி' பயன் என்ற பொருள்களில் வருகின்றது.

'ஆறு' என்பது ஐந்துக்கு அடுத்த எண் ஆகும். ஆனால் 'பத்து' எண்ணை அடைய ஐந்து என்ற ஒருகை விரலுக்கு அடுத்த கையில் முதல் விரல். இரு கைகளையும் இணைத்த பிறகுதான் 'பத்து' என்ற எண் எண்ணுவதற்கு 'வழி' சொல்லும் அல்லது செய்யும் முதலாவது எண் ஆகும். எண்கள் அக்காலம் முதல் இக்காலம் வரை எண்கள் பத்துபத்தாக எண்ணப்பட்டு வந்தன. அதை இக்காலத்தில் 'மெட்ரிக்' என்கிறோம்.

ஆறு = வழி

இரண்டு கைகளையும் ஒன்றாகச் சேர்ப்பது சேர் → சேர்.

கிரேக்க எண்கள் முறை

எண்ணுரு :

ஒன்று *(1)*	:	A	ALPHA
இரண்டு *(2)*	:	B	BETA
மூன்று *(3)*	:	Γ	GAMMA
நான்கு *(4)*	:	▷	DELTA
ஐந்து *(5)*	:	E	EPSILON
ஆறு *(6)*	:	F	VAU PHOENCIAN
ஏழு *(7)*	:	Z	ZETA
எட்டு *(8)*	:	H	ETA
ஒன்பது *(9)*	:	0	THETA
பத்து *(10)*	:	I	IOTA
இருபது *(20)*	:	K	KAPP.

உரோம எண்ணுரு

V என்பது விரல்களில் நடு மூன்று விரல்களை மடித்துக் கொள்ள உருவாகும் அமைப்பு போல உள்ளது. அதில் ஐந்து என்பது V என்பதாக உள்ளது. நான்கு V – I = **IV**. V க்கு இடப்பக்கம் ஒன்று உள்ளது. ஆறு என்பதில் கூட்டல் முறையில் V + I = **VI** என்று வலப்பக்கம் அமைந்துள்ளது.

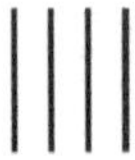

ஆறு றகரம் எழுத்துரு

நான்கு கோடுகள் வரைந்து அப்படியே விடுவது ஆறு என்ற நீரோட்ட அசையா எழுத்து குறியீடு ஆகும்.

இப்படி மேலே கோடு இடுவது சிந்துவெளி அசையும் எழுத்து ஆறு ஆகும்.

அது பின்னர்  என்று றகரத்தின் குறியீடாக அமைந்து றகரமாக மாறியது. பின்னால் இந்திய மொழிகளின் முதல் அச்சு தம்பிரான் வணக்கம் ஆசிரியர் அண்டிரிகல் குருவானர் காலத்தில் என்று மாறியது. அதையே சீகன் பால்க் என்று உருவாக்கினார்.

6 ஆறு எண்ணுரு வளர்ச்சி

கி.மு. 2-ஆம் -  கி.மு.முதல் - 

கி.பி. முதல்-  கி.பி. 4-ஆம் - 

கி.பி. 10 -  கி.பி.13 - 

கி.பி. 20 - 

பாரசீகம் மொழியில் 'ஆறு' என்பது ''அர்ரே'' ஹீப்ரு மொழியில் 'ஆறு' என்பது ''யோர்'' (ஆறு - நதி)

பூவிலே சுற்றி திரிந்து தேன்குடிக்கும் வண்டின் கால்-கால்கள் ஆறு. இதையே சிந்து வெளி மக்கள் 'ஆறு' எண்ணின் எண்ணுரு வாகக் கொண்டனர்.

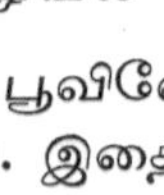 - சிந்துசமவெளி '6' ன் எண்ணுரு

விடுகதைகள்

இன்றும் பூனைக்கு எத்தனை கால்கள் என்பர். நான்கு என்றால் இல்லை 'ஆறு' என்பர். எப்படி என்றால் பூ நக்கும் வண்டுக்கு எத்தனை கால்கள் என்றல்லவா கேட்டேன் என்பர். பூ நக்கும் வண்டிற்கு ஆறுகால் என்பர்.

ஒண்டர ஆட்டுக்கு எத்தனைக் கால்கள்?

என்று கேட்பர். ஒண்டர ஆடு எங்கே இருக்கு என்று கேட்டால் மழைக்குப் போய் ஒண்டி நிற்கும் ஆட்டுக்கு எத்தனை கால்கள் என்றுதான் கேட்டேன் என்று கூறுவர்.

எட்டுக்கால், பூச்சிக்கு எத்தனை கால்கள்? என்றும் சிலர் வேடிக்கையாகக் கேட்பதுண்டு.

தமிழ்

ஆறு - எண்பெயர், வழி, நீர்வழி
அறுபது - குறிலோசை
அறுநூறு - குறிலோசை
ஆறாயிரம் - நெடிலோசை
அறுபதாயிரம் - குறிலோசை
ஆறு இலட்சம் - நெடிலோசை

மலையாளம்

ஆறு - நெடில்
அறுநூறு - குறில்
ஆறாயிரம் - நெடில்
அறுபதாயிரம் - குறில்
ஆறுலட்சம் - நெடில்

அப்படியே மலையாளம் தமிழைப் பின்பற்றி உள்ளது.

கன்னடம்

ஆறு - நெடில்
அறுவத்து - குறில்
அறுநூறு - குறில்
ஆறுஸாவிர - நெடில்
ஆறுஹத்துஸாவிர - அறுபதாயிரம்
ஆறு லக்ஷ - நெடில்

தமிழைப் பின்பற்றி சிறிது மாற்றம்

தெலுங்கு

ஆரு - ஆறு (றகரத்தை இழந்து)

அரவை - அறுபது (றகரத்தை இழந்து)

அரநூறு - அறுநூறு (றகரத்தை இழந்து)

ஆருவேயி - ஆறாயிரம்

வேயி - ஆயிரம்.

ஆயிரத்தைப் பற்றி கூறும்போது, தெலுங்கில் மாற்றம் ஏற்பட்டுள்ளது. ஆனாலும் இடையினம் ர ரகமாக ஒலிக்கின்றது. தொடக்கக் காலத்தில் எல்லாம் தமிழ் என்று இந்தியா முழுவதும் இருந்த போது தெலுங்கில் (கொடுந்தமிழ்) றகரம் இருந்து இருக்கு வேண்டும். பின்னால் 'றகரம்' 'ரகரமாக ' மாறி இருக்கவேண்டும்.

18. ஏழு 7

மொழி வரலாறு ஒலித்திரிபு

வேறு சில மொழிகளில் இன்னும் சில ஒலிகள் அடிக்கடி ஒலிக்கப்படுகின்றன. தமிழ் மொழி ழகரம், றகரம் முதலிய ஒலிகளைப் போற்றுகிறது. இந்தி முதலிய மொழிகள் ஹ, ஸ, ஷ முதலிய ஒலிகளை மிகுதியாகக் கையாள்கின்றன. ஆஸ்திரேலிய மொழிகளில் ஹ, ஸ, ஷ என்னும் ஒலிகளே இல்லை.

"The Science of Language 67இல்'' எடுத்து தமது நூலில் டாக்டர் மு.வ. page 137 இல் எழுதி உள்ளார்.

"The Science of Language" என்ற நூல் மாக்ஸ் முல்லரால் எழுதப்பட்டது.

இந்த 'றகரம்' ஒன்று, மூன்று, ஆறு, ஆகிய மூன்று எண்களில் வருகின்றது. 'ழகரம்' 'ஏழு' என்பதில் மட்டும் வருகின்றது.

ஏழு - நெடில் ஒலியன்; எழுபது - குறில் ஒலியன்

ஏழ் - நெடில் வேர்ச்சொல்

எழ் - குறில் வேர்ச்சொல்

எழ்+(.)+அம் = எழம்

எழ்+(.)+அ = எழு

எழப்போய் விழுந்தேன். ''எழும்பி ஒளிர்க'' என்பது அறிவுரை.

எழ்+(.)+இ = எழி எழ்+(.)+இல் 'எழில்' (அழகு எழுந்து உள்ளே சென்று தங்குவது 'எழில்' ஆகும்.

எழ்+(.)+உ = எழு (ஏவல் முன்னிலை வினை முற்று) எழுத்து(பெயர்)

எழுந்தான், எழுகிறான், எழுவான்-முக்காலத்தில் வருகின்ற வினைச்சொல் 'எழு'

எழு+வாய் = எழுவாய்; செய்வினைச் சொற்றொடரில் (Active Voice) பெயராக வருவது, எழுவாய் (Subject) பயனிலை (Verb) செயப்படுபொருள் (Object) என்பதாகக் கொண்டு SVO என்று ஆங்கிலத்தில் கூறுவர்.

தொல்-சொல்-வேற்றுமை - நூற்பா 549இன்படி

அவற்றுள் எழுவாய் வேற்றுமை பெயர் தோன்று நிலையே.

இதில் 'எழுவாய்' என்ற சொல் வருகின்றது.

எழ்+(.)+அல் = எழல் = எழுந்து நிற்றல்.

எழ்+(.)+ஐ = எழை

இந்த 'எழ்' நீண்டு ஒலிக்கும்போது 'ஏழ்' என்று ஆகும்.

ஏழ் +(.)+அ = ஏழ

ஏழ் +(.)+ஆ = ஏழா → ஏழாவது

ஏழ் +(.)+இ = ஏழி → ஏழின்

ஏழ் +(.)+உ = ஏழு (எண் பெயர்)

ஏழ் +(.)+ஐ = ஏழை

ஏழ் +(.)+அல் = ஏழல்

ஏழ் +(.)+அன் = ஏழன் → ஏழினது.

'ஏழ்' என்பது எழுந்து நிற்றலின் வேர்ச்சொல் 'ஏழ் என்பது ஏழ்மையின் வேர்ச்சொல். 'ஏழ்' என்பது முதல் குறுக்கம் ''எழ்'' என்பது ஆகும்.

எழுபிறப்பும் தீயவை தீண்டா பழிபிறங்காப்
பண்புடை மக்கள் பெறின்.

என்பது திருவள்ளுவரின் குறள் ஆகும். அதில் 'ஏழு' என்பது குறுகி வந்துள்ளது.

'வேற்றுமை தாமே ஏழெ்ன மொழிப'

தொல் - சொல் - வேற்றுமை - நூற்பா 546

இந்த வேற்றுமையியலில் 'எழு' 'ஏழு' என்பதை தொல்காப்பியர் கூறி உள்ளார்.

எழு சமம் கடந்த எழு உறழ் திணி தோள்
எழுவர் பூண்ட ஈகைச் செந் நுகம்.

பத்துப் பாட்டு - சிறுபாணாற்றுப்படை வரிஎண் ***113-114***

எழ்+(.)+உ = எழு → எழுத்து

எழுதினேன் (தமிழ்) – வ்ராஸிதினி (தெலுங்கு)

எழுது (தமிழ் வ்ரா (தெலுங்கு)

''கடிதம் வரைந்தேன்'' என்பதே ''வ்ராஸிதினி'' (தெலுங்கில் என்று கூறப்படுகிறது.

வரை(தமிழ்) = வ்ரா(தெலுங்கு) = எழுது

வரை(தமிழ்) - ப்ரா (கன்னடம்) = எழுது

எழுது(எழுது) - எழுதா (மலையாளம்)

தமிழில் எழுது, வரை இரண்டு சொற்கள் எழுதுவதைக் குறிக்கின்றன. தெலுங்கு, கன்னடம் 'வரை' என்பதை எடுத்துக் கொண்டு தனது சாயலுக்கு ஏற்ப மாற்றிக்கொண்டன. மலையாளம் தமிழைப் போல 'எழுதா' என்றே கூறுகிறது. எழுத்து (தமிழ்) -Letter (ஆங்கிலம்)

எழுது (தமிழ்) - லிக் (சமற்கிருதம்)

எழுது (தமிழ்) - லிகோ (இந்தி)

எழு - (தமிழ்) - உடோ (இந்தி)

'எழ்' மூலம் உருவான சொல் 'எழுது' ஆகும். 'எழு -து' = உருவப்படுத்தி; இதன் மூலம் உருவான சொற்கள் எழுது, எழுத்து ஆகியன. இதிலிருந்து மாற்றமடைந்த ஒலியன் மூலம் உருவானது 'லிக்' என்பது அறிய முடிகிறது.

ஏழு

தமிழ்	: ஏழு, எழுபது, எழுநூறு, ஏழாயிரம்
தெலுங்கு	: ஏடு, டெப்பை, டெப்பவந்த
கன்னடம்	: ஏளு, எப்பத்து ஏளுநூறு, ஏளுவத்து சாவிர
மலையாளம்	: ஏழு, எழுபது, எழுநூறு, ஏழாயிரம்
துளு	: யேள், யேளுய, யேளுநூது

கொண்டா : ஏடு

தோடா மொழியில் 'O: W' 'ஓ: வ்' என்பதாகும்.

திராவிட மொழிகளில் 'ஏழ்' என்ற ஒலியன் படிப்படியாக வளர்ந்து உள்ளன. ஆரிய மொழிகள் 'எழு' என்பதை எடுத்து 'லி' என்றாக்கி ''லிக்'' என்று மாற்றியுள்ளன. 'Litruture' என்பது எழ் லிக் Lit – Letter – Litruture என்று மாறி இருக்கவேண்டும்.

பிரஞ்சு மொழியில் சேத்(ஏழு) திஜ் சேத் (பதினேழு) ஏழு

தமிழ்	:	ஏழு எழுபது
சமற்கிருதம்	:	ஸப்த ஸப்ததி
இந்தி	:	ஸாத் ஸத்தர்
மராத்தி	:	சாத் சத்தர்
குசராத்தி	:	ஸாத் ஸீந்தேர்
ஆங்கிலம்	:	Seven Seventy
இலத்தீன்	:	Septeam

'வடவேங்கடம் தென்குமரி
ஆயிடை தமிழ் கூறும் நல்லுலகம்'

- தொல்காப்பியம் பாயிரம்

வேங்கடத்துக்கு வேறுபெயர் ஏழுமலை என்பதாகும்.

''எழுவர் மாய்ந்த பின்றை அழிவரப்
பாடி வருநரும் பிறருங்கூடி''

புறநானூறு பாடல் 158 வரிஎண் 17.

அழிந்த நெஞ்சம் மடிஉளம் பரப்ப
அஞ்சினம் எழுநாள் வந்தன்று இன்றே.

229 புறநானூறு வரிஎண் 17 ஆகும்.

கி.மு. 2-ஆம் :  *கி.மு.1-ஆம் :* 

கி.பி. 1-ஆம் :  *கி.பி.3-ஆம் :* 

கி.பி. 5-ஆம் :  *கி.பி.10-ஆம் : எ*

கி.பி. 13-ஆம் : ஏ *கி.பி.20-ஆம் : எ*

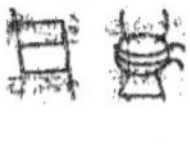 = ஏழ் → சிந்துவெளி அசை எழுத்துக்கள்

 = எழ்;  = ஏழ்

இலத்தீன் எண்ணுரு = VII

கூட்டல் முறை = V + 1 + 1 = VII

 = ஏழு (7) தமிழி எழுத்துக்கள்

'ஏழு' என்பது மூவாயிரம் ஆண்டுகளுக்கு முன்பே (தொல்காப்பியம் காலத்துக்கு முன்பே) பழந்தமிழின மொழிகளுக்கு வேர்ச்சொல் எழ், ஏழ் ஆகும். தமிழின மொழிகள் (திராவிட) என்று விளங்கக் காட்டும் சொற்களில் இதுவும் ஒன்று.

தமிழ்	:	ஏழு, எழுபது, எழுநூறு, ஏழாயிரம்
மலையாளம்	:	ஏழு, எழுபது, எழுநூறு, ஏழாயிரம்
கன்னடம்	:	ஏளு, எப்பத்து, ஏளுநூறு, ஏளு ஸாவிர
தெலுங்கு	:	ஏடு, டெப்பை
துளு	:	ஏளு, ஏளுவ, ஏளு நூறு

ஆரியர்கள் இந்தியா வருகைக்கு முன் 'ஏழு' என்று ழகர உச்சரிப்புடன் இந்தியா முழுவதும் வழங்கி வந்துள்ளது. பிறகு மெல்ல மெல்ல வடக்கே இருந்து 'ழகர' உச்சரிப்பு மாறியுள்ளது.

'ஆறு' என்பது 'அறுபது' அறுநூறு என்பதில் குறுகி ஒலிப்பது போல 'ஏழு' என்பது எழுபது எழுநூறு இரண்டிலும் குறுகி ஒலிக்கிறது. 'சாத்' அல்லது 'சப்த்' என்பதே ஆரிய மொழிகளின் வேர்ச் சொல்லாகும். வட ஆரிய மொழிகளில் 'எகரம்' இல்லை.

தமிழ்	–	ஆறு	–	ஏழு
ஆங்கிலம்	–	Six	–	Seven
இலத்தீன்	–	Sex	–	செப்தம்
கிரேக்கம்	–	Seks	–	செப்த
செர்மானியம்	–	Secks	–	செப்த
எபிரேயம்	–	Secks	–	Sabath

(மேலை ஆரிய மொழிகள்)

அதைப் போல தமிழின் வட திராவிட மொழிகள் கூறுவன:

ஆறு – தமிழ்

o:r – தோடா e:d – பர்ஜி - வட தமிழிய மொழிகள்

1. கடையேழு வள்ளல்கள் : பாரி, ஓரி, காரி, ஓய், நல்லி, பேகன், அதிகமான்.

2. 'எழுபிறப்பு' உண்டென சமணம், பவுத்தம் ஆசிவகம் போன்ற சமயங்கள் நம்பின.

3. கருநாடக இசையில் ச, ரி, க, ம, ப, த, நி, ச என்பன சுரங்கள் உண்டு.

4. பழந்தமிழர் இந்த ஏழு பண்களையும் தமிழின் நெடில்கள் ஆ, ஈ, ஊ, ஏ, ஐ, ஓ, ஔ என்று பாடினர். சரிகமபதனி ஏழு சுரங்கள் தற்காலத்தில் பாடப்படுகின்றன

5. பேச்சு வழக்கு ஏழு மலைகளை ஏழு கடல்களைத் தாண்டி பிழைக்கப் போய் வந்தேன்.

6. தமிழில் குறில் : அ, இ, உ, எ, ஒ தமிழில் நெடில் : ஆ, ஈ, ஊ, ஏ, ஐ, ஓ, ஔ என்பனவாகும்.

7. வாரத்தின் நாட்கள் ஏழு.

19. 'எழ்' 'ஏழ்'

வேர்ச் சொற்கள் பிறப்பு விளக்கம்

'எழ்' என்பதின் மூல வேர்ச்சொல் 'எல்'

எல் = சூரியன்;

பனியில், மழையில், இரவில் நனைந்து துவண்டு கிடந்த சருகுகள் கதிரவனைக் கண்டு ஈரத்தைக் கொஞ்சம் கொஞ்சமாக இழந்து பகலில் காயத் தொடங்குகின்றன. நண்பகலில் 'சர' 'சர' என்று ஓசையை யாராவது தொடும்போது எழுப்புகின்றன.

'சர'– 'சர' – சருகுகள்.

முழு நிலவு நாளில் முழு நிலவைப் பார்த்ததும் கடல் அலை குதித்து எழுந்து அலைகள் கரையை நோக்கி வந்து மடிந்து அல்... எல்... என்று ஓசையிட்டு ஆர்ப்பரித்து திரும்பும். முழு நிலவு நாளில் இரவு முழுவதும் பொங்கி எழுந்த கடல் விடியற்காலை மெல்ல அடங்கத் தொடங்கும். கடலலைகளின் ஓசை மெல்ல

'அல்' என்பது குறைந்து 'எல்' என்ற மெல்லிய ஓசை எழும். இளங்கதிரவன் தோன்றும் முன் அலையின் வீச்சு குறையத் தொடங்கும். அதை அறிந்த தொல் பழங்கால மக்கள் அல்→ அலை என்றும், அலை அடங்கும் நேரத்தில் விடியற்காலை உதயம் சூரியனையும். ஒளியையும், வெளிச்சத்தையும் 'எல்' என்றனர். 'எல்' கடலில் இருந்து கிளம்புவது 'எழ்' என்றும் இருட்டு ஆனது ஒளியால் நழுவி செல்வதால் 'எழ்' என்றும் கூறினர்.

அல் ..... அலை .... கடலலை
எல் ...... எழ்.... எழு .... ஏழு

இந்த 'ழகரம்' தமிழ், மலையாளம் இவற்றில் ஒலிப்பதாக உள்ளது. அதிலும் மலையாள மொழியில் சிறப்பாக உச்சரிக்கப்படுகிறது. தொல் பழந்தமிழர்கள் (நாகர்கள்) இந்தியா முழுவதும் பரவிபேசிய மொழி தொல்பழந்தமிழ் ஆகும். அது வட, நடு திராவிட மொழிகளில் 'ழகரம்' ஒலியன் இருந்து அழிந்து இருக்கிறது. அதற்கு ஆதாரம் தமிழ்-ஏழு. புதுக் கன்னடம்—ஏளு; தெலுங்கு – ஏடு துளு – ஏளு; கொண்டா மொழி – ஏடு என்று 'ஏழு' இருந்ததற்கான சான்றுகள் தெரிகின்றது. தமிழில் கூட பேச்சுத் தமிழில் 'ஏளு' என்றே கூறப்படுகிறது. மலையாளத்தில் மட்டும் சரியாக 'ஏழு' என்று உச்சரிக்கப்படுகிறது. 'ழகரம்' தனது பிடியை நாலாயிரம் ஆண்டு வருகின்றது. அந்த இடத்தை 'ஆரியம்' பலவழிகளில் கைப்பற்றி வருகின்றது.

'ஒலியெல்லாம் இறைவன்' என்பதைச் சப்தரிஸிஸ்வரர் என்று கூறப்படுகிறது; 'ஏழிளம் கன்னியர்' என்பது 'சப்த கன்னியர்' என்று கூறுகின்றனர். ஆலயத்தின் மூல விடத்தை 'சப்த ஸ்தானம்' என்று கூறுகின்றனர். ஆகவே 'ஏழு' தமது பிடியை இழந்து வருகிறது.

அதைப் போலவே 'ஆறு' என்பது எண்ணாக கூறும்போது சரியாக உச்சரிக்கப்படுகிறது. நீர்நிலை ஆறாக ஒலிக்கும்போது 'ஆத்துக்குப் போறேன்' என்றும், ஆத்தூர் என்பனவாறு உச்சரிக்கப்படுகிறது. பிராகிருத மொழியின் செல்வாக்கால் 'ஆறு' – என்பது 'ஆரு' என்று உச்சரிக்கப்படுகிறது.

ஆனாலும் பழந்தமிழில் சிறப்பெழுத்துக்கள் இருந்து மறைந்ததை சிலவழிகளில் சான்றுகளால் அறியலாம்.

வாழ் – Live

உலகம் எல்லாம் ழகரம் இருந்தது ஒரு சில மொழி சான்றுகள் வீழ்படிவாக உள்ளன.

வாழ் = (வ்+(.)+அ+அ)+ ழ் =

= (ழ்+அ+அ)+வ்

= ழவ் → ழிவ் → Live

'இரிக்கு' (ரிக்) வேதத்திலே ''ஆறு'' என்ற சொல் பதிந்துள்ளதாக சர்.மோனியர் வில்லியம் அவர்களின் சமற்கிருத ஆங்கில அகர முதலியில் கிடைக்கப் பெற்ற சொற்கள் சுமார் ஐநூறு குறையாமல் இருக்கும். அதில் ஒன்று ஆறு – இரிக்கு வேதம்.

ஆறு – இரிக்கு வேதம் சுலோகம்

4–50–4; 4–30–18; 4–24–4; 1–63–4; 2–20–8; என்பனவற்றில் உள்ளது.

எழுத்து

மனதில் உள்ள எண்ணத்தை மறந்து விடாமல் இருக்க திரும்பத்திரும்பச் சொல்லி மனப்பாடம் செய்தனர். அது முடியாத போது அதை நினைவில் நிறுத்த குறியீடுகள் கண்டறிய முயன்றனர். முதலில் உருவப் படமாகக் குகைகளில் எழுதி வைத்தனர். அதுவே பட எழுத்து ஆகும். இந்தப் பட எழுத்துகள் அசையா எழுத்துகள் ஆகும். பின்னாளில் அசையும் எழுத்துக்களை அறிய முற்பட்டனர். மண் தரையில், குகைச் சுவர்களில், மணலில் எழுதிப் பார்த்து பிறகு நகரும் கருவிகளைக் கண்டறிந்தனர். அது பனை ஓலை, தாமரை இலை, தாழை மடல், கூந்தல் பனை ஓலை இவற்றில் எழுதித் தொலை தூரத்திற்கு அனுப்பினர்.

எழு + தி

(எழ்+(.)+உ) + (த்+(.)+இ

எழு தி

மனதில் உள்ளவற்றை **'எழுப்பி'**, அந்த எண்ணத்தை ஏதோ ஒன்றில்மேல் **'எழுப்பி'** வைத்து (**தங்க** வைத்து) இருப்பதே ''எழுதி'' ஆகும்.

எழு + த் + து

மனத்தில் உள்ளவற்றை எழுப்பி அந்த எண்ணத்தை ஏதோ ஒன்றின்மேல் தங்க வைக்க உதவும்; அருவத்தை உருவமாக மாற்றும் எழுத்துருக்களுக்கு எழுத்து எனப்படும்.

ஒலிவடிவம் → அருவ வடிவம் ஆகும்.

வரி வடிவம் → எழுத்து வடிவம் ஆகும்.

மனதில் **'எழு**ம்பும்' எண்ண அலைகளைத் **த**ங்க வைத்து இருக்கத் **து**ணைப் புரிவது 'எழுத்து' ஆகும்.

எழும்பியதைத் **த**ங்க **து**ணைப் புரிவது 'எழுத்து' ஆகும்.

எழும்பியதைத் தங்க வைக்கத் துணைபுரியும் உத்தி 'எழுத்து' ஆகும்.

எழ்+(.)+உத்து

வருங்காலச் சந்ததியர் தெரிந்து கொள்ளப் பகுத்தறிவு உள்ள விலங்கினமான மக்கள் கண்டறிந்த உத்தி 'எழுத்து' ஆகும். தமது மனதில் உள்ளவற்றவருக்குப் பிற்காலத்தவர் அறிய செய்ய உதவிய வழி முறையே "எழுத்து" ஆகும். திருவள்ளுவர் யார்? தொல்காப்பியர் யார்? என்பதை அவர்களது எழுத்தால் மட்டுமே அவர்களது மனதின் எண்ண அலைகளை அறிய முடிகிறது.

திருவள்ளுவர் உலகப் பொது மறையை எழுதி எல்லா மொழிகளிலும் மொழி மாற்றம் செய்யப் பெற்றாலும் அவருக்கு அவரது கருத்தை அறிய, எழுத உதவிய எழுத்து 'தமிழி' ஆகும். சொல் வடிவம் தமிழ் ஆகும். அது அழியாமல் உலகம் முடியும் வரை ஏதோ ஒரு மொழியில் எழுதப்பட்டுச் சொல்லிக் கொண்டு இருக்கும். இதற்கு உதவியது 'எழுத்து' ஆகும். இதனால் மனதில் எழும் எண்ணத்தைத் தங்க துணை செய்வது எழுத்து ஆகும். பின்னால் வரும் தலைமுறைகள் அறியச் செய்வது எழுத்து ஆகும்.

எழுத்தெனப் படுவ
அகர முதல்
னகர இறுவாய் முப்பஃதென்ப.

என்று தொல்காப்பியர் கூறினார். இந்த நூற்பா எழுதப்படும்போது கிரந்தம், வருக்கம் பற்றி முறையான ஆய்வு பண்ணி அதற்குரிய எழுத்துகள் கண்டறியப் படவில்லை என்பதே இதில் மறைந்து உள்ள பொருளாக அமைகிறது. இந்த நூற்பாவைத்

தொல்காப்பியர் செய்யவில்லை. எப்படி அறியலாம் என்றால் 'என்ப' என்ற சொல்லைப் பயன்படுத்தி உள்ளார். வழி வழியாக வாயால், கையால் எழுதியுள்ளார். இவரது காலத்தில் முறையற்று ஆங்கிலம், இலத்தீன், கிரேக்கம், போல கிரந்தம், வர்க்கங்கள் இருந்ததால் 'வடவெழுத் தொரீஇ' என்றார்.

இவர் காலத்துக்குப் பின்னால் க1, க2, க3, க4 என்று வரையறை செய்து கண்டறிந்தனர். இவைகள் தெலுங்கு, கன்னடம், மலையாளம் வரை வர்க்கம், கிரந்தம் வந்து ஏறி உள்ளன. தொல்காப்பியர் நூற்பாக்கள் தமிழின் தனித்தன்மை காத்து வருகின்றன. இன்று கணினி மொழியில் இவைகளைக் கலந்துவிட ஒரு சிலர் முயற்சி செய்கிறார்கள்.

தமிழின் மொத்த எழுத்துகள் எத்தனை என்றால் 247 என்பர். தொல்காப்பியர் இல்லை என்று கூறி முப்பது மட்டுமே என்றார். KARUMBU –(க்+(.)+அ)+(ர்+(.)+உ) M+(ப்+(.)+உ) = க்அ+ர்உ+ம் +ப்உ = கரும்பு.

ஓட்டப் பந்தயத்தில் தொடக்கத்தில் முதலில் ஓடியவன் பிறகு நடுவில் வருவதுபோல அறிவியல் முறையில் ஆய்ந்து எழுத்துருக்களை உயிர், மெய், உயிர்மெய் என்று தமிழர்கள் கண்டறிந்தனர். தமிழைப் பின்பற்றி எல்லா இந்திய மொழிகளும் உள்ளன. அதில் கிரந்தம், வர்க்கம் நுழைத்து பெரிய அளவில் விரிவாக்கினர். முதலில் 'எழுத்து உரு' வாக எழுதப்பட்டது தமிழே ஆகும். அதனால் மொழியின் அத்து என்ற பொருளில் அத்து+மொழி → அத்+மொழ் → தமிழ் என்றனர்.

வேறு வெளிநாட்டு மொழிகளில் உயிர், மெய், உயிர்மெய் அமைப்பு இல்லை. இதைப் பின்பற்றியே 'எழுத்து' என்ற சொல் உருமாறி 'லிபி' 'Letter' லிக், லிகோ போன்ற சொற்கள் உருவாகக் காரணமாக அமைந்தது. இவைகளின் ஒலியன்கள் எழுத்து என்பதைச் சார்ந்தே உள்ளது.

லெட்டர் =

(ல்+(.)+எ)+ட்+(ட்+(.)+அ)+ர்

சிறிது மாற்றம்

எல்ட்டர் → எலுத்தர் →

எழுத்தர் → எழுத்து.

லிபி = (ல்+(.)+இ)+(ப்+(.)+இ)

இல்இப் = இ+இ+எல்+ப் →

எல்ப் →எழுப்பு

உயிர்மெய் என்பது 12 உயிரும் 18 மெய்யும் கலந்த கலவை எழுத்துகளாகும். இந்த அறிவியல் முறையில் சிந்தித்து செய்யப்பட்டு உள்ளது. குற்றிலிகரம், குற்றியலுகரம், ஆய்தம் சேர்த்து முப்பத்து மூன்று ஆகும். இன்று பேச்சு வழக்கில் இவை மூன்றும் அவ்வளவாகப் பயன்பட வில்லை. எழுத்து வழக்கிலும் சரியாகப்படுத்துவது இல்லை. எஃகு கத்தி என்பதில் ஆய்தம் பயன்படுகிறது.

தமிழில் தொடக்கக் காலத்திற்குச் சிறிது காலம் போய் வரிவடிவம், ஒலிவடிவம் என்று இரு வடிவங்கள் உருவாகி விட்டன. சமற்கிருதம போல 'ஒலிவடிவம்' மட்டும் இருக்கவில்லை. இரண்டு வடிவங்களும் உருவாகி விட்டன.

ஒலிவடிவத்தில் உள்ளே புள்ளி வைக்க முடியாது. ஏனென்றால் அதுஅருவ வடிவம் ஆகும். வரி வடிவத்தில் உள்ளே, வெளியே புள்ளி வைக்க முடியும். அதனால் தொல்காப்பியர்

''உட்பெறு புள்ளி உருவா கும்மே'' - *தொல் எழுத்து நூற்பா 14*

என்றார். இது அவரது காலத்தின் முன்பே இருந்து தொடர்ந்து புள்ளியிடும் வழக்கம் இருந்ததால், வழக்கமாக நடைமுறை ஆனபடியால் மெய்யின் இயல்பு (இயற்கை) புள்ளியோடு நிலை பெறுதல் ஆகும் என்றார். எகரம்,ஒகரம் என்ற குறில்களின் இயற்கை (இயல்பு) நிலையும் அதுவே ஆகும் என்றார்.

ஆக 'புள்ளியில்லா', புள்ளியொடு நிலையில், புள்ளியிறுதி, இப்படியாக மெய்யின் வடிவங்கள் தொல்காப்பியத்தில் காட்டப்படுகிறது.

''மெய்யின் இயற்கை புள்ளியொடு நிலையில்''

தொல்காப்பியம் – எழுத்து – நூன்மரபு – நூற்பா 15

''புள்ளி யில்லா எல்லா மெய்யும்'' - *நூற்பா 17*

என்று மெய்யின் அமைப்பைக் கூறுகிறது. மனதால் மட்டும் சொல்லும் ஒலி எழுத்திற்கு புள்ளியைப் பற்றி பேச வேண்டியது இல்லை. வரி வடிவம் இருந்ததால் புள்ளியைப் பற்றி தொல்காப்பியம் பேசுகிறது. இதனால் தொல்காப்பியம் காலத்தால் பிந்தியது சில அறிஞர்கள் கூறி இருக்கிறார்கள்; தற்போதும் கூறி

வருகிறார்கள். உண்மையில் தொல்காப்பியம் காலத்தால் முந்தியது ஆகும். அக்காலத்தில் 18 வகை எழுத்துக்கள் இருந்ததாக மொழியியல் நூலான 'சமவயங்க சுத்த' என்னும் சமண நூல் இந்தியாவில் இருந்த எழுத்து முறையைக் கூறுகிறது.

அவற்றுள் 'பம்மி' 'தமிழி' 'திராவிடி'என்பவை இடம் பெற்றுள்ளன. 'பம்மி' என்பது பாகவதம் என்று கூறப்படும் பிராகிருதத்தின் எழுத்து முறையே ஆகும். பாகவதம் என்பதை'பம்மி' என்று சுருக்கமாகக் கூறி வந்தனர். அதையே 'பிராமி' என்று பின்னால் அழைத்தனர். இதை பிராமணர்களுடன் தொடர்பு படுத்தி பேசி வருகின்றனர். பம்மி பற்றி பேசுங்காலத்திற்கு முன்பே தமிழி இருந்தது. அதற்குச் சான்று:

மகாஅசோகனின் காலம் கி.மு. மூன்றாம் நூற்றாண்டின் நடுப்பகுதி என்பதைக் கவனிக்க வேண்டும் அதற்குமுன்பே மூந்நூறு, நானூறு ஆண்டுகளுக்கு முன்பாகவே தமிழ் தனக்கென்று முழுமை பெற்று வரி வடிவத்தைப் பெற்று இருந்தது என்பது உறுதியாகிறது. எனவே அசோகன் பிராமிக்கும் தமிழுக்கும் எந்தத் தொடர்பு இல்லை. பேராசிரியர். க. நெடுஞ்செழியன் தனது நூலான நாகசாமி நூலின் நாசவேலை என்பதில் குறிப்பிடுகிறார்.

உண்மையில் சிந்துவெளி எழுத்துக்களே உருமாறி உருமாறி தமிழியாகி, தமிழி பின்னால் கிரந்தம், வர்க்கம் இவற்றின் வரவால் விரிவாக்கப்பட்டு நுழைக்கப்பட்டு பம்மியாகிப் பின்னால் பிராமி ஆனது. பெருமை → பெருமி – பிராமி. பெரிய அளவில் விரிவாக்கப்பட்ட மொழி எழுத்து பிராமி ஆகும்.

பெர்+(.)+அ = பெர → பெராமி → பிராமி

பெர்+(.)+இ = பெரி → பெரிய

பெர்+(.)+உ = பெருமை = பெரிய அளவில்.

பிர்+(.)+அ = பிர → பிரபந்தம்

பிர்+(.)+ஆ = பிரா → பிராமி

பிர்+(.)+உ = பிரு → பிருகு முனிவர்.

இதன் வழியில் பார்க்கும்போது சிறிய அளவில் ஒழுங்குப்பட்ட தமிழ் எழுத்து பெரிய அளவில் வர்க்கம், கிரந்தம் நுழைக்கப்பட்டு விரிவாக்கப்பட்டன என்று கூறலாம்.

எழு → எழுச்சி; இதன் வேர்ச் சொல் 'எழ்' ஆகும்.

ஏழ் → ஏழை, ஏழ்மை; இதன் வேர்ச்சொல் ''ஏழ்'' என்பதாகும்.

எல் = சூரியன்; எள் = சிறிய தானிய வகை;

எழ் = எழுதல், எழுச்சி(பள்ளி எழுச்சி), எழுச்சியோடு போராடுதல்,

ஏழ் = ஏழை, ஏழ்மை; ஆக இல்லாதவன், கிடைக்கப் பெறாதவன்தான் எழுச்சியோடு போராடிப் பெறுவான். ஆக 'எழ்'க்கும் 'ஏழ்'க்கும் சொல் தொடர்பு உள்ளது.

'ஏழையைக் கண்டால் மோழையும் பாயும்' என்பது பழமொழி. இதனை எழுச்சியால் வெல்லலாம் 'ஊழையும் உட்பக்கம் காணுதல்' பற்றி திருவள்ளூர் பேசியுள்ளார்.

சிந்துவெளி எழுத்துக்களை முதலில் படிக்கத் தொடங்கிய திருத்தந்தை ஈராசு பாதிரியார் இது தமிழ்தான் என்று அறுதியிட்டு சொன்னார் மொழி ஆய்வு – இந்திய மொழிகளின் வரலாறு திரு.சு.இரத்தினசாமி எழுதிய நூலில் எடுக்கப்பட்டது.

The Languages that were already in voque before the advent of the Aryans came to be called Parkrits. Thus Magathi, Sourasani, Marathi etc are known as Prakits. The word Parkits means that which is Natural that which comes out without an effort. In course of time words of Sanskrit orgin got into the Prakrits of the land with the result that prakrits of the land with the result that prakrits (A breef History of the origin of Hindu by Janab S.A.W.BUKHARI

தமிழாக்கம் : பிராகிருத மொழிகள் சமற்கிருதமொழியிலிருந்து உருவானவை அல்ல. அதற்கு முன்பே, சூரசேனி, மாகதி, மராத்தி போன்றவை பிராகிருதம் என்று அழைக்கப்பட்டன. பிராகிருதம் என்ற சொல் இயற்கை என்பதைக் குறிக்கும். எந்த முயற்சியும் இல்லாமல் உருவானது ஆகும்.

சமற்கிருத மொழி பிராகிருதத்தில் இருந்து நிறைய கடன் பெற்றுள்ளது. அதனால் இப்போதுள்ள வட இந்திய மொழிகள் சமற்கிருதத்தின் குழந்தைகள் என்று கூறப்படுகின்றன. இந்தி மொழியின் வரலாறு என்ற நூலில் ஜனாப். S.A.W. பக்கரி கூறியுள்ளார்.

20. எண்களின் பண்பாட்டுக் கூர்கள்

எண்களைப் பொறுத்தவரையில் இந்தியத் துணைக் கண்டத்தில் இரு நிலைகள் மேற்கொள்ளப்பட்டுள்ளன. ஒன்று தொல்பழந்தமிழ் முறை; மற்றொன்று ஆரியப் பண்பாட்டு கலப்பு முறை; இதற்குச் சான்று 1. 'ஏழு' 2 'சப்த' என்பதாகும்.

சப்த ← சத்த ← சாத்த ← சாற்று ← சாறு

சற் → சாற் → சாத் → சத் → சப்த்

இதற்குச் சான்றுகள்:

இந்தி – சாத், சத்தர்

மராத்தி –சாத், சத்தர்

இவற்றிலிருந்து உருவானதே சமற்கிருத ஸப்த, ஸப்ததி என்பன. இந்திக்கும் மராத்திக்கும் கொடுத்தமொழி பிராகிருதம்; பிராகிருதத்திற்கு கொடுத்த மொழி தமிழ் → சற் → சாற் → சத்– சாத்து

இன்று செப்டம்பர் என்று கூறப்படும் மாதம் உரோமபுரி நாட்காட்டியில் 'ஏழு'. அதன் ஆரிய முறை 'சப்த' என்பதால் பெயர் உருவானது ஆகும். எகிப்திய, கிரேக்க, உரோம உரோமபுரி பேரரசர்கள் சூலியசு சீசர், அகசுடசு சீசர் பெயர்களினால் ஏழாம் மாதம் சூலையும் எட்டாம் மாதம் ஆகசுட்டு என்பதும் உருவாக்கி சேர்த்தபிறகு ஒன்பதாம் மாதம் ஆக செப்டம்பர் நகர்ந்து சென்று சேர்ந்தது.

ஒரு கைவிரல்களை மடக்கி மறு கைவிரலால் பள்ளம், மேடு எண்ணி வர மேடுகள் சனவரி, மார்ச்சு, மே, சூலை எனவும் பள்ளங்கள் பிப்ரவரி, ஏப்ரல் சூன் ஆகும். முடிந்தபிறகு மீண்டும் (சூலை முடிந்த பிறகு) மேடு ஆகஸ்டு என்பதே வரும். இதை ''கையில் காலண்டர்'' என்றனர்.

''வாரம்''

இன்று முழுவதும் வாரத்திற்கு ஏழு நாட்கள் என்று பிரிக்கப்பட்டு நடைமுறைப் படுத்தப்பட்டு வருகிறது. வாரம் (தமிழ்) வாரகளு(கன்னடம்) ஆழ்சகள்(மலையாளம்) வாரமுலு(தெலுங்கு) வாஸர (சமற்கிருதம்) வார் (இந்தி) வாரோ (குசராத்தி) ஆதவாடா (மராத்தி) என்றும் 'வாரம்' என்பதன் அடிப்படையில் அமைந்துள்ளன. அதிலும் இந்தியில், மராத்தியில்

திங்கள் கிழமை, செவ்வாய் கிழமை என்பது போல இரவி வார், சோம வார் என்று நாட்களின் பெயர்களில் கூட 'வார்' என்று அழைக்கப்படுகின்றன. 'வாரம்' என்பது ஒரு வட்டவடிவாகச் சுழற்சி முறையில் தொடர்ந்து வட்டம் வட்டமாக அமைந்து வருவது ஆகும். இது ஆண்டிற்கு 52 வாரங்கள் வரும். தொடர்ந்து வரும். முடிவு இல்லாதது.

கண்ணா **வா!** (விளி வேற்றுமையில்)
கண்ணன் **வந்தான்;** (முதல் வேற்றுமை) (இயல்பு) இறந்தகாலம்
கண்ணன் **வருகிறான்** (நிகழ்காலம்)
கண்ணன் **வருவான்** (எதிர்காலம்)

வந்து கொண்ட இருப்பதால் 'வாரம்' எனப்பட்டது. இதற்குமூல் வேர்ச்சொல் 'வர்' என்பதாகும். வேகமாக கூப்பிடும்போது 'ரகரம்' ஓடி விடுகிறது. 'வா' என்று ஒலிக்கிறது.

வாரம் = சரிவு அல்லது சாய்வு; தாழ்வாரம்; மலைவாரம் → மலவாரம் → மலவார் → மலபார்; மலபார் (Malabar) நக்கவாரம் → Nicobar நங்கை+வரம் = நங்காவரம்; வங்கம்+வாரம் = வங்கவாரம் → வங்காரம். அடி+வாரம் = அடிவாரம்;

'வா' என்பதே 'ஆவோ' என்று ஆனது. வானத்தில் இருந்து மண்ணுலகத்திற்கு வந்து மீண்டும் வானத்திற்குச் செல்லுவதால் மழையை (வருணன்) என்றும் கூறினர். அது மட்டுமல்ல மேட்டில் விழுந்த மழை, நீர் வாரி, வாரியாக ஓடியதால் 'வாரிணன்' என்று வந்தனர். அதன் சருக்கம் வருணன் ஆனது. அதுவே நெய்தல் நிலக் கடவுளாக வணங்கினர். எல்லா மழையின் வாரிகளும் (ஓடை, ஆறு) நெய்தல் நிலம் வழியாகக் கடலில் கலக்கிறது. அப்போது நெய்தல் நிலத்தை அழித்துக் கடலோடு கலக்கிறது அச்சத்தின் காரணமாக

''வருணன் (வாரிணன்) மேய பெருமணல் உலகம்'' என்றனர்.

வர்+(.)+அம் = வரம்
வர்+(.)+அ = வர → வர, வர

'வரம்' என்ற தமிழ்ச் சொல்லிற்குக் கன்னடம் 'வர' என்பதாகும்.

வர்+(.)+இ = வரி; இது ஆண்டுதோறும் அரசால் மக்களிடம் பெறப்படும் ஒரு குறைந்தபட்ச தொகையே 'வரி' எனப்படும்.

வர்+(.)+உ = வரு → வருவான்; வருமானம்; வரும்; போன்ற சொற்கள் உருவாகி தமிழில் உள்ளன.

வா= வ்+(.)+ஆ = ஆ+(.)+வ்= 'ஆவ்'; இதன்மூலம் ஆவோ, ஆவி, ஆவல், ஆவை போன்ற (பிம்பமாற்றம்) சொற்கள் உருவாகி தமிழில் உள்ளன. 'ஆவி வருது! ஆவி வருது!' வருதல் சொற்கள் ஆகும்.

நெல்லை அவித்து வெந்து விட்டது என்றால் 'வெந்தது' என்பதைக் காட்ட 'ஆவி' மேலே வந்து காற்றில் கலக்கும்.

மாந்தன் ஒன்றை நினைவுக்குக் கொண்டு மீண்டும் மீண்டும் நினைக்கத் தொடங்கினால் உண்டாகும் நிலை 'ஆவல்' அங்கே 'ஆவி' இருக்காது. நினைவு 'ஆவி' போல மனத்தில் வந்து தொடரும். 'ஆவை' என்ற காயைத் தரும் கொடி வெட்ட வெட்ட முளைத்துக் கொண்டே இருக்கும்; அது தரும் காய் 'ஆவக்காய்' என்பதாகும்.

வர்+(.)+ஐ = வரை

'அது வரை; இது வரை' என்று எல்லையைக் குறிக்கும் சொல்; அதுவே மலைக்கும் பெயர் ஆகி எழுந்தது. அதுவே எழுதுவதற்கும் 'வரைந்தான்' என்று சொல்ல இன்னொரு சொல்லாக அமைந்தது. இது கன்னடத்தில் 'ப்ரா' எனவும் 'வ்ரா' என்று தெலுங்கிலும் ஆகி உள்ளது.

வர்+(.)+அல் = வரல்

வர்+(.)+அன் = 'வரன்' (தமிழ்)

இதையே கன்னடத்தில் 'வர' என்பர்.

வர்: வரம், வர, வரி, வரு, வரை, வரல், வரன், வரண்டு, வருவான், வருடம், வருத்தி, வருந்தி, போன்ற சொற்கள் தோன்றி உள்ளன. 'வருடம்' முதலில் தமிழில் தோன்றி பிறகு 'ஷகரம்' கிரந்தம் ஒலியன் நுழைந்த பிறகு பழந்தமிழில் இருந்து எடுத்தெறியப்பட்டது.

'வார்' என்ற நீண்ட பொருளை மேலிருந்து கீழ்வரை, அடியிலிருந்து நுனிவரை உள்ளவற்றைக் காட்ட எழுந்த வேர்ச்சொல்லாகும்.

வார்+(.)+அம் = வாரம்; ஞாயிறு முதல் (ரவிவார்) சனி முடிய (கிழமை) தொடர்ச்சியாகத் தொடர்ந்து வந்து மறுபடியும்

தொடர்ந்து ஏழு கிழமைகள் ஒன்றன் பின்னால் ஒன்று நீண்டு வருவதை 'வாரம்' என்றது. இதையே மற்ற மொழிகள் 'வார்' என்று வேர்ச்சொல் அடிப்படையிலே அழைத்தன. சமற்கிருதம் மட்டும் தலைப்பு மாற்றி ''வாஸர'' என்றது. 'வாரஸ' என்பதை சிறிது மாற்றத்துடன் 'வாஸர' என்றது. மராட்டி மொழியில் ஆதவனுடன் தொடர்புப் படுத்தி 'ஆதவனோடு' சிறிது திரித்து 'ஆதவடா' என்று வாரத்தை அழைத்தது. ஆனால் இரவிவார், சோம்வார் என்றே கூறியது. ஆங்கிலம் 'week' என்று கூறியது. குசராத்தியும் 'வாரோ' என்ற கூறியது. நாட்களை ரவிவார், சோம்வார் என்றே கூறியது. ஆக 'வார்' என்பது 'வா' என்ற வினைச்சொல்லின் அடிப்படையில் எழுந்த சொற்களாகும்.

வார்+(.)+இ = வாரி

மழை பெய்து மலையில் இருந்து (மேட்டில்) கீழே ஓடி வரும் நீரோடை.

வாரி → வாரிணன் → வருணன்.

வார்+(.)+உ = வாரு → வாருணன் → வருணன்; வாரும்! வாரும்!' என்று அழைப்பதுண்டு.

வார்+(.)+ஐ = வாரை

சாமி யைப் பல்லக்கு அல்லது தேரில் வைத்துத் தூக்கிச் செல்ல கட்டப்படும் நீண்ட மூங்கிலுக்கு 'வாரை' எனப்படும். ஒரு தேருக்கு இரண்டு வாரைகள் தேவைப்படும்.

வார்+(.)+ஆ = வாரா (எதிர்மறை கடைக்குறை)

'வாராது வாரா' என்பது செய்யுள் வழக்கு.

வாருணன், வாரியம், வாரியார் போன்ற பெயர்கள் 'வா' வின் அடிப்படையில் எழுந்த சொற்களாகும். கீழை ஆரிய மொழிகளில் 'ஆவோ' என்பது இடவலம் திரும்பி 'வா' என்பதைத் திருத்தி அமைந்துள்ளது. மலையாளத்தில் 'ஆழ்சகள்' நீரின் 'சுழியை' நினைவுப்படுத்தி, வட்ட வட்டமாக நீரின் சுழற்சியை நினைவுப்படுத்தி கூறுகிறது. 'ஆழ் சூழி' → ஆழ்சகன் என்பதாக அமைகிறது. காலத்தை நீரோட்டத்தோடு கற்பனை செய்து கூறப்படும் சொல்லாகும்.

பெரும்பாலும் ஏழு நாட்கள் சுழன்று சுழன்று வருவதால் வார், வாரம், ஆழ்சகள், வாஸர, week என்றும் கூறுகின்றன.

ஏழு நாட்கள் ஒரு வாரம் என்று கண்டறிந்தவர்களும் வாரம் என்று பெயர் வைத்தார்களும் சிந்து வெளி மக்களே ஆவார்.

ஆ ஓ – இந்தி, குசராத்தி

ஆ கச்ச – சமற்கிருதம்

க – ஆங்கிலம்

பா (வா) – கன்னடம்

ரா (வா) – தெலுங்கு

வா (வா) – மலையாளம்.

வாரத்தின் வேர்ச்சொல் 'வார்' என்பதையும் 'வர்' என்பதையும் இன்றும் வைத்திருக்கும் மொழி தமிழே; தமிழின் 'வாரம்' சாயலில் மற்ற மொழிகள் ஏற்று 'வார்' என்று வாஸர என்றும் 'week' கூறி வருகின்றன.

தெலுங்கு மொழியும், கன்னட மொழியும் இந்தி மொழியும் மற்ற மராத்தி, குசராத்தி சமற்கிருதம் வேர்ச்சொல்லின் பொருளை இழந்து 'வாரம்' என்று அழைத்து வருகின்றன.

தெலுங்கு மொழியானது நன்னைப் பட்டரின் பாரதம் என்ற இலக்கியம் உருவாகும் வரை தமிழ்ப்பண்புகளை மெல்ல மெல்ல இழந்து வந்துள்ளது. அதைப் போலவே கன்னடமொழியானது கவிராஜ மார்க்கம் தோன்றும் வரை தமிழ்ப் பண்புகளை மெல்ல மெல்ல இழந்து வந்திருக்கிறது. வடவேங்கட மலைக்கும் விந்திய மலைக்கும் இடையில் வாழ்ந்தவர்கள் கொடுந்தமிழ் பேசும் மக்களாக இருந்து உள்ளனர். அந்தக் கொடுந்தமிழில் பற் பல நூல்கள் தோன்றி இருக்கக் கூடும். அவை பின்னால் அழிக்கப்பட்டன. அல்லது பிராகிருதமாக உருமாற்றப்பட்டன, அல்லது சமற்கிருதமாக மாற்றம் செய்யப்பட்டன.

ஆக பழந்தமிழில் 'ஏழ்' என்பது இந்தியா முழுவதும் இருந்து மெல்ல மெல்ல வடக்கே மறைந்து கொண்டே வந்துள்ளது. இதற்குச் சான்று ஏழு(தமிழ்) தெலுங்கு 'ஏடு' ஆகும் கொண்டா மொழியிலும் 'ஏடு' ஆகும்.

உலக மொழிகளைத் தமிழிய மொழிகள்(திராவிடம்), ஆரியம், சித்திக், துரானியம், சீனம் என்று இனம் பிரிக்க உதவுவது எண்கள் ஆகும். அதில் 'ஆறு', ''ஏழு'' பங்குகள் மகத்தானது.ஆகும். அதையும் 'ஏக' 'பஞ்ச', என்பது போல மாற்ற 'சப்த' சொல்லைத் தமிழில் நுழைத்து வருகிறார்கள் திரிபு வாதிகள். தடுப்பது தமிழர் கடமையாகும்.

தமிழின மொழிகள் (திராவிட மொழிகள்) என்று பிரிக்க உதவும் மற்றொரு வகைப்பாடு மூவிடப் பெயர்கள் என்பதாகும்.

தமிழ்

ஏழு	–	நெடிலோசை
எழுபது	–	குறிலோசை
எழுநூறு	–	குறிலோசை
ஏழாயிரம்	–	நெடிலோசை
எழுபதாயிரம்	–	குறிலோசை
ஏழு கோடி	–	நெடிலோசை

மலையாளம்

ஏழு	–	நெடிலோசை
எழுபது	–	குறிலோசை
எழுநூறு	–	குறிலோசை
ஏழாயிரம்	–	நெடிலோசை
எழுபதாயிரம்	–	குறிலோசை
ஏழு கோடி	–	நெடிலோசை

தமிழின் கிளை மொழி போல மலையாளம் அமைந்து செயல்படுகிறது.

கன்னடம்

ஏளு – ழகரம் திரிந்த ஓசை

எப்பத்து – ழ, ள' இரண்டும் ஒழிந்த நிலை

ஏளு நூறு – ழகரம் இழந்து ஆனால் நெடிலோசை.

ஏளு ஸாவிர – (ஏழாயிரம்) தெலுங்கைப் பின்பற்றி ஆயிரத்தைக் குறிக்க 'ஸாவிரம்' என்று உள்ளது.

ஏடு – ழகரம், ளகரம் இழந்த நிலை

டெப்பை – முறையற்ற வழக்கு; எழும் இல்லை (எழுபது)

ஏடு நூறு – எழுநூறு (முறையற்ற நிலை)

ஏடு வேயி – ஏழாயிரம்(முறையற்ற நிலை)

தமிழ் நூல்களில் எண் பெயர்கள்

கடைச்சங்கக் காலத்து நூல்கள் :-

1. எட்டுத்தொகை, *2.* பத்துப் பாட்டு சங்கம் மறுவிய காலத்து நூல்கள் *1.* பதினெண் கீழ்க்கணக்கு நூல்கள் *2.* ஐம்பெரும் காப்பியங்கள் இடைக்காலத்து நூல்கள் *1.* ஐம்சிறு காப்பியங்கள். *2.* தொண்ணூற்று ஆறு பிரபந்தங்கள்.

கலைகள் : ஆயக் கலைகள் அறுபத்து நான்கு.
சைவக்குரவர்கள் :- அறுபத்து மூவர்.
திருமாலின் திவ்விய தேயம் : நூற்றெட்டு
சைவர்களின் பாடல் பெற்ற தலங்கள் : *256*
திருமாலின் அவதாரம் : பத்து, இன்னும்
எடுக்காத அவதாரம் ‘கல்கி’ அவதாரம்
சைவத் திருமறைகள் : பன்னிரெண்டு (*12*)
மூவர் பாடியது தேவாரம்;

21. எட்டு (8)

‘எட்டு’ என்பதின் வேர்ச்சொல் ‘எட்’ என்பதாகும். தொல்பழங்காலத்தில் ‘எட்டு’ என்பதை ‘அட்டு’ என்றே கூறினர்.

தமிழிய மொழிகள் (திராவிடமொழிகள்)

தமிழ்	:	எட்டு எண்பது எண்ணூறு
மலையாளம்	:	எட்டு என்பது என்னூறு
கன்னடம்	:	எண்டு எம்பத்து எம்டுநூறு
தெலுங்கு	:	எனி மிதி எநபை
துளு	:	என்ம
கோலமி கோத்தா	:	எனி மிதி எட்
தோடா	:	ஒட்

ஆரிய மொழிகள்

தமிழ்	:	அட்டு
சமற்கிருதம்	:	அஷ்ட
இலத்தீன்	:	octo
கிரேக்கம்	:	okto

செர்மன்	: Acht
ஆங்கிலம்	: Eight
இந்தி	: ஆட்

எட்டு (தமிழ்) - அட் (உருது)

'எழு' என்ற தலைப்பில் September என்பது ஏழாம் மாதம் என்றும், இது உருவான விதத்தைப் பற்றி விளக்கினோம். அதைப் போல ஆங்கில, கிரேக்க, உரோம, எகிப்திய ஆண்டில் எட்டாம் மாதம் அக்டோபர் ஆகும். அது இன்று பத்தாம் மாதமாக உள்ளது. ஆறு, ஏழு, எட்டு, ஒன்பது ஆக சூன், செப்டம்பர், அக்டோபர், நவம்பர் என்பதாக அமைந்தன.

அக்டோ = ஒன்பது (கிரேக்கம், இலத்தீன் எகிப்து மொழிகளில்)

இந்த 'அக்டோ' என்ற சொல் 'அட்டு' என்பதில் இருந்து பிறந்தது ஆகும். அட்டு என்பதை 'அட்டம்' என்றும் தமிழர்கள் கூறி இருந்தார்கள். 'அட்டம்' என்பதை 'அஷ்டம்' என்று கூறி கிரந்தம், வர்க்கம் நுழைந்த பிறகு 'அஷ்டம்' என்று வடமொழிக்குள் சென்று சேர்ந்தது. அதனால் தொல் பழந்தமிழ் தம்மிடம் இருந்து நீக்கி விரட்டியது. இருப்பினும் எட்டைக் குறிக்கும் குறியீடு 'அ' என்பதாகும்.

அட்டம்+அவை+தான்+(.)+இ = அவைதனில்=அட்டவதானி ஒரே நேரத்தில் எட்டு அறிஞர்கள் தொடுக்கும் வினாக்களுக்கு விடை தரும் அறிஞர் 'அட்டவதானி' எனப்பட்டார். அதை வடமாழி 'அஷ்டவதானி' என்பர்.

அட்ட திக்கு கரங்கள் – அஷ்ட திக்கு கஜங்கள் என்பது கிருட்டின தேவராயர் அவையில் 'அஷ்டப் பிரதான்' என்ற அவைக் கள அறிஞர்கள் இருந்தனர்; கிரந்தத்தை நீக்கினால் 'அட்டப் பிரதான்' என்பதே உண்மைப் பெயராகும்.

'எட்' வேர்ச்சொல்லின்படி உண்டாகும் சொற்கள் டகரம், இரட்டித்தால் உருவாகும் சொற்கள் 'ட்ட்'

எட்+(.)+அம்=எடம்	: எட்+ட்+(.)+அம்=எட்டம் எட்டம்=தூரம்.
எட்+(.)+இ = எடி;	: எட்ட்+(.)+இ=எடிஎட்டி=தூரஇடம்
எட்+(.)+உ = எடு	: எட்ட்+(.)+உ=எட்டு=அடை

எட்+(.)+ஐ=எடை=அளவு : எட்ட்+(.)+ஐ = எட்டை

எட்+(.)+ அல்=எடல் : எட்ட்+(.)+அல் = எட்டல்

எடி → எடிட்டர் = பத்திரிகை ஆசிரியர் (ஆங்கிலம்) எட்டுப்பட்டி - ஓர் ஊரின் ஆசிரியர்.

இடம், இடை, இடை ஆறு என்பவைகளைப் பேச்சுத்தமிழ் எடம், எடை, எடை ஆறு என்றே கூறப்படுகிறது. தமிழில் எகரத்தின் வழிப்பட்ட சொற்கள் மிக அதிகம். சமற்கிருதத்தில் ‘எகர’ வரிசையே இல்லை. அதற்குப் பதிலாக ரு, ரூ, லு என்பவைகளே உயிரெழுத்துக்களாக ஒலிக்கின்றன. இவற்றை மேலை ஆரியமொழிகள் உயிரெழுத்துகளாக ஏற்றுக் கொள்ளவில்லை. இங்கே உள்ள கீழை ஆரிய இரசிகளின் கண்டுபிடிப்பாகும் ‘இடைப்பாடி’ என்பதை ‘எடைப்பாடி’ என்றே பேச்சுத் தமிழில் கூறுகிறோம். ஆனால் இடி, இடர்பாடு, இன்னல், இரு, போன்றவற்றை ‘இகரம் ’ போட்டே பேச்சுத் தமிழில் உச்சரிக்கிறோம். அஷ்ட பிரபந்தம் அரை பண்டிதன் இடைக்காலப் பழமொழி. 1. திருவரங்க அந்தாதி, 2. திருவரங்கக் கலம்பகம் 3. திருவரங்கத்து மாலை 4. சீரங்கநாதர் ஊஞ்சல், 5. திருவேங்கடத்து அந்தாதி, 6. திருவேங்கடமாலை, 7. அழகர் அந்தாதி, 8. நூற்றெட்டுத் திருப்பதி ஆகியன அஷ்ட பிரபந்தம் ஆகும். இவை எல்லாம் இடைக்காலத்து நூல்கள் ஆகும்.

‘தொலைவு’ என்றதை ‘எட்டம்’ என்றே பேச்சுத்தமிழில் பேசுகிறோம். கிட்டம் X எட்டம்.

எட்டிப்பிடி = தாண்டிப்பிடி; எக்கிப்பிடி;

எட்டுதல் = அடைதல்

இன்று இரவு ஆறுமணிக்கு எல்லாம் அந்த ஊரை எட்டிவிடுவேன். அந்தப்பழம் கைக்கு எட்டாத தொலைவில் உள்ளது.

எட்டாத = அடைய முடியாத

ஆகவே ‘எட்டு’ = ‘அட்டு’ தமிழர்கள் ‘எட்டு’ என்ற எண்ணை ‘அட்டு’ என்றும் அழைத்தார்கள். அட்டு → அட்டம் → அஷ்டமாகிவிட்டது.

அஷ்ட கோணல் = எட்டு கோணல்

அஷ்ட இலட்சுமி = எட்டு இலட்சுமி

இதையே தமிழர்கள் பதினாறு வகை செல்வங்களாகப் பிரித்து இருந்தார்கள். திருவள்ளுவர் 'எண் குணத்தான்' என்று கூறுகிறார். அதற்கு உரையாசிரியர். பலவித பொருள்களைத் தருகிறார்கள்.

திருக்குறளில் 'எள் பகை' என்று பொருள்படும் சொல் 'எட்பகவு' என்று காட்டப்படுகிறது அதற்குப் பொருள் ''எள்ளினது பிளவு'' என்று காட்டப்படுகிறது.

எண்பது+ அத்தான் = எண்பதத்தான்; 'அரசன் சரியாக சிந்தித்து' என்று பொருளாக வருகிறது.

தமிழ் 'அ'வும் தமிழ் எண்ணுரு 'அ'வும் இடைகாலத்தில் ஒன்றாக உருவம் ஒத்து மாறி உள்ளது.

'தம்பிரான் வணக்கம்' என்ற நூலானது தமிழில் இந்திய மொழிகளில் அச்சேறிய முதல் நூலாகும். அதற்கு முன்பே அகரமும் தமிழ் எழுத்துரு

8 வும் ஒன்றாக வடிவம் உருமாறியது.

தம்பிரான் வணக்கம் அகரம் – 'வு'

தம்பிரான் வணக்கம் '*8*' எண்ணுரு 'வு'

தம்பிரான் வணக்கம் எகரம் – எ

தம்பிரான் வணக்கம் ஏழு – எ

தமிழ் எண்ணுரு '6' ஆறு வந்த பாதை

(நூற்றாண்டுகளில்)

கி.மு. 2-ஆம் :  கி.மு.முதல் : 

கி.பி. முதல் :  கி.பி.3-ஆம் : 

கி.பி. 5-ஆம் :  கி.பி.*8*-ஆம் : 

கி.பி. *10*-ஆம் :  கி.பி.*13*-ஆம் : 

கி.பி. *15*-ஆம் :  கி.பி.*18*-ஆம் : 

கி.பி. *20*-ஆம் :  தற்போது : 

தமிழ் எண்ணுரு '7' ஏழு வந்த பாதை

கி.மு. 2-ஆம் :  கி.மு.முதல் : 

கி.பி. முதல் :  கி.பி.3-ஆம் : 

கி.பி. 5-ஆம் :  கி.பி.8-ஆம் : 

கி.பி. 10-ஆம் :  கி.பி.13-ஆம் : 

கி.பி. 15-ஆம் :  கி.பி.18-ஆம் : எ

கி.பி. 20-ஆம் : எ தற்போது : எ

தமிழ் எண்ணுரு '8' எட்டு வந்த பாதை

கி.மு. 2-ஆம் :  கி.மு.முதல் : 

கி.பி. முதல் :  கி.பி.3-ஆம் : 

கி.பி. 5-ஆம் :  கி.பி.8-ஆம் : 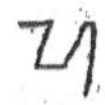

கி.பி. 10-ஆம் :  கி.பி.13-ஆம் : 

கி.பி. 15-ஆம் :  கி.பி.18-ஆம் : 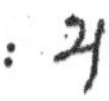

கி.பி. 20-ஆம் : அ தற்போது : அ

தமிழ் எண்ணுரு '9' ஒன்பது வந்த பாதை

கி.மு. 2-ஆம் :  கி.மு.முதல் : 

கி.பி. முதல் :  கி.பி.3-ஆம் : 

கி.பி. 5-ஆம் :  கி.பி.8-ஆம் : 

கி.பி. 10-ஆம் :  கி.பி.13-ஆம் : 

கி.பி. 15-ஆம் :  கி.பி.18-ஆம் : 

கி.பி. 20-ஆம் : கூ தற்போது : கூ

தமிழ் எண்ணுரு '10' பத்து வந்த பாதை

கி.மு. 2-ஆம் :  கி.மு.முதல் : 

கி.பி. முதல் :  கி.பி.3-ஆம் : 

கி.பி. 5-ஆம் :  கி.பி.8-ஆம் : 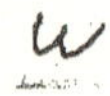

கி.பி. 10-ஆம் :  கி.பி.13-ஆம் : 

கி.பி. 15-ஆம் :  கி.பி.18-ஆம் : 

கி.பி. 20-ஆம் :  தற்போது : ய

தமிழி எழுத்து 'அகரம்' வந்த பாதை

(நூற்றாண்டுகளில்)

சிந்துவெளிகாலம் :  தமிழி கி.மு.3-ஆம் : 

கி.மு. முதல் :  கி.பி.முதல் : 

கி.பி. 3-ஆம் :  கி.பி.5-ஆம் : 

கி.பி. 8-ஆம் :  கி.பி.13-ஆம் : 

கி.பி. 16-ஆம் :  கி.பி.18-ஆம் : அ

தற்போது : அ

தமிழி எழுத்து 'எகரம், ஏகாரம்' வந்த பாதை

சிந்துவெளிகாலம் :  தமிழி கி.மு.3-ஆம் : 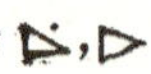

கி.மு. முதல் : 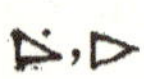 கி.பி.முதல் : 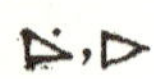

கி.பி. 3-ஆம் : 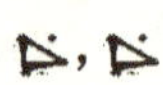 கி.பி.5-ஆம் : 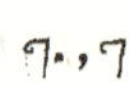

கி.பி. 8-ஆம் : 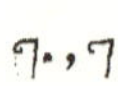 கி.பி.13-ஆம் : 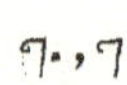

கி.பி. 16-ஆம் : ஏ•, எ கி.பி.18-ஆம் : எ, ஏ

தற்போது : எ, ஏ

சிந்துவெளி எழுத்து : 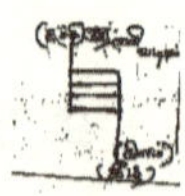

வட்டெழுத்து கி.பி.நான்காம் நூற்றாண்டு : 

தமிழி :  ஏணி சாய்வு

தற்போது : எ, ஏ

தமிழ் எண்ணுரு '7' தான் இன்று அகில உலக எண்ணாக மாறி உள்ளது. கி.மு.2ஆம் நூற்றாண்டு "" கி.பி. 3ஆம் நூற்றாண்டு முதல் 10 நூற்றாண்டு வரை வடிவம் இதுபோல் ஏறக்குறைய இருந்துள்ளது.

தமிழ் எண்ணுரு '8' '9' தான் இன்று அகில உலக எண்ணாக மாறி உள்ளன. முதல் நூற்றாண்டின் 8 =  வடிவம் ஆகும்; '9' இன் வடிவம் கி.மு முதல் நூற்றாண்டில் '' என்று இருந்துள்ளது. ஆக மொத்தம் தமிழ் எண்களே உலக எண்களாக மாறி உள்ளன.

இலக்கியங்களில் எட்டு

எட்டேகால் இலட்சணமே எமனேறும் வாகனமே என்று தன்னைப் பழித்தப் புலவரை ஔவையார் அவலட்சணமே, எருமைமாடே என்று கூறியுள்ளார்.

"அந்த ஆண்புலவர் நாலினைப் பந்தலடி ஒரு கால் அடி; அது என்ன? என்று கேட்டுள்ளார்.

அதற்கு இடைக்கால ஔவையார் "எட்டேகால் இலட்சணமே; எமனேறும் வாகனமே; மட்டில் பெரியம்மை வாகனமே; கூரையில்லா வீடே யாரையடா சொன்னாய்" என்றார்.

அவலட்சணமே, எருமைமாடே, கழுதை, குட்டிச் சுவரே நீ சொன்ன விடுகதை ஆறைக் கீரையடா" என்று கூறினார்.

நகையே அழுகை இளிவரல் மருட்கை
அச்சம் பெருமிதம் வெகுளி உவகை யென்று
அப்பால் எட்டே மெய்ப்பாடு என்ப.

தொல் – பொருள்–மெய்ப்பாட்டியல் நூற்பா 1197.

அம்மை அழகு தொன்மை தோலே
விருந்தே இயைபே புலனே இழைபு எனாஅப்
பொருந்தக் கூறிய எட்டோடுந் தொகைஇ.

தொல் - பொருள்- செய்யுள் – நூற்பா 1259.

''அட்'' - வேர்ச்சொல்

'அட்டம்' என்பதின் வேர்ச்சொல் 'அட்' → 'அட்ட்'

அட்+(.)+அம் = அடம் – அடம்பு

அட்+(.)+இ = அடி –(வினைச் சொல்) பெயர்ச்சொல்-'அடி'

அட்+(.)+உ = அடு – அடுப்பு, அடுத்து

அட்+(.)+ஐ = அடை –அடைந்து, அடைத்து

அட்+(.)+அல் = அடல்–அடலேறு

அட்+(.)+அன் = அடன்

அட்+(.)+அன் = அடண்

அட்+(.)+அர் = அடர்; அடர்ந்த

அடம் = பிடிவாதம் செய்து; அடம்பு, அடம்பல் உள்ளே போகமுடியாத முட்கள் நெருக்கமாக உள்ள.

அடி = அடித்து (வினைச்சொல்; முக்காலத்திலும் வரும்)

அடி→ திருவடி பெயர்ச்சொல்

அடிமேல் அடி எடுத்து – பெயர்ச்சொல்

அடு = அடுத்த = பக்கத்தில் உள்ள

அடுப்பு = எரியும் நெருப்பு அடுப்பு.

அடை :

1. அடைந்தான் – வினைச்சொல்
2. அடை அடையாக = அடுக்குத் தொடர்
3. அடை = இனிப்பு உண்பொருள் பெயர்ச்சொல்
4. அடைப்பு அடைத்தல் = ஓட்டையை அடைத்தல்

அடர் = அடர்ந்த = நெருங்கிய அடர்கந்தக அமிலம்

'அட்டம்' →'அஷ்டம்' விளக்கம்

அட்ட்+(.)+அம் = அட்டம் → அஷ்டம்

எட்டாவது வரிசை.

இந்த 'அஷ்டம்' என்ற சொல் மூட நம்பிக்கை அறியாமையும் நிறைந்த காலத்தில் உருவான சொல் ஆகும். ''ஓடிப் போனவனுக்கு ஒன்பதாமிடத்தில் குரு, அகப்பட்டவனுக்கு அஷ்டமத்தில் சனி'' என்ற பழமொழி வழக்கை உற்றுப் பார்த்தால் புரியும். இந்தி மொழியில் 'எட்டு' எண்ணை 'ஆட்' என்றும்,

மராத்தி மொழியில் ஆத் (a th) என்றும், குசராத்தியில் ஆட்: எனவும் என்று அழைக்கின்றனர். சமற்கிருதத்தில்'ஷகரம்' நுழைந்துள்ளது. 'அஷ்ட' என்கிறோம். மேலை ஆரிய மொழிகளில் கூட கிரேக்கத்தில் அக்டோ (Okto) எனவும் இலத்தினில் அக்டோ (Octo) எனவும் செர்மனில் Acht அச்ட் எனவும் கூறப்படுகிறது. சமற்கிருத மொழியில் மட்டும் கிரந்தம் நுழைந்துள்ளது. கிரந்தம் நுழைந்து திரிந்துள்ளது; இந்த நிலையில் மூட நம்பிக்கையின் அடிப்படையாக ஷகரம் எழுந்துள்ளது.

'அட்' என்பது டகரம் இரட்டித்த நிலையில்'அட்ட்' என்பது வேர்ச்சொல்லாக அமையும்.

அட்ட்+(.)+இ = 1 அட்டிகை. வரிசையாக முத்துக்கள் கோர்க்கப்பட்ட தங்க நகை. 2. செங்கற்கள் அடுக்கும் தொழிலாளிகள் செங்கற்களை இருநூறு இருநூறாக வரிசை வரிசையாக இருபது இருபது செங்கற்களாக அடுக்குவர். அதை அட்டி என்பர். தங்க நகையை 'அட்டிகை' என்றும் கூறுவர்.

அட்ட்+(.)+உ = அட்டு = வரிசைப்படி

அட்ட்+(.)+ஐ = அட்டை; மெத்தை வீடுகள் மரத்தினால் ஆன அட்டையை வரிசை வரிசையாக தச்சர்கள் படிய வைப்பர். அதன்மேல் கொத்தனார்கள் சுண்ணாம்பு சாந்து அப்பி ஒட்டு செங்கற்களை வைத்து மெத்தை வீடு ஒட்டி வருவர். இக்காலத்தில் இரும்பு, சிமெட்டி, சிறு கருங்கற்கள் சல்லி வைத்து ஒட்டுவர்.

'அட்டைப் பூச்சி' என்பதின் முதுகில் எட்டு வரிகள் கோத்து நெளிய வளைய ஊர்ந்து செல்ல அமைந்து இருக்கும். அட்டைப் பூச்சி என்பது மனித இரத்தத்தை உறிஞ்சக் கூடியது. அட்டு = ஒட்டு; அட்டை = ஒட்டி ஒட்டி இருக்கக் கூடியது. அட்டைப் பூச்சி = ஒட்டி புண்ணின் உள்ளே சென்று இரத்தத்தை உறிஞ்சக் கூடியது. பூச்சி வகைகளில் ஒன்று. ''அட்டையாக ஒட்டிக் கொண்டான்'' பேச்சுவழக்கு.

'அட்' 'At' நேரத்தோடு, இடத்தோடு இணைந்த ஆங்கில பெயரடை (Preposition) ஆகும்.

He will be coming at two o' clock. அடம், அடி, அடு, அடுத்த, அடை, அடைந்த, அடர், அட்டம், அட்டி, அட்டு, அட்டை, போன்ற சொற்கள் இணைப்பு, நெருக்கம், பெறுதல், போன்ற பொருள்களைத் தருவதால் 'அட்டம்' என்பதே சொல்

அலங்காரத்திற்காக 'அஷ்டம்' என்று ஆனது. 'எட்டின்' சாயலில் ஆங்கிலத்தில் 'Eight'என்று உள்ளது.

எட்டு = அடை, அடைந்து விடு.

எடம், எடி, எடு, எடை போன்ற சொற்களில் எடை பார்க்க எடுத்துத் தூக்கிப் பார்த்தால் மட்டும் எடையின் அளவு தெரியும்.

எட்டம் (தூரம்) எட்டி (தாண்டி), எட்டு(அடை) எட்டை (எட்டு என்ற எண்ணை) என்று உருவாகி தொலைவையும் அண்மையையும் குறிக்கின்றன. பொருளால் அட்டம், எட்டு இரண்டும் ஒரே வகைப்பாடு உடையது ஆகும்.

தமிழ்

எட்டு X பத்து = எண்பது

எட்டு X நூறு = எண்ணூறு

எட்டு X ஒன்றுகள் = எட்டு

எட்டு X ஆயிரம் = எட்டாயிரம், எண்ணாயிரம்

எண்பது X ஆயிரம் = எண்பதாயிரம்

எட்டு X இலக்கம் = எட்டிலக்கம் (எட்டு இலட்சம்)

எட்டு X கோடி = எட்டுகோடி

இவை அனைத்தும் **புணர்ச்சி**யில் கூட்டல் முறையில் அமைந்துள்ளது. **கணக்கில்** பெருக்கல் முறையில் அமைந்துள்ளது

எட்டு X *1* = எட்டு

எட்டு X *10* = எண்பது

எட்டு X *100* = எண்ணூறு,

எட்டு X *1000* = எட்டாயிரம், எண்ணாயிரம்

எட்டு X *10000* = என்பதாயிரம்

எட்டு X கோடி = எட்டு கோடி

மலையாளம்

எட்டு, எண்பது, எண்ணூறு, எண்ணாயிரம், எண்பதாயிரம் என்று தமிழைப் பின்பற்றியே அமைந்துள்ளது. எந்த மாற்றமும் இல்லை.

கன்னடம்

எண்டு, எம்பத்து, எம்டு நூறு, எம்டு ஸாவிர, எம்டுஹத்து ஸாவிர, என்று தமிழ் மொழியின் அமைப்பைச் சிறிது திரித்து அமைந்துள்ளன. ஆனால் மூலம், வேர்கள் தமிழ்வேர்களே ஆகும்.

தெலுங்கு

எனிமிதி, எநபை, எந்நூறு, எநவேயி, எநபதிவேயி (எண்பதாயிரம்) (எண்ணூறு) (எட்டாயிரம்) தமிழைப் பின்பற்றி ஆனால் மிகவும் திரிந்து அமைந்துள்ளது. ஆனால் மூலம், வேர்ச்சொற்கள் தமிழே ஆகும்.

துளு

எட்டு (தமிழ்) – என்ம (துளு)

எண்பது(தமிழ்) – என்ப (துளு)

எண்ணூறு (எண்ணூடு) (துளு)

எட்டுக்கு வேர்ச்சொல் 'எட்' அது தமிழில் அமைந்து பிறமொழிகளில் 'க' என்றும், என்ம, எனிமிதி என்றும் ஏறி உள்ளன. அதுபோல தமிழில் 'அட்' என்று அமைந்து அட்டம், அஷ்டம், அக்டோ. ஆக்டோ என்றும் அமைந்து ஏறி உள்ளன. ஆங்கிலத்தில் Eight (எட்டு) 'எட்' வேர்ச்சொல்லாகக் கொண்டு அமைந்துள்ளது.

22. ஒன்பது

இலத்தீன் மொழியில் கூட்டல், கழித்தல் முறையில் எண்கள் அமைந்துள்ளன என்று கண்டோம். அதே முறை தமிழில் ஒன்பதில் அமைந்துள்ளது. ஒட்டும் பத்து = ஒன்பது. பத்துடன் சென்று சேர வேண்டிய நிலை அல்லது சூழல். 9+1=10 இதை தலைகீழியாகக் கொண்டு 10–1=9 என்று கழித்தல் முறையில் அமைந்து உள்ளது. உரோம எண்கள் 5-1=4; V–I=IV என்பதுபோல தமிழ் எண்பெயர் ஒன்பது அமைந்துள்ளது. ஒன் (.) → பது = ஒன்பது; ஒட்டும் நூறு = தொண்ணூறு; தொடும் நூறு = தொண்ணூறு; தொடும் ஆயிரம் = தொள்ளாயிரம்; எட்டுதல், அடைதலில் சிறு வேற்றுமை உள்ளது. ஒட்டு, தொடு என்பதில் துளி வேற்றுமை இடைவெளி அமைந்துள்ளது.

ஒட்டு = ஒட்டிக் கொள்ளுதல். தொடு=தொட்டுக் கொள்ளுதல்.

தொடும் நூறு = தொண்ணூறு (10 → 100)

தொடும் ஆயிரம் = தொள்ளாயிரம் (100 → 1000)

ஒட்டும் பத்தாயிரம் = ஒன்பதாயிரம்(1000 → 10,000)

தொடும் நூறாயிரம் = தொன்னூறாயிரம்(10000 → 1.00.000)

இருப்பினும் ஒட்டுதல், தொடுதல் இரண்டும் ஒரே பொருளில் அமைந்த சொற்களாகும். ஒன்பது இலட்சம், தொண்ணூறு இலட்சம் ஒன்பது கோடி இவைகளும் ஒட்டுதல் தொடுதல் முறையில் அமைந்தவைகளே ஆகும். இதுவரை இரண்டு வேர்ச்சொற்களால் உருவான ஒன்+பத்து= ஒன்பது என்று இரு வேர்ச்சொற்களால் அமைந்துள்ளது. (ஒன், பத்)

ஈர்+(.)+ஒன்று = ஈரொன்று → 'இரண்டு' என்றும் ஆகி இருக்கக்கூடும்.

ஒன் → பத்து = ஒன்பத்து → ஒன்பது

'ஒன்' என்பது ஒரு வேர்ச்சொல்;

'பத்' என்பது ஒரு வேர்ச் சொல்;

ஒன்+பத் → ஒன்பத்+(.)+ உ = 'ஒன்பது' என்று ஆகி உள்ளது. பத்துக்கு ஒன்று குறைவு என்பதே இதன் பொருளாகும்.

தொட்+(.)+ நூறு = தொட்நூறு → தொண்ணூறு

நன்+(.)+அம் = நனம் → நவம் (Nine)

நொன் + (.)+ அம் = நொனம் → நவம் (Nine)

நுண் +(.)+அம் = நுணம் → நவம் (Nine)

தொட்+(.)+ஆயிரம் = தொட் ஆயிரம் → தொள்ளாயிரம்.

எண்களின் ஒலிக்கும் முறையை வைத்தே, தமிழில் இருந்து மலையாளம் பிரிந்தது சுமார் ஐந்நூறு ஆண்டுகளுக்குள்ளே என்பதைப் புரிந்து கொள்ளலாம். அதிலிருந்து இன்னொரு ஐந்நூறு ஆண்டுகளுக்கு முன்புதான் கன்னடம் உருவாகி உள்ளது. 500+500=1000 ஆண்டுகளுக்கு முன்புதான் கன்னடம் உருபெற்றதாக இருக்கமுடியும். இதற்கு எண்களே சான்று ஆகும். அதிலிருந்து இன்னும் இருநூறு ஆண்டுகளுக்கு முன்புதான் தமிழும் பிராகிருதமும் ஒன்று சேர்ந்து தெலுங்கு என்று ஒரு மொழி பிறப்பெடுத்தது. இதற்கும் எண்களே சான்று ஆகும்.

தமிழ்

ஒன்பது = 1 → 10; 10–1 =9

தொட்+(.)+நூறு = தொண்ணூறு

10→100;

தொட்+(.)+ஆயிரம் = தொள்ளாயிரம்

100→1000

ஒன்+பது+ஆயிரம் = ஒன்பதாயிரம்

1000→10000 = 9000

10000–1000 = 9000

தொட்+(.)+நூறு+ஆயிரம்= தொண்ணூறு ஆயிரம்;

10000→100000 = 90000

1,00,000–10,000 = 90,000

என்றே அமைந்துள்ளன. இதைப் பின்பற்றி மலையாளம், கன்னடம், தெலுங்கு, துளுவம் மொழிகளில் அமைந்துள்ளன. காரணம் சுமார் 2500 ஆண்டுகளுக்கு முன்பு எல்லோரும் தமிழர்களாக இருந்தமையே காட்டுகிறது.

மலையாளம் (500 ஆண்டுகளுக்கு)

முன்பு தமிழில் இருந்து உருவானது. பழந்தமிற்75% வடமொழி சமற்கிருதம் 25% யும் கலந்து உருவானது மலையாளம். கால வெள்ளத்தில் சிறிது திரிபு அடைந்துள்ளது.

மலையாளம்

9 → ஒன்பது

90 → தொண்ணூறு

900→ தொள்ளாயிரம்

9000→ஒன்பதாயிரம்

90000→தொண்ணுறாயிரம்

9→ஒன்பது கோடி

தமிழைப்பின்பற்றி அப்படியே அடிப்பிறழாமல், பின்பற்றி அமைந்துள்ளன.

கன்னடம்

ஒம்பத்து – ஒன்பது

தொம்பத்து – தொண்ணூறு

ஒம்பை நூறு – தொள்ளாயிரம்

ஒம்பது சாவிர – ஒம்பதாயிரம்

ஒம்பத்து ஹத்து சாவிர – தொண்ணூறாயிரம்

ஒம்பத்து லக்ஷ – ஒம்பது இலட்சம்

ஒரு சில இடங்களைத் தவிர தமிழையேப் பின்பற்றி அமைந்துள்ளது.

தெலுங்கு

9	→	தொம்மிதி	–	ஒன்பது
90	→	தொம்பை	–	தொண்ணூறு
900	→	தொம்மிதி நூரு	–	தொள்ளாயிரம்
9000	→	தொம்மிதிவேயி	–	ஒன்பதாயிரம்
90000	→	தொம்பைவேயி	–	தொண்ணூறுஆயிரம்
900000	→	தொம்மிதிலக்ஷ	–	ஒன்பது இலட்சம்
90000000	→	தொம்மிதி கோடி	–	ஒன்பது கோடி

தமிழ்

'ஒட்டு' 'தொட்டு' என்ற சொற்கள் வந்து புணர்ந்து உருவாகக் காரணம்

ஒன்பது – 1X9=9 = 10–1=9

தொண்ணூறு – 100 X 9 = 900

இதை ஒன்னூறு என்று அழைத்தால் ஒன்+நூறு = ஒரு நூறு என்று பொருளாகிவிடும். அதனால் 'தொடு நூறு = தொண்ணூறு என்று அழைத்தனர். இதைப் பின்பற்றி மலையாளம் கன்னடம் மொழிகள் முறையற்று அழைத்துள்ளன.

துளு மொழி

9	–	ஒம்பத்து, ஓர்ம்ப
90	–	சொண்ப
900	–	வொர்ம்ப நூது
9000	–	வொர்ம்ப சார
90,000	–	வொர்ம்ப பத்து சார
9,00,00	–	வொர்ம்ப லக்ஷ
90000000	–	வொர்ம்ப கோட்டி

கீழை ஆரிய மொழிகளில் எண் ஒன்பது

சமற்கிருதம்	நவம (9) – நவதி	(90)
குசராத்தி	நவ் (9) – நேவு	(90)
மராத்தி	நாவு (9) – நாவுத்	(90)
இந்தி	நவ் (9) – நப்போ	(90)

மேலை ஆரிய மொழிகளில் எண் ஒன்பது (9)

கிரேக்கம் நவம (Nea) – இலத்தீன் – நவம் (Novem)

செர்மானியம் – Newn (நவன்) ஆங்கிலம் Nine

நாட்காட்டியில் ஒன்பதாம் மாதம்

"காலம் – ஆண்டு" இரு சொற்களின் புணர்ச்சி

'காலமாண்டு' அதன் திரிபு காலாண்டு → காலண்டர் (Calendar) நாட்காட்டியில் தற்போது செப்டம்பர் ஒன்பதாம் மாதம் ஆகும். ஆனால் உரோமபுரி அரசர்களின் ஆட்சிக்கு முன்பு கிரேக்க, எகிப்திய, உரோமபுரி காலண்டர் மாதங்கள் மொத்தம் (ஓர் ஆண்டுக்கு). அதில் ஏழாம் (செப்த்) → ஏழாம் மாதம் செப்டம்பர், சூலியசுசீசரும், அகசுடடு சீசரும் தமக்கென இருமாதங்களைச் சூலை, ஆகசுடு என்று தம் தம் பெயர்களில் மாதங்கள் உருவாக்கி சேர்க்கவே செப்டம்பர் ஒன்பதாம் மாதமாகிப் போனது.

செப்டம்பர் – ஏழாம் வரி

அக்டோபர் – எட்டாம் வரி

நவம்பர் – ஒன்பதாம் வரி

தசம்பர் – பத்தாம் வரி

'வரி' என்பது →'பர்' என்று மாற்றம் அடைந்தது. உரோம அரசர் அகசுடசு சீசர் காலத்தில் அவைகள் ஒன்பது, பத்து, பதினொன்று, பன்னிரண்டாம் மாதங்களாக மாறின.

நவம், நவமி, நவி, நவு, நவை, நவல், நவை போன்று சொற்கள் உள்ளன. இவை 'நவ்' என்ற வேர்ச்சொல் மூலம் உருவானவைகளாகும்.

'நவில் தொறும் நூல் நயம் போல' என்று 'நவில்' என்ற சொல்லைத் திருக்குறள் கையாண்டு உள்ளது.

நவின்றான் = சொன்னான்.

23. 'மொழி ஞாயிறு பாவாணர் ஆய்வு' பற்றி ஒன்பான் ஒன்பது ஆய்வு சொல்

ஒன்பான் ஒகரமிசைத் தகரம் ஒற்றும்; முந்தை ஒற்றே ணகாரம் இரட்டும்; பஃதென் கிளவி ஆய்த பகரம் கெட நிற்றல் வேண்டும்; ஊகாரக் கிளவி ஒற்றிய தகரம் றகர மாகும்.

தொல்காப்பியம் –எழுத்து – குற்றியலுகரப் புணரியல் 445

இந்த நூற்பாவின்படி முறை மாறி விட்டதாக (தொல்காப்பியர்) தேவ நேயப்பாவாணர் கூறுகிறார்.

''தொண்டு'' என்னும் சொல் வழக்கற்றுப் போகவே அஃதிருந்த ஒன்றாம் இடத்திற்குத் தொன்பது (ஒன்பது) என்னும் இரண்டாம் இடப்பெயரும், இரண்டாம் இடத்திற்குத் தொண்ணூறு என்னும் மூன்றாம் இடத்திற்குத் தொள்ளாயிரம் என்னும் நாலாம் இடப்பெயருக்கு மேலிடச் சொல் இன்மையால் தொண்பது என்பதன் திரிபான ஒன்பது என்னும் சொல்லொடு ஆயிரம் என்பதைச் சேர்த்து ஒன்பதாயிரம் அல்லது ஒன்பதினாயிரம் என்று சொல்ல வேண்டியதாயிற்று.

ஒன்று முதல் பத்துவரையுள்ள பெயர்கள் எல்லாம் தனிச்சொல்லாய் இருப்பதையும் ஒன்பது கூட்டுச் சொல்லாயும் பத்து என்று (பது) முடிவதாயும் இருப்பதையும் நோக்குக.

தமிழ் வரலாறு – பக்கம் 151 (பாவாணர் எழுதியது)

''தொள் – தொண்டு – தொளை – மாந்தன் உடம்பில் ஒன்பது தொளையிருத்தலால் தொளைப் பெயர் அதன் தொகைப் பெயராயிற்று'' (தேவநேயப்பாவாணர்-தமிழ் வரலாறு பக்கம் 151)

இதனுடைய மூல வேர்ச்சொல் தொல்→தொள்→தொண்→தொட் என்பனவாக அமையும். வெற்று ஒலியன் த்+ஒ+ல் என்பதாகும். எங்கும் காய்ந்த மணல் பரப்பாக உள்ள இடத்தில் கெட்டியான சிறிய கருங்கல்லை பத்தடி உயரத்தில் இருந்து போட்டால் அந்த கல் விழுந்த இடத்தில் 'த்ஒல்' ஒலியன் கிடைத்து ஒரு குழி தோண்டி இருக்கும். 'த்+ஒல்' என்பதைச் சீர்ப்படுத்தி 'தொல்' என்றாகி தொல்+(.)+ஐ = தொலை = தூரம். தூரத்திற்கும் தோண்டுதலுக்கும் வேற்றுமைப்படுத்த 'தொள்' என்ற 'ளகரம்' இட்டு புதியதாக மனிதன் அறிவுப் பெற்ற நிலையில் கண்டு பிடித்தான். இன்னும் சொல்லப் போனால் மெல்ல விழுந்த கருங்கல் சிறிது தூரம் தான் செல்லும். அப்போது ஒலியன் 'தொல்' என்று மெல்ல கேட்கும். மிக உயரத்தில் இருந்து விழுந்த கருங்கல் 'தொள்' என்று விழுந்து ஆழத்தை அதிகப்படுத்தி குழிப்பண்ணி இருக்கும்.

கெட்டியான கட்டாந் தரையில் விழுந்த கருங்கல்'டொன்'என்று ஒலியுடன் கல் உடைந்து சிதறும். 'டொன்' என்பதை 'தொன்' என்றும் 'தொண்' எனவும் கொண்டனர். உடைந்து சிதறிய கற்கள் தரையில் உராய்ந்து விழும்போது 'சில்' என்று ஒலியன் இட்டு அமைதியாகும்.

தொன் → தொன்மை (பழமை)

'தொள்' தொண் → தோண் → தோண்ட்+(.)+உ=தோண்டு.

சில்+(.)+அ = சில

சில்+சில = சிற்சில

'சில்' என்பது இன்னும் சிதறி 'த்உள்' என்று 'துள்' என்றாகி 'துளி', துள்ளி, என்றாகி மேலும் வேகத்தினால் சிதறும்போது 'த்ஊள்' என்று ஒலியன் இட்டு அடங்கும். இதுவே 'தூள்' என்பதாகும்.

த் ஒல் → தொல்

த் ஒள் → தொள்

த் ஒன் → தொன்

த் +ஒண்→ தொண்

தொண் → தோண்ட்+(.)+உ = தோண்டு

சில்+(.)+அ = சில

'கல்' விழுந்த வேகத்தில் சிதறிய 'சில்களாக' ஓடும் போது சூடேறி, பிறகு அடங்கி அமைதியான போது குளிர்ந்து 'சில்' விட்டு அடங்கும். அப்போது சில்லென இருக்கும்.

த்+(.)+உள் = துள்→துள்+(.)+இ = துளி

த்+(.)+ஊள் = தூள்(சிறிய துணுக்கு)

த்+(.)+உள்ள் = துள்ள்+(.)+இ = துள்ளி; துள்ளி துள்ளி ஆட்டுக் குட்டி சென்றது.

த்+(.)+உள்+ள் → துட்+(.)+உ = துடு→ துடுப்பு

த்+(.)+உள்+ள் → த்+(.)+உன் = துன் → துன்பம்

த்+(.)+உன்→துன்→துண்→துண்ட்→

துண்ட்+(.)+உ→துண்டு.

மரத்தின் மேல் உயரத்தில் இருக்கும் மனிதன் பழம் பறித்துக் கொண்டு இருக்கும்போது அந்தக் கிளை துண்டுப்பட்டு வீழ்ந்தால் 'துன்பம்' ஆகும்.

'எண்ணுப் பெயர் முன்பத்து' தலைப்பில் தொல்-எழுத்து குற்று - **437** முதல் **480** முடிய நூற்பாக்கள் அமைந்துள்ளன.

ஈர்+துண்டு = ஈர்துண்டு →இரண்டு→இரடு.

தொண்ட்+(.)+உ = தொண்டு

தொண்ட்+(.)+இ = தொண்டி

தொண்ட்+(.)+ஐ = தொண்டை

தொண்ட்+(.)+அன் = தொண்டன்

தொண்ட்+(.)+அர் = தொண்டர்

தொண்ட்+(.)+அள் = தொண்டள் (வழக்கில் இல்லை)

மேலைக் கடற்கரையில் சேரநாட்டில், கடற்கரை ஓரத்தில் கடல் மிக ஆழம். கரைப்பகுதி மிகப் பெரிய பாறையின்மேடு அப்படி அமைந்த துறைமுகப்பட்டினம் 'தொண்டி' ஆகும். கடலால் தொட முடியாத இடம் 'தொண்டி' ஆகும். ஆனால் கடல் ஆழமாக இருக்கும். துறைமுகம் வைக்கச் சிறந்த இடம் ஆகும். அதன் அருகில் தற்போது 'கொல்லம்' துறைமுகம் உள்ளது.

தொண்டை : துளையுள்ள பகுதி தொண்டை ஆகும். வாய்(வழி) வழியாக உள்ளே சென்ற உணவு பற்களைக் கொண்டு அரைத்து உள்ளே செல்லும்போது ' தொண்டை'க் குழி வழியாக வயிற்றுக்குள் செல்லும். அதுவே 'தொண்டை' எனப்பட்டது.

வடகிழக்குப் பருவக்காற்று ஆனது ‘கலிங்கம்’ அதற்கும் தெற்கே நெல்லூர், சென்னை, கடலூர் வழியாக சோழநாட்டிற்கும் பாண்டிய நாட்டிற்கும் புயல், மழை வரும். முதலில் தொடுவது ‘தொண்டை’ நாட்டையே ஆகும். அதை ஆண்ட குறுநில மன்னன் தொண்டை மான் ஆவான். அங்கு ‘தொண்டைக் கொடி’ படர்ந்து திரியும், வேர் ஒரு பக்கம்(நிலத்தில்) கொடியின் கிளைகள், இலைகள் பரவி நீரில் வாழும். அந்த கொடியைப் பல்லவம் கொடி என்றும் கூறினர்.

பள்ளமான பகுதியில் புயல், மழை, வெள்ளம் இவற்றைத் தாங்கி வாழ்ந்த மக்கள் உள்ள இடம் பள்ளவம் → பல்லவம் என்பதாகும். இதற்குப் பிற்காலத்தில் பல புராணக் கதைகள், கட்டுக்கதைகள் எழுந்தன. வடமொழி தொடர்பு மிகுந்த நிலையில் இருந்ததால், இயற்கையால் எழுந்த பெயர்கள் மறைக்கப்பட்டன. வரலாற்றுகாலத்தில் கூறப்பட்ட காரணம் ஒன்று; பக்தி காலத்தில் கூறப்பட்ட காரணம் ஒன்று.

(கரிகால் பெருவளத்தான் திருமாவளவனுக்கு நாகக் கன்னி ஒருத்தி மனைவியாக இருந்ததாகவும் அவள் மூலம் பிறந்த பிள்ளையைத் தொண்டைக்கொடியைச் சுற்றி கடலில் விட்டுவிட்டான். அந்தப் பிள்ளை தொண்டை நாட்டுக்கு அரசனாக ஆனான் என்றும் கதைப் பின்னப்பட்டது. பக்தி காலத்தில் முதலாம் மகேந்திரவர்மன், பிராகிருதத்தை, பாலி மொழியை ஆட்சிமொழியாக்கி வாழ்ந்த காலத்தில் தங்களது பூர்விகத்தைப் ‘பரத்வாஜர் கோத்திரம்’ என்று தொடர்புபடுத்திக் கூறிக் கொண்டனர். உண்மையில் ‘தொண்டை’ என்ற உடலுறுப்பு போல அமைந்து வடகிழக்குப் பருவக்காற்றையும், அதன் விளைவுகளையும் சோழ, பாண்டிய நாட்டுக்குள் வழி விட்டதோல் ‘தொண்டை மண்டலம்’ என்று ஆனது. இது கோதாவரி, கிருட்டினா கடலில் சேருமிடத்தில் இருந்து காவிரியின் துணை ஆறான கொள்ளிடம் ஆறு கடலில் சேரும் இடம் வரை அமைந்த பகுதி தொண்டை நாடு ஆகும்.)

தொண்டு : துன்பப் படுகின்ற அயலான் ஒருவனுக்கு, கேளாமல் ஓடிப்போய் அவனை மேலே எழுப்பி, அவனுடைய துன்பத்தைப் போக்கி அவனது குறையை நிறைவு செய்வதே தொண்டு எனப்படும். அவனது‘ஊழ் வினை’ காரணமாக உண்டான துன்பத்தைப் போக்கி, நிறைவு செய்வதே **‘ஊழியம்’** ஆகும். தொடர்ந்து உழைப்பவர் ‘ஊழியர்’ எனப்பட்டார்.

உழைப்புக்கு ஊதியம் கிடைக்கும். தொண்டுக்கு ஊதியம் கிடைக்காது. இப்போது தொண்பது, தொண்ணூறு, தொள்ளாயிரம், ஒன்பதாயிரம் என்று வந்த விதம் பற்றி அறியலாம். புயல், பெருவெள்ளம் போன்றவற்றிற்கு வரும் வழியாக இடம் அளிக்குமிடம் தொண்டை மண்டலம் ஆகும்.

ஒன்பது = ஒன்று குறைவு பத்துக்கு; அதனால் ''ஒன்பத்து'' என்று சொல்லாமல் ''ஒன்பது'' இடைக்குறையாகக் கூறுகிறோம். குறையைக் குறைப்படுத்திக் கூறப்படுகிறது.

தொண்பது = தொளையான பத்து; அதனால் தொளை → தொண் → தொண்பது என்று தொல் பழங்காலத்தில் கூறப்பட்டு பிறகு வழக்கம் மாற்றப்பட்டது. அப்போது 'தமிழ்' பேசுவோர் விந்திய மலை வரைக்கும் பரவி இருந்தனர். அதனால் தெலுங்கில் 'தொம்மிதி' என்ற சொல் வழக்கில் உள்ளது. தொம்மிதி → தொம்மதி → தொம்பதி → தொன்பதி → தொண்பது.

சிறு மாற்றம் செய்தால்

தொண்பது → தொன்பது → தொன்மதி →

தொன்மதி → தொம்மதி → தொம்மிதி

இங்கு பத்தை 'மிதி' என்று சொல்லவும் முடியவில்லை; 'மதி' என்று சொல்லவும் முடியவில்லை; பத்தை மதித்து வருகிறது என்றும் கூறலாம்.

'தொம்' என்று 'பத்து' என்ற முழு பொருளில் விழுந்து மிதித்தது என்றும் கூறலாம்.

'தொண்பது' என்பதின் மறுவி வந்த திரிபுச் சொல்லே 'தொம்மிதி' ஆகும்.

பத்துக்குள் துளை = தொண்பது

பத்துக்குள் ஒரு துளை = ஒன்பது பத்துக்குள் எத்தனை குறைவு என்பதைக் காட்ட எழுந்த சொல்லே 'ஒன்பது'.

பிற்காலத்தில் வடவேங்கடம் தென்குமரி ஆயிடை உள்ள தமிழர்கள் தனித்து வாழத் தலைப்பட்டபோது உருவான சொல் ஒன்பது.

தெலுங்கு		**தமிழ்**
தொம்மிதி	– 9	தொண்டு (ஒன்பது)

தொம்பை	– 90	தொண்ணூறு (90) (தொண்பது)
தொம்மிதிநூறு	– 900	தொள்ளாயிரம்
தொம்மிதிவேயி	– 9,000	தொண்டு ஆயிரம்
தொம்பை வேயி	– 90,000	தொண்டு பத்தாயிரம்
தொம்மிதி லக்ஷ	– 9,00,000	தொண்டு இலக்கம்
தொம்மிதிகோடி	– 9,00,00,000	தொண்டு கோடி

இப்படி முறையாக இருந்து இருக்கவேண்டும் இதைத் தொல்காரப்பியர் மாற்றி விட்டார்; இவ்வாறு பாவாணர் கூறுகிறார். இதுபோலத் தெலுங்கில் தொம்மிதி(9), தொம்பை(90), தொம்மிதி நூரு,(900), தொம்மிதி வேயி(9,000) தொம்பை வேயி(90,000), தொம்மிதி லக்ஷ (9,00,000)(ஒன்பது இலட்சம்) தொம்மிதி கோடி – ஒன்பது கோடி என்று இயல்பாக அமைந்துள்ளதை மனதில் கொண்டு கூறி இருக்கலாம். 'தொண்டு' என்றால் இரு பொருள்கள் வருகின்றன. தொண்டு = ஒன்பது; தொண்டு செய்தல். 'ஒன்பது' என்றால் ஒரே ஒரு பொருள் மட்டும் தொனிக்கின்றது. அது '9' அடுத்து '90' தொண்ணூறு வரும். அதன் '900' தொள்ளாயிரம் வரும். அதன்9000 என்பதைத் தொண்டாயிரம் உச்சரிப்பதால் புணர்ச்சி விதிப்படி இரண்டும் 'தொண்டாயிரம்' மாற வழி உண்டு. அதனால் தொள்ளாயிரம் என்றும் ஒன்பதாயிரம் என்று பிரித்துத் தனித்தனியே ஒதுக்கினார்கள். இதைச்செய்தது தொல்காப்பியர் காலத்துக்கு முன்பு இருந்த தமிழறிஞர்கள், இலக்கண அறிஞர்கள் தமிழரசர்களின் துணையுடன் மாற்றி இருக்க வேண்டும். அதை 'நூற்பா' ஆக செய்து நின்றார் தொல்காப்பியர்.

ஆனால் தெலுங்கில் அந்த இடையூறு இல்லை; ஆயிரத்தை 'வேயி' என்றனர். முடிந்த (வேய்ந்த) கூரை என்ற பொருளில் 'வேயி' என்றனர். 'வேய்ந்த கூரை' → வேயி. தெலுங்கு மொழி எண்கள் புணர்ச்சியால் ஒன்றாக மாற வழி இல்லை. அதனால் வரிசை, வரிசையாக சொற்கள் எழுந்தன. தொம்மிதி, தொம்பை(பத்து), தொம்மிதி நூறு, தொம்மிதிவேயி, தொம்பை வேயி என்று கிரமமாக அழைக்கப்பட்டன.

இதுபோல தமிழின் அமைப்பு உருவானதைப் பார்த்தே தமது நிலையை மாற்றி இருக்க வேண்டும். கன்னடத்தில் ஒம்பது → ஒம்பத்து, தொம்பத்து ஒம்பை நூறு, ஒம்பது சாவிர என்று தமிழ் அமைப்பும் தெலுங்கு அமைப்பும் கொண்டு மாறி மாறி

எழுந்துள்ளன. தமிழின் சாயல் ‘ஒம்பது’ தெலுங்கின் சாயலில் ‘தொம்பத்து’ என்றனர். ஆக இடைக்குறை ‘பத்து’ என்பதில்லை ‘தொண்’ என்பது ‘தொம்பது’ என்றும் ஒன்பது ‘ஒம்பது’ என்றும் மாறி உள்ளது. இன்றும் பேச்சுத்தமிழில் ‘ஒன்பது’ என்று கூறுவதை விட ‘ஒம்பது’ என்றே கூறுகிறோம். இதைக் கொண்டு கொடுந்தமிழ்ப் பகுதியாக தமிழக மண்ணின் வடமண்ணில் தோன்றி வளர்ந்தமொழி கன்னடம் ஆகும். எண்களில் தமிழையே பின்பற்றி வளர்ந்து உள்ளது.

மலையாள மொழி தமிழின் கிளைமொழி போன்று உள்ளதால் தமிழை முழுமையாகப் பின்பற்றி உள்ளது.

ஒன்பது, தொண்ணூறு, தொள்ளாயிரம், ஒன்பதாயிரம், தொண்ணூறாயிரம், ஒன்பது கோடி என்று அப்படியே தமிழைப் பின்பற்றி எழுந்து உள்ளன. வெள்ளையர்கள் தமிழ் மண்ணில் காலடி வைத்ததும் ‘மலபார்’ என்றும் ‘மலபார்’ மொழி என்றே கூறினார். ‘மலையாளம்’ தனிமொழி என்ற நிலைக்கு உயர்ந்தது கி.பி.16ஆம் நூற்றாண்டில் ஆகும்.

‘கன்னடம்’ தனி மொழியாக உயர்ந்த காலம் கி.பி 8ஆம் நூற்றாண்டு ஆகும். ‘தெலுங்கு’ தனி மொழியாக ஒதுங்கிய காலம் கி.பி.6ஆம் நூற்றாண்டு ஆகும். அதற்கு முன்பு தமிழும் பிராகிருதமும் கலந்து பேசினர். தற்போது உள்ள தமிழும் ஆங்கிலமும் கலந்துள்ள ‘தமிழிங்கிலீசு’ போலத் தமிழையும் பிராகிருதத்தையும் கலந்து பேசினர்.

கன்னடர்களுக்கும் தமிழர்களுக்கும் ஆட்சி தமிழ். தமிழ் ஒலியன்களைக் கொச்சைப்படுத்தி, குதர்க்கம் பண்ணி பேசினர்.

சான்று : பத்து (தமிழ்) ஹத்து (கன்னடம்) புகை (தமிழ்) ஹெக(கன்னடம்) என்றனர். அந்தத் தகராறு காவிரி தண்ணீர் தருவதில் இன்று வரை வளர்ந்துள்ளது. இந்த பங்காளி சண்டை பெரிய அளவில் மிகப்பெரிய அளவில் இன்று வளர்ந்துள்ளது.

மொழி ஞாயிறு பாவாணர் தொல்காப்பியரைப் பற்றி குறைப்பட்டு கொண்டது சரியாகத் தோன்றுகிறது. இருப்பினும் புணர்ச்சி அமைப்பு, ஒலிப்பு முறையில் பேதம் காட்டவே தமிழ், மலையாளம், கன்னடம், துளு மொழிகள் ஏற்றுக் கொண்டதாலும் இந்தப் பேதம் வழக்காறாக வந்து விட்ட ஒன்றாகும்.

தொல்காப்பியம் தோன்றிய பிறகே கன்னடம், மலையாளம், துளு மொழிகள் தமிழில் இருந்து பிரிந்து திரிபுக்கு உள்ளாகி இருக்க வேண்டும். தோன்றி இருக்கவேண்டும்.

உருமாற்றம் நிலை – ஒட்டும் பத்து → ஒன்பது
ஒன்று குறைவு பத்துக்கு → ஒன்பது

புணர்ச்சி நிலை – தொளையாகிப்போன நூறு → தொண்ணூறு
தொளையாகிப் போன ஆயிரம் →
தொள்ளாயிரம். தொடப்போகும்
ஆயிரம்=தொள்ளாயிரம் ஒன்பதாயிரம்.
ஒன்றாயிரம் குறைவு பத்தாயிரம்

மருஉ நிலை – ஒன்று கோடி → ஒரு கோடி
ஒன்று இலட்சம் → ஒரு இலட்சம்

இயல்நிலை – பத்து இலட்சம் → பத்து இலட்சம்
பத்து கோடி → பத்து கோடி

இப்படியாக அமைந்துள்ளன.

துளு மொழியில் எல்லாவற்றையும் ஒம்பத்து ஒர்ம்படி என்று கூறி தொண்ணூறை மட்டும் 'சொண்பம்' என்று கூறி வருகின்றனர். இதுவும் தமிழ் அமைப்பு முறையே ஆகும்.

செயல் விளக்கத்தைப் பின்பற்றி 'கள்ளு' என்பதை 'மரநீர்' என்று துளு மொழியில் கூறி வருகி'றனர். 'ஊறுகாய்' என்பதை 'உப்பாடு' என்று கூறுகின்றனர்.

முடிவு

ஒன்பதைப் பொறுத்தவரையில் தமிழின மொழிகளுக்கும் ஆரிய மொழிகளுக்கும் எண் தொடர்பு எதுவும் இல்லை. ஆங்கிலம் மட்டும் சிறிது தொடர்பு போல தோன்றினும் அது உண்மையான தொடர்பு இல்லை. ஒன்பது-நவம்-Nine.

ஒன்பது - தொண்ணூறு என்று ஏற்பட்டு சுமார் 2500 ஆண்டுகள் கடந்து இருக்கக்கூடும். அதனாலேயே கன்னடம், மலையாளம், துளு மொழிகள் பின்பற்றி உள்ளன. தெலுங்கு மட்டும் தொல்பழந்தமிழ் முறை தொண்பது தொண்ணூறு என்பதைப் பின்பற்றி உள்ளது. காரணம் அது மாமூலனார் கூற்றுப்படி 'மொழி பெயர் தேயமாக'க் கருதப்பட்டது. ஆரிய மொழிகள் ஒட்டு மொத்தமாக 'Nov' 'நவ்' என்பதன் வேர்ச்சொல்லால் உருவானவற்றையே பயன்படுத்தி வந்துள்ளன.

கிண்டல் பேச்சு

''நீ என்ன ஒம்பதா?'' என்று ஆணும் இல்லாமல் பெண்ணும் இல்லாமல் 'அலி' என்றவாறு கிண்டலாய்க் கூறுவர். காரணம் 'ஒன்பது' தொண்ணூறு, தொள்ளாயிரம் ஒன்பதாயிரம் என்று இரு வழிகளில் எண்கள் அமைவதால், முறையற்று இருப்பதால் அவ்வாறு பேசப்படுகிறது. அதே நேரத்தில் சோதிடக் கலையில் 'ஒன்பது' சிறப்பான எண்ணாகும். வண்டிகளுக்கு அரசு எண்கள் வாங்குவோர் 1,3,9 என்று கூட்டினால் கிடைக்கும் விதத்தில் வாங்குவர்.

மலாய் மொழியில் எண்கள் முறை

1. சத்து (satu) 2. 'டுவா (dua) 3. திக (tiga) 4. angka (ஆங்க) empat (எம்பா) 5. (Lima) லிமா 6. (enam) எனம் 7. tujuh (ட்சூச்சா) 8. Lapan (லாபான்) 9. Sembilan (செம்பலான்) 10. sepuluh (செப்புலு) (பத்து)

(angka seratus – ஆங்க்க செரட்ஸ் (நூறு)–(100), (angka seribu ஆங்க்க செரிபு– (1000), seratus ribu (1,00,000) இலட்சம் Juta (கோடி) 10 Jutasatu (பத்துக்கோடி)

எழுத்துமுறைகள்

'சமய வங்க சுத்த' என்ற சமண நூலின் படி எழுத்து முறைகள் 18 (லிபி 18) இந்த நூலின் காலம் கி.மு.300.

(Weber Insche studien P 16 – 280– 399)

1. பம்மி (பிராமி) 2. யவனானி 3. தசபுரிய, 4. காரோஷ்டி, 5. புக்காசிரிய 6. போகவய்யா 7. தவனய்ய 8. பகரய்யா, 9. உயமித்ரகரிய 10. கின்னஹய்ய 11. அங்கலிபி 12. கணித லிபி 13. கந்தவ்யலிபி 14. ஆதம்சா லிபி 15. மகாசனி 16. தாமிலி (தமிழி) 17. பொலிந்தி 18. அபரபுத்திர.

தமிழுக்குப் பழங்காலத்தில் ''தாம்லி'' என்ற பெயர் வடநாட்டில் இருந்து வந்தது. அதை 'லலிதா விஸ்தாரம்' என்ற பவுத்த நூல் சமஹ்கிருதத்தில் எழுதப்படும்போது 'தமிழ்' என்ற சொல்லைத் திராவிடி என்று மாற்றி எழுதியது.

தொல்காப்பிய மரபுக்கு எதிரானப் போக்கு

தொல்காப்பியருக்குப் பின் இயற்றப்பட்ட பரிபாடல் என்ற நூலில் தொல்காப்பியருக்கு எதிரானப் போக்குக் காணப்படுகிறது.

பரிபாட்டு

பரிபாடல்லே தொகைநிலை வகையின்
இது பா என்னும் இயல்நெறி இன்றிப்
பொதுவாய் நிற்றற்கும் உரித்தென மொழிப

பரிபாடலின் உறுப்புக்கள்

கொச்சகம், அராகம், சுரிதகம், எருத்தொடு
செப்பிய நான்கும் தனக்கு உறுப்பாகக்
காமங் கண்ணிய நிலைமைத் தாகும்.

இப்படி தொல்காப்பியர் பரிபாடலுக்கு இலக்கணம் கூறுகிறார். அவர் காலத்துப் பரிபாடல் கிடைக்கப் பெறவில்லை. ஆனாலும் 'தொண்டு' என்ற சொல்லை ஒன்பதுக்கு இட்டு செல்லும் பரிபாடல் ஒன்று உள்ளது. இது தொல்காப்பியத்துக்கு மறுப்பா, அல்லது இது எழுதியப்புலவர் வடவேங்கட மலைக்கு வடக்கில் வாழ்ந்தவரா? சிந்திக்க வேண்டியது ஒன்று. அல்லது தொல்காப்பியத்துக்கு முந்திய உள்ள பாடலா? என்று சிந்திக்க வேண்டியதாகும்.

பாழென காலென பாகென ஒன்றென
இரண்டென மூன்றென நான்கென வைந்தென
ஆறென வேழென எட்டென தொண்டென

பரிபாடலில் வரும் பாடல்.

பாழ், கால், பாகம் என்பதை விளக்கும்போது விளக்கப்படும்.

24. பத்து

'பத்து' என்பதன் வேர்ச்சொல் – 'பத்' 'பற்று' என்பதே பத்தாக மாறி இருக்கவேண்டும். பற்றற்ற ஞானி 'நான்' 'எனது' என்ற உரிமைப் பொருளைத் துறந்தவன் 'ஞானி' ஆவான்.

நான்+(.)+அம் = நானம் → ஞானம்

நான்+(.)+இ = நானி → ஞானி

நான்+(.)+உ = நானு → நானுதல்

பற்று =ஆவல், ஆசை, பிடிப்பு, அன்பு, கணக்கு. உனக்கு தேனீர் கடையில் 'பற்று' இருக்கா? (வரவு செலவு இருக்கா?)

பற்று = கணக்கு, தொடர்பு, பிடிப்பு.

'ஆற்றூர்' – என்பது பேச்சு மொழியில் 'ஆத்தூர்' சொல்வது போல 'பற்று' என்பது 'பத்து' என்று ஆகி இருக்கலாம்!

வயதில் முதிர்ந்தவர் அல்லது உயர்ந்தவர் கால்களை ஆண்டவனைப் பற்றி சொல்லும்போது 'கைகளைப் பற்றி வேண்டினேன்' என்று சொல்வது வழக்கம். பற்றுதலுக்கு இரு கைகளையும் பயன்படுத்துவதுதான் வழக்கம். அதுதான் முறையும் ஆகும். காலைப் பற்றினாலும் கையைப் பற்றினாலும் இருகைகளே பயன்படுகின்றன. பத்துவிரல்களும் பயன் படுகின்றன.

பற்று – பத்து

'பற்று' என்பது பத்து

பூ வணிகர் இருகைகளிலும் 'பிடி' 'பிடி' பிடித்து 'ஒரு கை' 'இருகை' என்று எண்ணி அளப்பர். தற்காலத்தில் தராசு மூலம் நிறுத்து தரப்படுகிறது. ஆனால் தேங்காய் வணிகர் தென்னை மரத்துக்காரரிடம் வாங்கும்போது ஐந்து ஐந்தாக எண்ணி வாங்குவர். அதைப் போல மாம்பழ வணிகர் கூட ஐந்து ஐந்தாக எண்ணி விற்பர்.

ஐந்து ஐந்தாகப் பற்றி எண்ணிவிற்பர். ஆற்றில் மீன்பிடிப்பவர் அழுகிய சருகுகள், புல் பத்தைகள் என்பவைகளைத் தூக்கி பிடிக்கும்போது 'பத்தை'யைத் தூக்கி மேட்டில் போட்டுப் பார் என்பார்கள். 'பத்தை' – புல் சருகுகள் இணைந்த நெருக்கமானப் புல்லின் அடர்வு (ஆற்றோரத்தில் அமைந்து இருக்கும்.) பழைய ஏற்பாட்டில் மோயீசன் கடவுளிடம் சென்று சீனாய் மலைமீது பத்துக் கட்டளை வாங்கி மக்களுக்குத் தந்தார். பத்துக் கட்டளை வாங்கிக்கொண்டு கீழே வந்தபோது மக்கள் உருவ வழிபாட்டை வணங்கினர். மாடு, நாய், ஆடு, சிங்கம், போன்ற மிருகங்களை வைத்து வணங்கி மகிழ்ந்தனர்.

பத்+த்+(.)+அம் = பத்தம் →பத்தமடைப்பாய்

பத்+த்+(.)+உ = பத்து

பத்+த்+(.)+இ = பத்தி (கையில் பற்றி)

பத்+த்+(.)+ஐ = பத்தை (பக்தை)

பத்+த்+(.)+அர் = பத்தர் →உலோக வேலைகளைச் செய்வோரைப் 'பத்தர்' என்பர். பற்ற வைத்து நெருப்பினால் உலோகப் பாத்திரங்களின் ஓட்டைகளை அடைப்பர். பற்ற வைப்பாளர் → பத்தவைப்பவர் →பற்றர் →பத்தன் →பக்தன்

பத்+(.)+அம் = பதம் (வெந்ததா எனப் பார்த்தல்)

பத்+(.)+இ = பதி (கணவன்)

பத்+(.)+உ = பது →பதுவை (சிலை) பத்தின் இடைக்குறை

பத்+(.)+ஐ = பதை →பதைபதைப்பு.

பத்+(.)+அன் = பதன்

பத்+(.)+அல் = பதல்

பத்+(.)+இல் =பதில் (விடை)

பத்+(.)+இன் = பதின் → பதின்மர் = பத்து பேர்கள்

பதவுரை = சொல்லும் அதன் பொருளுரையும்

பதம் = சொல்

பசு – பதி – பாசம்; இந்த உடலின் உயிர்(ஆன்மா) பாசத்தோடு கடவுளைத் தேடி அலைகிறது.

பதி = கடவுள், சிவன்.

பது = இருபது, முப்பது, நாற்பது என்பதின்

பத்தின் இடைக்குறை 'பது' ஆகும்.

பசு—பதி—பாசம் என்பதை வேறு விதமாகவும் கூறுவர். 'பாசம்' என்ற இந்த உலகப்பற்றை உள்ளத்தில் இருந்து எடுத்து எறிந்து விட்டால் இந்த உயிர், (பசு) (ஆன்மா) பதியாகிய சிவனைப் போய் அடையும் என்பது சைவ சித்தாந்தம் ஆகும்.

பத்+த்+(.)+ஆம் = பத்தாம் →பத்தாமிடம் (பத்தாக அமைந்துள்ள எண்)

பத்து – தமிழ்

பத்து – மலையாளம்

ஹத்து – கன்னடம்

பதி – (பத்து) தெலுங்கு

பத்து – துளு

இருபது – இர்வெர்/இர்வ – (துளு)

முப்பது – முப்ப – (துளு)

நாற்பது – நால்ப – (துளு)

ஐம்பது – ஐவ – (துளு)

அறுபது – அறுவ, அவ (துளு)

தொல்காப்பியம் – எழுத்து – நூற்பா 199

ஒன்று முதலாகப் பத்து ஊர்ந்து வரூஉம்
எல்லா எண்ணும் சொல்லுங் காலை

தொல் – எழுத்து – புள்ளி – நூற்பா – 390

பத்தென் கிளவி ஒற்றிசை கெடுவழி
நிற்றல் வேண்டும் ஆய்தப் புள்ளி.

சான்று : எழுபஃது

'ஐங்குறு நூறு' என்ற நூலில் வேட்கைப் பத்து, வேழப்பத்து, களவன் பத்து என்று கூறப்படுகிறது.

கீழ ஆரிய மொழிகளில் 'பத்து'

இந்தி : தஸ்
சமற்கிருதம் : தச
மராத்தி : தஹா
குசராத்து : தஷ

மேலை ஆரிய மொழிகளில் "பத்து"

கோதிக்	- taihum
ஆங்கிலம்	- Ten
பிரஞ்சு	- சே தீ ஜ்
எபி ரேயம்	- தி சா Tesha
வடமொழி சமற்கிருதம்	- Dasa தசா
கிரேக்கம்	- Deca
இலத்தீன்	- Decem
தமிழ்	- தசை தை

'தச' என்பதன் வேர்ச்சொல் – 'தச்' என்பதாகும். 'தச்' என்பதன் மூல வேர்ச்சொல் – 'தய்' வெற்று ஒலியன் 'தய்' என்பதாகும். தச்சன் சிறு உளியால் துளையிட (இரண்டு மரச்சட்டங்களை ஒன்றாய் சேர்க்க துளையிடும்போது) மலுவால்(மரச்சுத்தியல்) அடிக்குமபோது ஒலியன் 'த்ய்' 'த்ச்' என்பனவாகும். சான்று:- தசரதன் - தயரதன் (கம்பன்)

தச்+ச்+(.)+அன் = தச்சன்

த்ச் → தச் → தச்ச் → தச்சன் (மரவேலை ஆசாரி)

தச்சன் மூட்டுபவன் ஆவான்.

தச்சன் → Technic (தச்சு) → Technical (தச்சுவேலை) → Techinician(தச்சன்) Stitch → தைத்தல்; தச்சு (பேச்சுமொழி)

'தய்' என்பது 'ஐகாரம்' கண்டறியாத காலத்தில் உருவானது.

தய்+(.)+இர் = தயிர்

சேயை (குழந்தையை)ப் பற்றிய எல்லாத் தாக்கங்களை அறிந்து கொண்டவள் 'தாய்'

தாக்கம் = இன்பம் துன்பம் பற்றிய செயல்பாடுகள்.

'தய்' என்பதன் நெடில் 'தாய்'

தாக்கம் → தா+(.)+ய் = தாய்

சேய்தனைப் பெற்றவள் தாய்.

தாய் = த்+(.)+அ+அ+(.)+ய் =த்+(.)+ஆ+(.)+ய்

பிம்ப மாற்றம்

ஆத்+(.)+ய் = ஆதி. (த்+(.)+ஆ+(.)=தா+ய்=தாய்

தாய் = ஆதி.

பிம்ப மாற்றம் = த்+அ+அ=தா; தாஇ → தாயி → தாய்

குழந்தைகளுக்கு ஆதியானவள் 'தாய்' ஆவாள்.

தய் → தை → தைத்திங்கள். தமிழர்களின் ஆண்டின் தொடக்கம் தைத் திங்கள் முதல் நாள் பொங்கல் நாள். அறுவடை பலனை இனிமையாகப் பயன்பெறும் இனிய நாள். தமிழ் ஆண்டின் தொடக்க நாள் முடிந்த தமிழாண்டு தன்னை தைத்து மூட்டி விட்டு, மீண்டும் தொடங்கும் நாள் (புது ஆண்டு தொடங்கும் நாள் தை முதல் நாள்)

தய்+(.)+இர் = தயிர்

'பால்' என்ற ஒன்றைக் காய்ச்சிப் புளிக்க வைக்கும் போது உருவாகும் நிலை 'தயிர்' இதனுள்ளே வேற்றுப் பொருளை உள்ளே விடாமல் தேக்கி மேலே வைக்கும் திண்ம நிலையில் உள்ளப் பொருளாக மாறுகிறது.(தய்+(.)+இர்) = தயிர்

'மை' போன்ற நுண்ணிய நுனியை உடையது

மய்+(.)+இர் = மயிர்.

ஆக்க வேலைகளுக்குப் பெரிதும் துணையாய் இருப்பது.

கய்+(.)+இர் = கயிர் → கயிறு. (கட்டினால் இறுகக் கூடியது)

ஆக்க வேலைகளைச் செய்யப் பயன்படுவது → கய் → 'கை' என்பதாகும்.

தயிர் = திண்மநிலை; பால் = நீர்ம நிலை; மோர் = நீர்ம நிலை; திண்ம நிலையாக கொண்டு இருப்பது தயிர் ஆகும்.

எல்லாப் பொருள்களையும் வைத்துக் கொள்ளும்

பொருள் = பய் → பை(Bag); பரவும் பொருளை ஒன்றாய்ப் பிடித்து வைப்பது 'பை' ஆகும்.

'ய்' என்ற ஒலியன் 'இருப்பு' என்பதைக் காட்டும் அதையே சகரமாக மாற்றி ஒலிக்கத் தொடங்கினார்கள். தய் → தச்

'தச்' வேர்ச்சொல்

தச்+(.)+அம் = தசம் = நூறு

தச்+(.)+இ = தசி

தச்+(.)+உ = தசு

உழவர்கள் தங்களுக்கு ஆகும் 'நடவு நாற்றுப்பறி' செலவுகளைத் 'தசு கூலி' செலவு என்பர்.

தச்+(.)+ஐ = தசை

உடலை, (மாந்தர், விலங்கு, பறவை, மற்றும் ஊர்வன எல்லாவற்றின்)ப் போர்த்தி கட்டி வைப்பது தசை ஆகும். அதையே பிம்பமாற்றம் செய்தால் சதை ஆகும்.

உடலைப் பற்றி இருப்பது தசை ஆகும்

பற்றி → பற்று → பத்து

பத்து = தசம்

பத்தின் அடிப்படை = தசாம்சம்; (மெட்ரிக் முறை)
(பத்தின் மடங்கு)

நூறின் மடங்கு = சதாம்சம்

துணியைத் துணித்து (வெட்டி) தைய்ப்பது → தையல் (Stitch)

தையல் வேலை செய்பவர் தையல்காரர் (Tailor)

வெட்டி மூட்டி தைப்பவர் தையல்காரர். துடுக்குத்தனமாய் திருமணம் ஆகாமல் தனித்து துறவியாக இருப்பவனை ஒரு கூண்டுக்குள் அடைத்து இன்ப துன்பங்களைத் தருபவள் தையல் ஆவாள். தையல்= பெண்; இல்லறவாழ்வில் தையல் தைத்து வைப்பவள்.

ஒன்று முதல் ஒன்பது முடிய உள்ள எண்களை மூட்டி வைப்பது தசம் என்பதாகும். ''வயலி''களையானது' – 'பத்தை' 'பத்தை'யாக இருக்கு;'' என்பது வழக்குப் பேச்சு.

பத்தை = தொகுதி; அடர்ந்த பொருள்கள்.

ஒன்று முதல் பத்து முடிய ஒரு 'பத்தை' அல்லது ஒரு தொகுதி; தொகுதியை அழைக்கப் பயன்படும் சொல் 'பத்தை'; இது வேளாண்மை, மீன் பிடித்தலில்(உள்நாட்டு ஆறுகளில்) பயன்படும் சொல் ஆகும்.பதினொன்று முதல் இருபது முடிய இரண்டாவது பத்தை; இரண்டாவது தொகுதி ஆகும்.

தொகுத்தல் = தைய்த்தல் (இறுகக் கட்டுதல்)

''சோறு உனக்குப் போதுமா? எனக்குப் பத்தாது;'' இருவரின் பேச்சு! பத்தாது = முழுமை ஆகாது.

தைய்த்தல் (மூட்டுதல்) – தசை (தமிழ்)

Tesha = தெசா (எபிரேயம்)

தச, தசம் = (வடமொழி)

டிசம்(திசம்) – (இலத்தீன்)

எல்லாம் தையல் அடிப்படையில் ஏற்பட்ட எண்ணிக்கைச் சொற்கள் ஆகும். ஆனாலும் தொல் பழங்காலத்தில் ஏற்பட்டு இருந்தன. வட ஆரியர் வட இந்தியா முழுவதும் பரவி வாழ்ந்த போது 'தசம்' என்பதையே பயன்படுத்தினர். தமிழர்கள் 'பத்தை' என்று பொருள்படும் சொற்களைப் பத்து (தமிழ்), பத்து (மலையாளம்), ஹத்து(கன்னடம்) பதி (தெலுங்கு) தென்னாட்டு மக்கள் பயன்படுத்தினார்கள்.

'பத்து' என்பதற்கு எண்ணுரு ௰ என்பதாகும்'க0' '10' என்பதுவும் பயன்படுகின்றன. இரண்டு கைகளில் உள்ள விரல்கள் பத்து; இரண்டு கைகளையும் இணைத்து விரல்களை இணைத்து விரித்தால் அந்த அமைப்பு 'UU' என்று அமையும். ஒன்றாகச் சேர்ந்தால்  ஆகும். இது சிந்துவெளி '10'ன் எண்ணுரு.  = சிந்துசமவெளி 'பத்து' எண்ணுரு; அதைச் சிறிது திருத்தி கி.பி.

நான்காம் நூற்றாண்டுக்குப் பிறகு வழங்கப்பட்டது.  ஆனால் கி.மு. இரண்டாம் நூற்றாண்டில் வழங்கி அமைப்பு  என்பதாகும். ஒரு பொருளை இரு கைகளைச் சேர்த்து சாய்த்துப் பிடிப்பது போல அமைந்துள்ளது. இது கி.பி. நான்காம் நூற்றாண்டிற்குள் மறைந்து மீண்டும் சிந்துவெளி எழுத்து எண்ணுரு  என்பதே சிறிய மாற்றத்துடன் அமைந்து வழங்கியது.

திருக்குறளில் 'பத்து' 'பத்து' குறள்பாக்களாகப் பிரிக்கப்பட்டு 133 அதிகாரங்கள் வைக்கப்பட்டுள்ளன.

இந்தியா முழுமையும் 'நாகர்' என்ற தொல் பழந்தமிழ் இனத்தவர் இருவகைச் சொற்களைப் 'பத்து' என்பதைக் குறிக்கப்பயன்படுத்தினர்.

(1) தசம் (2) பத்து

1. தைய்த்தல் அடிப்படை தசம்

2. பத்தை (தொகுதி) பற்று அடிப்படை பத்து

இந்தியாவுக்குள் ஊடுருவிய மைய ஆசியாவில் இருந்து வந்த வட ஆரியர் 'தசம்' என்பதைத் தாங்களும் கைக்கொண்டு, வட இந்திய அரசர்களையும் கைக்கொள்ள வைத்தனர்.

அப்போது தென்னிந்தியாவில் வட ஆரியர் ஊடுருவி கலக்காத காரணத்தால் தென்னாடு முழுவதும் தெலுங்கு ஈறாய் தமிழிய மொழிகள் பத்தை என்பதை மட்டும் வழக்கில் கொண்டன. அதற்குப் பதிலாக வட நாட்டில் 'பதி' என்ற சொல் அரசன், கடவுள், தலைவன் என்பவர்களைக் குறிக்க 'முழுமை' எழுந்தது. 'கணபதி' 'சிவபதி' என்று கூறப்பட்டன. அதைப் போல புண்ணிய இடங்களுக்கும் 'பதி' என்று பெயர் ஏற்பட்டது. அது மெல்ல விந்திய மலைக்கு நகர்ந்து பரவியது. அங்கே வணங்கப்பட்ட கடவுள்

'கணபதி' → விநாயகர்
சிவபதி → உருத்திரன்

வெங்கடாசலபதி → வைணவம்

அங்கே தோன்றிய தலம் 'திருப்பதி' ஆகும். அந்த 'பதி' என்ற சொல் 'பத்து' என்பதில் மெய்யொற்று நீக்கி 'உகரத்'திற்குப்

பதிலாக இகரம் ஈற்றில் சேர்த்து வழங்கப்பட்டது. அதுவே பத்து என்பது தெலுங்கில் 'பதி' ஆனது.

பதம் = சொல்; பதி = தலைவன்; பது = இருபது முதல் எண்பது ஈறாய் அழைக்கும் எண் பெயர்கள் 'பத்து' என்பதின் இடைக்குறை ஆகும். பதைத்தல் = படப்படப்பாக ஆகுதல்; தற்காலத்தில் கலக்கம், நடுக்கம், பதைபதைப்பு, படப்படப்பு, திகைப்பு, போன்ற பத்து சொற்களுக்கு ஒரே சொல்லாக 'Tension' டென்சன் என்று சொல்லப்படுகிறது. மொழி மாற்றம் போல இந்த 'டென்+சன்' அமைந்துள்ளது. பத்து+அற்றம் = பத்து+(.)+அற்றம் = பத்தற்றம் → பதற்றம்.

பத்து வகை உணர்ச்சிகளைப் பதற்றப்படுவதால் இழந்து விடுகிறோம். பத்தையும் அறுத்து விடுதல் 'பதற்றம்' ஆகும்.

பதற்றம் = Tension (Ten+sion)

பத்+(.)+இல் = பதில்; தலைவன் கேட்டும் கேட்கும் வினாக்களுக்கு விடை தருதல்.

கன்னட மொழியினர் தமிழர்கள் பேசும் இரட்டைப் பேச்சில் பின்னதை எடுத்துக் கொண்டது போல எடுத்துக் கொண்டு பேசுவது தெரிகிறது.

பத்து – கித்து; பகை –கிகை; பகலு – கிகலு பச்சை – கிச்சை; படகு – கிடகு; பட்டி –கிட்டி பணம் – கிணம் (உம்மிடம் பணம் கிணம் இருக்கா அல்லது சும்மா வர்றியா?, பறந்து–கிறந்து, பன்னி–கின்னி; பசி–கிசி; பெரிசு–கிரிசு புலி–கிலி; பொரி –கிரி; புதரு–கிதரு, படை–கிடை இதில் இரண்டாம் சொல்லை எடுத்து 'ஹ'கரத்தை நுழைத்தது போல கன்னடம் அமைந்துள்ளது.

ஹத்து, ஹகை, ஹகலு, ஹச்சை, ஹடகு, ஹட்டி, ஹணம், ஹற, ஹசி, ஹரிது, ஹலி, ஹூரி, ஹந்தி(பன்றி) ஹொதரு, ஹெட இப்படி இரண்டாம் பேச்சை எடுத்து செப்பம் பண்ணியது போல உள்ளன. பத்த-ஹத்து. ஆனால் கன்னடத்தில் இப்பத்து(20), மூவத்து (30) நலுவத்து(40), ஐவத்து (50), அறுவத்து(60), எப்பத்து(70), எம்பத்து (80), தொம்பத்து(90), என்று கூறும்போது 'ஹகரம்' பயன்படுத்தப்படவில்லை. பழந்தமிழைச் சிறு மாற்றத்துடன் பத்து, பது என்றே அழைத்துள்ளனர். அதைப் போல ஒம்பத்து(9) என்பதில் தமிழையே பின்பற்றி வந்துள்ளனர். தெலுங்கு மொழியின்(தொம்மிதி) யைப் பின்பற்றவில்லை.

தமிழர்களுடன் போட்டி மனப்பாண்மையில் இருந்தாலும் தமிழரின் வழக்கைப் பெரும்பகுதி எண்களில் மாற்றவில்லை; பத்து–ஹத்து' என்பதை மட்டும் மாற்றி உள்ளனர்.

இன்றும் தமிழில் உடம்பு–கிடம்பு சரியில்லையா என்று இரட்டைப் பேச்சு யதுகை மோனை (யகனை முகனை)யுடன் பேசுகிறோம். பெரும்பாலும் தமிழின் பகர வரிசை எல்லாம் ஹகர வடிவமாகப் பேசப்படுகிறது. 'பூ' (மலர்) –ஹூ ஆகக் கன்னடத்தின் எண்ணுரு அடிப்படை. தமிழே ஆகும்.

அடிப்படை வேர்ச்சொல்

பல்+(.)+அ = பல

பல்+(.)+அம் = பலம்

பல்+(.)+இ = பலி

பல்+(.)+உ = பலு–வலு

பல்+(.)+ஐ = பலை

பல்+(.)+அர் = பலர்.

பல் → பன் → பற் → பத் → பத்து

பல் → பள் → பண் → பட் → பத் → பத்து

பல் → பழ் → பற் → பத் → பத்து

பத்து → பஃது.

இதில் 'பனிரெண்டாம்' என்பது வருவதால்

பல் → பன் → பற் → பத் → பத்து என்று ஆகி இருக்கக்கூடும்.

''தலையில் தோல் உறிஞ்சு பத்தைப் பத்தையா வருது'' வழக்கு பேச்சு.

<u>பத்தை :</u> பல் → பன் → பற் → பத் → பத்து பத்தை

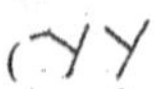 = பத்து (தமிழி எழுத்து)

பழமொழிகள்

பணம் பத்தும் செய்யும்

'பத்தரை மாற்றுத் தங்கம்' என்பது பழமொழி அது இன்று 24 கேரட் தங்கம் ஆகும். செம்பு கலக்காத தங்கத்தைப் பத்தரை மாற்றுத் தங்கம் என்று கூறுவர்.

'பத்தாம் பசலி' என்றும் கூறுவர். முழுக்க முழுக்க மூட நம்பிக்கை உடைய ஒருவனை அப்படி அழைப்பது வழக்கம். பாராட்டு பெறுவோர் பெறுவது பதக்கம்.

'றகரம்'

ஒன் – ஒன்னு – ஒண்ணு (தனியாக க் கூறும்போது)

ஒன் – ஒன்று –(தொடர்ந்து வரும்போது, இலக்கியப் பேச்சு)

'ஒன்று', 'மூன்று', 'ஆறு' என்று மூன்று இடங்களில் வருகின்றன. தொடக்கக் காலத்தில் ஒன்று, மூன்று, ஆறு தொண்று(தொண்டு)(ஒன்பது) என்று இருந்து இருக்கக்கூடும். அதில் 'ஒன்பது' மட்டும் உருமாறி இருக்கக்கூடும்; ஏனெனில் 'றகரம்' **1–3–6** என்று மூன்றின் மடங்கில் வருவதால் 'தொண்று' என்பது 'தொண்டு' என்று மாறி இருக்கலாம். அது பிற்காலத்தில் 'ஒன்பது' என்று மாறிவிட்டது.

ஒன்று, மூன்று, ஆறு, இன்று, அன்று, என்று, நேற்று, போன்று, கன்று, நின்று, போன்றவற்றில் றகரம் வருகின்றது. இதில் பொழுதைக் குறிக்கும் சொற்கள் இன்று, அன்று, என்று, நேற்று போன்றவாகும். இதே பொழுதைக் குறிக்கும் சொல்லாக வடமொழி சமற்கிருதத்தில் 'திதி' என்பதாகும். 'ஒன்று' என்பது'ஒண்ணு' என்று மலையாளம் போன்ற மொழிகளில் மாறினாலும் 'ஆறு' எல்லா தமிழிய (திராவிட மொழிகள்) மொழிகளில் அப்படியே உள்ளது.

ஆங்கிலத்தில் day என்பது 'று' என்பதன் திரிபாக இருக்கலாம். திதி–தேதி – day– என்பன 'று' என்பதில் இருந்து உருவாகி இருக்கக்கூடும். அன்று –இன்று–நேற்று–என்று அன்றாடம் – அன்றைக்கு என்பதில் 'று' ஒலிப்பதுபோல yesterday–today–sunday முதல் saturday வரை 'day' ஒலிக்கின்றது. று–றே–தேதி–day-date என்று ஆகி இருக்கலாம்.

25. பாழ் – சுழியம் – சுன்னம் – 0

தற்போது இயல்எண்கள், முழுக்கள்

"பாழெனக் காலெனப் பாகென ஒன்றென"

என்று பரிபாடலின் வரிகள் சுழியம் 0 சைபர் என்பது அக்காலத்திலே உண்டு என்று உணர்த்துகிறது.

பாழ் – சீரோ (zero), சைஃபர் (cipher) சுன்னம்(தமிழ்) பற்றி கூறும் எண் பெயர் ஆகும். சுன்னம் என்பதைச் 'சுழியம்' என்றும் கூறுவர். "என்ன? எப்படி குண்டாய் ஆயிட்டே?"

"பாழாய்ப் போக கண்ணு வைக்காதே!"

இயல் எண்ணின் கடைசி கீழ் எல்லை 0, 1, 2, 3, 4, 5, 6....

இயல்எண்கள் முழுக்கள் போன்றவற்றோடு ஒப்பிட 'பாழ்' zero, அல்லது சுன்னம் '0' மையப்புள்ளியாக அமைகிறது.

ஒலியன் 'சுழி'யும் ஆங்கில (zero)ம் ஒப்புமையாக உள்ளன.

கடல்மட்டம் என்பது சுழியம் அல்லதுத் zero அல்லது '0' ஆகும். கடல் மட்டத்தில் மேலே போக போக கூட்டல் முறையில் 1, 2, 3, 4, 5 என்று இயல் எண்ணில் இருக்கும். கடல் மட்டத்தில் இருந்து கடலின் ஆழத்திற்குள் போகப் போக '–' கழித்தல் முறையில் –1(ஆழம் ஒரு கிலோ மீட்டர்) –2(ஆழம் 2 கிலோ மீ), –3, –4, –5 என்று அழைக்கப்படுகின்றன.

புருவங்களை நெறித்து படபடவென்று பார்த்து வளைந்து நெளிந்து நெளிந்து செல்வதை 'சுனப்பாக' செல்கிறாள் என்பர். மலையில் இருந்து அருவி கீழே வளைந்து கொட்டுவதை 'சுனை' என்பர். கடலில் தோன்றும் புயல் காற்றைச் 'சுனாமி' சப்பான் மொழியில் கூறுவர். வளைந்து வட்டமாக இருப்பதை 'சுன்னம்' என்பர். வட்டமாய் சுழிந்து இருப்பதை 'சுழியம்' என்பர்.

வெட்டவெளி = காற்று கூட இல்லாத வெட்டவெளி

சூன்யம் = வெட்ட வெளி (சுன்னம்)

சூனியத்தில் ஒன்றும் உருவாகாது.

மலை உச்சியில் இருந்து உருவாகும் அருவி சுனை எனப்படும்.

சுழியம் அல்லது பாழ் என்பதில் இருந்தும் மீண்டும் 'தொடக்கம்', அல்லது 'உரு' பெறலாம். 'அழிவு' வர வர குறைந்து கடைசி எல்லை பாழ் அல்லது சுன்னம்; இதை கணக்கு வடிவில் கூறினால் மிகுஎண் 1, 2, 3, 4, 5 குறைஎண் –1, –2, –3,–

4, −5 என்று கூறலாம். இதன் மையம் '0' ஆகும். பரிபாடலில் 'பாழ்' என்ற சொல்லுக்கு எண்ணுரு இருந்துள்ளது என்பதை அறிய முடியவில்லை.

'தம்பிரான் வணக்கம்' என்ற நூல் இந்திய மொழிகளின் முதல் அச்சு நூல். காலம் கி.பி.1578 ஆகும். அக்காலத்திலே தமிழ் எண்கள் ஒழுங்குற அமைந்துவிட்டன. ஆதாரம் : தம்பிரான் வணக்கம் - ஓர் விளக்கம். ஆசிரியர் : அ. சவரிமுத்து க, உ, ௩ , ௪ , ரு, ௬, எ, அ, ௯, ய, ற, ௰ என்று வரிவடிவம் உள்ளது.

கால்

ஒரு முழு பொருளை நான்கு சமபாகமாகப் பிரித்தால் கிடைப்பது கால். ஒரு பந்தல் போட 4 கால்கள் தேவை. ஒரு கால் அல்லது இரண்டு கால் அல்லது மூன்று காலில் பந்தல் போட முடியாது. 4 கால்கள் அல்லது அதற்குமேல் 6 கால்கள் அல்லது எட்டுகால்களில் மட்டுமே பந்தல் போட முடியும். நாலு கால் கொண்ட பந்தல் ஒரு பந்தல் ஆகும். அதனால் 'கால்' என்று கூறப்பட்டது. ஓர் முழு நாளை நான்காகப் பிரித்து அதில் முதல் நேர வேளை 'காலை' எனப்படும். காலை, விடியற்காலை என்று இருபிரிவு உண்டு. ஒரு நாளின் 4 கால்களும்(முற்பகல், பிற்பகல் முன்னிரவு, பின்னிரவு என்ற நான்கும்) சுழன்று சுழன்று சக்கரம் போல ஓடுவதால் 'காலம்' எனப்பட்டது. காலத்திற்கு ஏற்ப மாறி மாறி சுழன்று சுழன்று அடிப்பதால் கால்+ற்+(.)+உ='காற்று' என்று ஆனது. 'காலம்' என்ற சொல் வடமொழி சொல் என்று கூறுவோரும் உண்டு. தமிழ், வடமொழி சமற்கிருதம் இரண்டுக்கும் பொதுவான சொல் என்று கூறுவோரும் உண்டு.

காலம் தாமே மூன்றென மொழிப

தொல் –சொல் – வினை – 684.

கால் என்பது தமிழ்ச் சொல்லானால் காலம் என்பதும் தமிழ்ச் சொல்லே ஆகும்.

விலங்குகள் நடப்பதும் ஓடுவதும் நான்கு கால்கள் கொண்டுதான் செய்கின்றன.

காலம் முன்னிரவு, பின்னிரவு முற்பகல், பிற்பகல் இந்த நான்கு பகுதிகளால் தான் நடக்கின்றது. தொல்காப்பியர் கூறுவது: நிகழ்காலம், இறந்த காலம், எதிர்காலம் என்பன மூன்று ஆகும்.

பந்தல் போட நான்கு கால்கள் தேவை. இரண்டு கால்களைக் கொண்டு போட்டால் பந்தல் நிற்காது; நிலைக்காது.

தேர்கள் தெருவில் ஓடிவர நான்கு கால்கள் (சக்கரங்கள்) தேவை.

அதனால் நாலில் ஒன்றைக் 'கால்' என்றனர்.

$\frac{1}{4}$ = வ; $\frac{1}{4} \rightarrow \frac{\text{தொகுதி}}{\text{பகுதி}}$

'கால்' என்பதின் தமிழ் எண் 'வ'

தமிழ் : கால்

மலையாளம் : கால்

கன்னடம் : காலு

தெலுங்கு : பாதிக

துளு : காலு

சமற்கிருதம் : பாதம்

இந்தி : சௌதாயீ

குசராத்தி : பா

மராட்டி : பாவ்

அரை = $\frac{1}{2}$ = இ = க / உ

'அரை' என வரூஉம் பால்வரை கிளவிக்கும் புரைவது அன்றால் சாரியை இயற்கை.

தொல்காப்பிய நூற்பா ***165***

எழுத்ததிகாரம் – தொகை – மரபு

ஒரு முழுப்பொருளை கூட குறைவு இல்லாமல் செம்பாதியாகப் போட்டால் அதுவே அரை ஆகும்.

'கால்' என்ற வேர்ச்சொல் மூலம் உருவாகும் சொற்கள்:

கால்+(.)+அம் = காலம்

கால்+(.)+இ = காலி (இடம் காலி)

கால்+(.)+உ = காலு(கால்)

கால்+(.)+ஐ = காலை(விடியற்காலை)

நீ பேசுங்காலை நான் அமைதியாக இருந்தேன்.

காலை = பொழுது, நேரம்.

பேசுங்காலை = பேசும் பொழுது.

காலன் = எமன்.

அரையின் தமிழ் எண் – 'இ'

தமிழ்	:	அரை
மலையாளம்	:	அர
கன்னடம்	:	அரை
தெலுங்கு	:	அர்தமு
துளு	:	அர
சமற்கிருதம்	:	அர்தம்
இந்தி	:	ஆதா
குசராத்தி	:	அர்து
மராட்டி	:	ஆர்தா

விலங்கு,மனித, உடல் உறுப்பு ''கால்''

தமிழ்	:	கால்
மலையாளம்	:	கால்
கன்னடம்	:	காலு
தெலுங்கு	:	காலு
துளு	:	காலு

'கால்' என்பதன் பிம்ப மாற்றம் – Leg

கால் = க்+(.)+அ+அ+(.)+ல்

க்+(.)+ஆ+(.)+ல்

பிம்ப மாற்றம்.

= ல்+(.)+(.)+ஆ+க்

= ல்+ஆ+..+க்

= ல+ஆ+க் = லாக்

லாக் → லெக் (Leg) கால் → லாக் → லெக்

பிம்ப விதி

Lagg – ஸ்வீடிஸ் மொழி

Lagg – டேனிஸ் மொழி

Legg-r – பழைய நேர்ஸ் (நார்வே) மொழி

Leg– ஆங்கிலம்

கால்+(.)+ற்+(.)+உ = காற்று (Air)

காலதர் → (சன்னல்) → காற்று வரும் வழி

'காற்று' என்பது அருவம் ஆனது; உருவம் அற்றது; அரு → அருமை; அ+ர்+(.)+உ = 'அரு' மாற்றம் 'Air' தமிழில், பண்டைத் தமிழில் காற்றைக் காட்டும் சொல்; ஆங்கிலத்தில் காற்றைக் கூறுகிறது.

கால் என்பது 'வழி' பிரிவு என்ற பொருள்களில் 'கால்வாய்' 'வாய்கால்' என்றும் கூறப்படுகின்றது.

ஆங்கிலத்தில் நேர் சொல்லாக – 'ல் → ன்' என்று ஆகும் என்ற விதிப்படி கால்வாய் → கால் → canal என்பதாக வருகிறது.

canalish (a water pipe)

இலத்தீன் C= Ch, Channal(n), Canal

ஆகவும் ஆயிற்று

Cannon, canyon யாவும் 'கால்' வழிச் சொற்கள்ளேLeg spanish மொழியில் canon ஆகும்

Can'alize – கால்வாய் ஆக்கு

கால்வாய் → (பிம்பமாற்றம்) நீர்வரக்கூடியது. வாய்க்கால் வடியக்கூடிய நிலையில் இருப்பது 'கால்வாய்' ஆகும்.

வயலுக்குப் பாயக்கூடிய நிலையில் இருப்பது வாய்க்கால் ஆகும்.

நான்கு கருங்கல்தூண்களைப் பயன்படுத்தி 'கால்' ஆக ஆக்கி வீடாகக் கட்டி விடலாம்.

கல் → கால்

கல்லைக் காலாக நட்டு வீடு கட்டுதல் போன்ற காரியங்கள் செய்யப்படுகிறது.

அரை

தமிழின் 'அரை'யைப் பார்த்து வட இந்திய மொழிகள் சமற்கிருதம், பிராகிருதம் இந்தி, குசராத்தி, மராட்டி மொழிகள் அர்த்தம், அர்தம், அர்தமு என்று பொருளின் பாதியைக் குறித்துள்ளன.

பொருள் கூறுக = அர்த்தம் கூறுக; சொல் என்பது ஒரு பாதி; பொருள் என்பது மறுபாதி ஆகும்.

மறை = வேதம்

மா = பெரிய

என்று சொல் பாதி + பொருள் பாதி என்பதால் 'அர்த்தம்' என்று பொருள் கூறுதலைச் சொல்லப்பட்டது.

அரையின் வேர்ச்சொல் 'அர்' ஆகும்;

அர்+(.)+அம் = அரம்

அர்+(.)+இ = அரி → அரிய பொருள் (திருமால்)

அரி→அரிந்து எடு

அரி→அரிவாள். (அரிந்து எடு) → அரை

அர்+உ = அரு; அருமை, அருவப்பொருள்;

அர்+(.)+ஐ = அரை (செம்பாதி அரிந்து எடுப்பது)

அர்+(.)+அன் = அரன்

அரன் = சிவன்

அர்+(.)+அண் = அரண்

அரண் = பாதுகாப்பு மதில் சுவர்;

அர்+(.)+த்+(.)+அம் = அர்தம் = அரை

அர்+(.)+த்+த்+(.)+அம் =

அர்த்தம் = பொருள்

அர்த்த நாரி = ஆணும் இல்லாமல் பெண்ணும் இல்லாமல் உள்ள மூன்றாம் வகை மக்கள்.

அர்த்த நாரீசுவர் = உமையொரு பங்கன்

உன்ம பாதி+சிவன் பாதி

அரை+ஆள்+நீ

அரை+வா+நீ = அரவாணி

ஆணும் இல்லாமல் பெண்ணும் இல்லாமல் உள்ள மூன்றாம் வகை மக்கள்.

அர்த்தம், அர்தம், அர்தமு "அரை" என்பதின் வடத்தமிழின் எண்பெயர் ஆகும். இதையே சமற்கிருதம், பிராகிருதத்தின் கிளை மொழிகளான இந்தி, குசராத்தி, மராட்டி எடுத்துக் கொண்டன.

நூறு க00 100 ற

தமிழ்	:	நூறு	மலையாளம்	:	நூறு
கன்னடம்	:	நூறு	தெலுங்கு	:	நூரு
துளு	:	நூடு	கோலமி	:	நூர்
நாயக்கி	:	நூர்			

வேர்ச்சொற்கள்

'நொல்' → நொன் → நன் → ஒன் → ஒன்னு

நொல் → நுல் → நூல் → நூற் → நூறு

ஒரு நூல் கண்டில் முதல் நுனி ஒன்று எனக் கொண்டால் உள்ளே அடங்கி இருக்கும். மறுநுனி நூறாக அமையும். நூறு முழங்கள் சுற்றப்பட்டு இருக்கும் என்று தோராயமாகக் கொள்ளலாம்.

நூல் – நூறு

நூல் நூற்றல்

நூல் நூற்பது → நூறு

நேர்கோடு போடப் பயன்படும் கருவி நூலாகும்.

நூல் = ந்+(.)+உ+உ+(.)+ல்

= ந்+(.)+ஊ+(.)+ல்

இடவல பிம்ப மாற்றம்

= ல்+(.)+ஊ+(.)+ந்

= லூன் → லைன் – Line

"நூலாணியில் நடக்கிற ஆளா நீ?" வழக்கு மொழி!

நூல் வைத்து போட்ட கோட்டில் கபடி ஆடும்போது "லைன்ல்லே கால் வைக்காதே!"என்று நடுவர் கூறுவர்.

நூல் ஒழுங்கு = க

நூல் → நூடு (துளு)

→கன்னடம், தமிழ், மலையாளம் → நூறு.

றகரத்தின் வழக்கு இழந்த தெலுங்கு வழங்குமிடத்தில் 'நூரு' என்று கூறப்படுகிறது. கோலமி, நாயக்கி ஆகிய மொழிகளில் ''நூர்'' என்று வழங்கப்படுகிறது. அம்மொழிகளில் றகரத்தின் வழக்கு மறைந்து விட்டது. கி.மு.இரண்டாம் நூற்றாண்டில் நூலை நூல்கண்டில் சுற்றியதுபோல உருவ அமைப்பு உள்ளது. மீதி நூல் தொங்குவது போல அமைந்துள்ளது.

நூலைப் படித்து நூல் ஒழுங்குக்கு நடந்தால் நூலாணியில் ஒழுக்கமாக வாழலாம்.

காலந்தோறும் நூறின் எண்ணுரு

இன்று : *100*

கி.மு.2-ஆம் : 

கி.மு.முதல் : 

கி.பி.2-ஆம் : 

கி.பி.5-ஆம் : 

கி.பி.10-ஆம் : 

கி.பி. 13-ஆம் : 

கி.பி. 18-ஆம் : 

பஞ்ச பாண்டவர் வனவாசம் சென்றது பதினாறு ஆண்டுகள் ஆகும். பஞ்ச பாண்டவர்கள் வனவாசம் சென்றபோது அருச்சுணன் ஓராண்டு அரவாணியாக இருந்தான். கௌரவர்கள் மொத்தம் நூறு பேர் ஆகும். 'புத்ர சதர்கணியை' நூற்றுவர் கன்னர் என்று கூறுவர். இராமன் காட்டுக்கு வந்ததும் பதினாலு ஆண்டுகள் ஆகும்.

பழமொழிகள்

ஆறிலும் சாவு நூறிலும் சாவு

ஆறில் சாவது அறியாத வயது;

அறுபதில் சாவது அறிந்த வயது;

பதினாறில் சாவது அறிய வேண்டிய வயது;

ஐந்தில் வளையாதது ஐம்பதில் வளையாதது.

1. நூறாயிரம்முன் வருஉம் காலை
நூறன் இயற்கை முதனிலைக் கிளவி.

தொல்– எழுத்து–குற்று–நூற்பா 471

2. நூறு என்கிளவி ஒன்று முதல் ஒன்பாற்கு
ஈறு சினை ஒழிய இன ஒற்றுமிகுமே.

தொல்–எழுத்து குற்று 472

3. பல்கதிர் ஆழி மெல்வழி அறுப்பக்
கால்என மருள ஏறி, நூல் இயல்
கண்நோக்கு ஒழிக்கும் பண்ணமை நெடுந்தேர்.

அகநானூறு – மணியிடை பவளம் பாடல் 234

கீழை ஆரிய மொழிகள்-மேலை ஆரிய மொழிகள்

சமற்கிருதம்	:	சதம்	இந்தி	:	ஸௌ
மராட்டி	:	சாம்பார்	குசராத்தி	:	ஸோ
ஆங்கிலம்	:	Hundred	இலத்தீன்	:	Cant
கிரேக்கம்	:	Centum	கோதிக்	:	Hunt

'Hund' என்பது நூற்றைக் குறிக்கும். பழைய ஆங்கிலச் சொல் Number (எண்) என்று பொருள்படும் Red சேர்ந்துள்ளது. Ir - Cet, Toch - Kant, Germ - Hundert, O.SI - Suto, VL - Sata. AV - Satam. (வடமொழி வரலாறு - பக்கம் 18.)

தமிழின் 'நூல்கண்டு' என்பதைப் பிம்பமாற்றம் செய்தது போல ஆங்கிலம் Hundred என்று ஒலிக்கின்றது.

ஒன்றின் மகிமை இந்தியின் வழக்கு

'ஒன்று' என்ற வழக்குச் சொல் இந்தியில் இன்று 'ஏக்' என்று அமைந்து உள்ளது. மிகப் பழங்காலத்தில் 'ஏக்' என்பதை விட 'ஒன்று' என்பதே பெரு வழக்காக இருந்தது என்பதை இந்தி, உருது எண்களைப் பார்த்து அறியலாம்.

உன்னீஸ் *19* உன்தீஸ் *(29)* உன் சாலீஸ் *(39)*

உன் சாஸ் *49* உன்சட் *(59)* உனத்தர் *(69)* உன் யாசி *(79)* வரை *89* (நவாசீ), *99* (நபே) *19* முதல் *79* முடிய ஒழுங்காக ஒன்றைமையப்படுத்தி உள்ளன.

ஒன்று குறைய இருபது, ஒன்று குறைய முப்பது, ஒன்று குறைய நாற்பது, ஒன்று குறைய ஐம்பது, ஒன்று குறைய அறுபது, ஒன்று குறைய எழுபது ஒன்று குறைய என்பது வரையிலும் 'ஒன்று' என்று தான் வருகின்றன. அதில் 'ஏக்' என்பது வரவே இல்லை. இதில் தொல்பழந்தமிழ் ஒட்டிக் கொண்டு 'ஒன்றாய்' மிளிருகிறது. இதுபோல சமற்கிருதத்தில் அமையவில்லை. 19யை நவதசம் என்றே கூறுகின்றனர். ஆக இந்தி மொழி எண்களில் தமிழை மறைவாக வைத்துள்ளது. குசராத்தியும் மராட்டியும் ஒக்ணீஸ் 19 என்றும், 'எகேனிஸ்' 19 என்று தான் கூறுகின்றன. குசராத்தியும், மராட்டியும் பிராகிருதத்தில் இருந்து பிரிந்த காலத்தில் திருத்தப்பட்டன.

இந்தியில் திருத்தப்படவில்லை. அம்மா, மாதா, mother, அம்பாள் அம்மாள் போல 'ஒன்று' இலக்கமும் உலக மொழிகளில் எல்லாம் ஏறி உள்ளது என்பதைப் பலச் சான்றுகளால் அறியலாம். தொடக்கத்தில் அப்போது மக்கள் வாழ்ந்து தொடர்புடன் உள்ள இடத்தில் தமிழ் இருந்தது என்பதை 'ஒன்று', 'அம்மா' போன்ற சொற்களே சான்று ஆகும். '89' என்பதை ஏன் ஒன்றின் அடிப்படையில் ஏற்படவில்லை என்றால் 'உன்நவாசி' என்று சொல்ல நீண்டு ஒலிக்கின்றது. அதற்குப் பதில் தொண்ணூறு இல்லை; தொண்ணூற்றைத் தொடவில்லை என்ற பாங்கில் 'உன்'(ஒன்று) சேர்க்கப்படவில்லை; நவாசி என்று அழைக்கப் பட்டன. அதைப்போல 'உன் சதம்' என்றும் அமையவில்லை.

(ஒப்பியன் மொழி நூல் – தேவநேயப் பாவாணர் எழுதியது பக்கம் 147)

'நின்னா நபே' 'தொண்ணூற்று ஒம்பதில் நிற்கிறது' என்பதாக எடுத்துக்கொள்ளலாம். ஏனென்றால் தொண்ணூறு என்பதைக் குறிக்கும் சொல்'நப்பே' என்பதாகும். இது ''தொண்ணூற்றுடன் நிற்கிறது'' என்ற பொருளில் 'நின்னா நபே' என்று உருவாகிறது. 'நில்லாது தொண்ணூறில்' என்ற பொருளாக அமைந்து இருக்கலாம்.

நூற்றாண்டு விழா

25 வாரங்கள் ஓடிய திரைப்படங்கள் வெள்ளிவிழா கடந்து ஓடுது என்பர்.

50 ஆண்டுகள் கடந்தது என்றுஓர் இயக்கத்துக்குக் கொண்டாடினால் அதைத் ''தங்கவிழா'' என்பர். 75 ஆண்டுகள் கடந்தது என்று ஓர் இயக்கத்துக்குத் ''தங்கவிழா'' என்பர்.

100 ஆண்டுகள் கடந்து நிற்கும் இயக்கத்தை ''நூற்றாண்டு விழா'' கடந்தது என்பர்.

80 ஆண்டுகள் கடந்து வாழ்பவருக்கு அஷ்டபூர்த்தி (அட்டபூர்த்தி) கொண்டாடுவர்.

1000 தேய்ப்பிறை, வளர்பிறைகளைக் கொண்ட பிறைகளைக் கடந்து நிற்பவரே 80 ஆண்டுகள் கடந்து நிற்பவர் ஆவார். அவரையே 'நூற்றாண்டு விழா' நாயகர் என்று கொண்டாடி மகிழ்வர்.

60 ஆண்டுகள் பிறந்து கடந்தவர் அறுபதாம் ஆண்டு விழா கொண்டாட முடியும். (சஷ்டபூர்த்தி)

'நூல் நூற்றல்'–'நூற்று இருபது' – றகரம் இரட்டித்துள்ளன.

நூல் கண்டு → நூற் கண்டு

நூல்+கண்டு = நூற் கண்டு

கண்டு → cent → centum → Hundred → தமிழில் 'செவி' என்பது மலையாளத்தில் 'கெவி' என்று மாற்றம் அடையும்.

லகரத்தின் வளர்ச்சி

ஒல் – ஒன் – ஒன்னு – ஒன்று

மூ – மூல் – மூன் – மூனு – மூன்று

அற் – அறு – ஆறு – ஆறு

(ஆற்றின் ஓட்டத்தால் கரையை ஆறு அறுக்கும் ஒலியைக் கொண்டு 'அற்' → ஆற் → ஆறு என்று உருவானது)

நுல் → நொல் → நூல் → நூறு

நல் → நால் → நாலு → நான்கு

சால் → சான்று → சான்றோர் (சொல்லத் தக்க தக்கார்) (சால் = நிறைவு, உயர்வு.)

சாலும் – சலாம் (உருது)

எல் → எலு → எலும்பு

எல் → எழ் → எழு → ஏழு (தோன்று)

(எல் = கதிரவன், ஒளி, வெளிச்சம்.)

எல் → எள் → எட் → எட்டு (eight)

எட் → எடு → எட்டு (eight)

எல் → எள் → எண் → எட் → எட்டு

ஒல் → ஒன் → ஒண் → ஒட் → ஒட்டு

ஒல் → ஒன் → ஒண் → ஒண்

ஒல் → ஒன் → ஒன்பது

தொல் → தொன் → தொண் → தொண்பது.

கல் → காற்று ; கால் → காற்று

அல் → அன் → அண் → அட் → அட்டு (எட்டு) → அட்டம் (அஸ்டம்)

அல் → அன் → அன்று

எல் → என் → என்று

இல் → இன் → இன்று

ஆயிரம்

சிறியதும் பெரியதும் ஆன ஆற்று மணலைக் கைப்பிடி அளவு அள்ளி எடுத்தால் ஒரு தொகுதியாக கையில் வரும். அந்த மணல் காய்ந்து இருந்தால் மட்டுமே தனித்தனியாக உதிரியாக வரும். நீர் கலந்து ஈரமாக இருக்கும் மணல் சிதறாமல் இருக்கும். அவ்வாறு உள்ள நீர் கலந்த ஈரமணலை வெயிலில் நன்றாகக் காய வைத்து தனித்தனியாகப் பிரித்து எண்ணினால், ஒரு கையில் உள்ள மணலின் எண்ணிக்கை ஆயிரத்தைத் தாண்டி இருக்கும்.

அயிர் = மணல் - நுண் மணல்

இரம் = இருக்கும்

ஆயிரம் = ஆயிரம் மணல் துகள் இருக்கும்.

'ஆயிரை' என்பதன் குறில் 'அயிரை' என்ற மீன்; அது சிறிய நீரோட்டத்தில் கணுக்கால் அளவு ஆழம் உள்ள மணலில் நுண் மணலை கிளறி விட்டு நீரில் சுழியும். அதே நீரோடையில் கெண்டைக்கால் அல்லது கடங்கால் அளவு நீர் இருந்தால் 'உளுவை' என்ற மீன் மணலைக் கிளறி மணலில் சுழியும். இந்த அயிரை மீன் மிகக் குறைந்த தண்ணீரில் நுண்மணலைக் கிளறி சுழிந்து விளையாடும். அந்த தண்ணீரும் வற்றிவிட்டால் சிறிய நீர்க்குழியில் தங்கும் அதைப் பிடித்து மணலில் உரசி குடலை எடுத்து மீன்குழம்பு செய்து சாப்பிடுவர்.

மணலில் சுழிந்து தங்குவதால் 'அயிரை' அல்லது 'ஆயிரை' என்பர். அதன் மூக்கு மிகக் கூரானது ஆகும். ஆரால் மீனின் சிறிய உருவுடன் இருக்கும்.

அது மணலில் சுழிவதால் அயிரை என்றனர்.

அயிர் = மணல்

ஆயிர் = நுண்மணல்

காய்ந்த தனித்தனி மணலைக் கைப்பிடியில் அள்ளினால், அதன் அளவு முந்நூறு, நானூறு மட்டுமே இருக்கும்; அதையே நீர்வார்த்து ஈரமாக்கி அள்ளினால் ஒரு கைப்பிடிக்குள் ஆயிரத்தைத் தாண்டி இருக்கும். அதனாலே கொத்தனார் காய்ந்த மணலில் சிறிது நீர் வார்த்து பிறகு சட்டியில் அள்ளி அளவிடுவர். 'ஆயிரம்' தமிழா? இல்லையா? இப்படி ஒரு வாதம் இன்று அறிஞர்கள் நடுவில் உண்டு. அகன்று விரிந்த ஒரு கையில் இருக்கும் ஈரமணல் ஆயிரத்துக்கு மேல் → ஆ+ஈரம் = ஆ+(.)+இரம் → ஆயிரம். ஓரிடத்தில் நிலைத்து இருக்க முடியாத மீன் இரால்மீன்; இர்+(.)+ஆல் = இரால் → இரால்மீன்; அது தன்னால் நேராக இருக்கமுடியாத மீன் ஆகும். வளைந்தே இருக்கும். அதை 'இராட்டு' என்பர். 'விர்' என்று அம்பு போல பாயக்கூடிய மீன் விரால் மீன்.

சிறிய இரண்டடி, மூன்றடி குட்டையில் ஆயிரங்கணக்கில் இருக்கக் கூடிய மீன் அயிரை மீன். 'அயிர்' என்ற நுண் ஈரமணலில் சுழியக் கூடியது ஆகும். மீனால் மணலுக்கு வந்தததா? மணலால் மீனுக்குப் பெயர் வந்ததா என்றால் ஆராயப் புகுந்தால் மீனினால் மூலமே மணலுக்கு வந்து இருக்க வேண்டும்.

அ+(.)+இரை = 'அயிரை'

மற்ற பெரிய மீன்களுக்கு இரையாகும் தன்மை உடைய சிறியமீன். அது எண்ணிக்கையில்லாத அளவுக்கு ஒரு சிறியக்குழியில் தங்கி இருக்கும்.

அ+(.)+இர்+(.)+அம் = அயிரம்

ஆ+(.)+இர்+(.)+அம் = ஆயிரம்

அ+(.)+இர்+(.)+இ = அயிரி

ஆ+(.)+இர்+(.)+இ = ஆயிரி

அ+(.)+இர்+(.)+உ = ஆயிரு

ஆ+(.)+இர்+(.)+உ = ஆயிரு (ஐ + இரு)

அ+(.)+இர்+(.)+அல் = அயிரல்

ஆ+(.)+இர்+(.)+அல் = ஆயிரல்

அ+(.)+இர்+(.)+ஐ = அயிரை

ஆ+(.)+இர்+(.)+ஐ = ஆயிரை

நுண்ணிய அளவுகளைக் குறிப்பனவாக அமைவதால் 'ஆயிரம்' என்ற சொல் தமிழே ஆகும்.

தொல்காப்பியம் – எழுத்து – குற்றியலுகரம் நூற்பா –435

''ஆயிரம் வரினும் ஆயியல் திரியாது''

பொருள் : பத்து முன் ஆயிரம் என்ற சொல் வரும்போது 'ஆ' என்ற எழுத்து ஒலியன் திரியாது பதினாயிரம், (பத்தாயிரம்),

பனிரெண்டாயிரம் இப்படி வருமென நூற்பா கூறுகிறது. ஆயிரம் என்று சொல் தொல்காப்பியருக்கு முன்பே இருந்து வந்துள்ளது.

ஆனால் இதனால் தமிழிய வடிவம் 'சாயிரம்' என்று மொழியிலார் கூறுவர். இச்சொல் சமற்கிருதத்ததில் இருந்து கடன் வாங்கப்பட்டது என்று அறிஞர் கால்டுவெல் தனது நூலில்

A comparative grammer of the Dravidian or south Indidan Family of Language (தனது திராவிட ஒப்பிலக்கண நூலில் கூறியுள்ளார். அவரோடு எம்.பி எமனோ, டி.பர்ரோ ஆகியோரும் தமது மொழி ஆய்வில் கூறியுள்ளனர்.

தெலுங்கு மொழியில் ஒருமை வேயி(ஓராயிரம்) வேலு – (ஆயிரங்கள்)

ஆயினும் வேயி என்ற சொல்லைத் தொல் தமிழியச் சொல்லாய் (திராவிட) மீட்டுருவாக்கலாம் என்று செ.வை.சண்முகம் Dravidian Nowns - a comparative Study Page 173 இல்) குறிப்பிடுகிறார்.

வாய்(ஆயிரம்) – வெளி (வேலு)

(வேயி) (ஆயிரங்கள்)

என்பது இதன் தொல்பழங்கால எண்களாக அமைந்து இருக்கலாம். துண்டு+சாந்து = தொண்சாந்து → தௌசாந்த் → Thousand.

சாந்து = மணல் (sand)

துண்டுசாந்து = ஒரு விரிந்த கையளவு ஈரமணல் தொகுதி.

சாந்து (க) = ஈரமணல் தொகுதி

ஆயி+இரும் = விரிந்த ஒரு கையளவு ஈரமணல்.

கயி+இரும் → ஆயி+இரும் → ஆ+இரும் ஆயிரும் → ஆயிரம்.

எப்படி இருப்பினும் இது 'ஈரமணலின் பிடி அளவே' ஆயிரம் எனப்பட்டது.

விரிந்த கைப்பிடி ஈரமணல்(பத்து பிடி) பத்தாயிரம்;

நூறு பிடியளவு = நூறாயிரம்.

'இலக்கு' → இலக்கம் –இலட்சம் என்ற என்ற வடமொழி எழுத்து கிரந்தம் தழுவி இருந்தபடியால் 'இலக்கு = குறி' என்ற சொல் தவிர்க்கப்பட்டது. அதை எழுத 'லக்ஷசம்' என்று எழுதும் போது இரண்டு தமிழிலக்கண மீறல்கள் வருவதால் அது தவிர்க்கப்பட்டது. ஒன்று 'லகரம்' முதல் எழுத்தாக வருவது; 2வது 'க்ஷ' என்ற கூட்டெழுத்து, வடமொழி. பிராகிருத எழுத்து வருவதால் இலட்சம் என்ற சொல் தொல்காப்பியத்தில் தவிர்க்கப்பட்டது. அதனால் தமிழ் முறை நூறாயிரம் கொள்ளப்பட்டது. இப்படி சிந்தித்து நூற்பா தந்த தொல்காப்பியர் 'ஆயிரம்' என்ற வடமொழி சொல்லைத் தருவாரா? நிச்சயம் கொடுத்து இருக்கமாட்டார். நிச்சயம் தொல்பழந்தமிழே 'ஆயிரம்' ஆகும்.

ஆ = விரிந்த கை

இரம் = ஈரமணல்

ஆயிரம் = விரிந்த ஒரு கையில் ஈரமணல் தொகுதி இதற்கு சரியான விளக்கம் ஆங்கிலம் தருகிறது; து+சாந்த் → தௌசாந்த் → தௌசண்ட் (Thousand)

சாயிரம் – தொல் தமிழிய வடிவம்

சா = சாந்து

யிரம் → இரம் = ஈரமணல் தொகுதி. (மணலும் நீரும் கலந்து இருப்பதால் 'இரம்' எனப்பட்டது.

சகசுரம் → ஸகஸ்ரம் = சகம்+சுரம் = சகம்=வட்டம்; ஸ்ரம் = காய்ந்த மணல் எண்ணிக்கை.

ஆற்று மணலும் கடற்கரை மணலும் ஏராளமாயிருப்பதால் மணற்பெயர் ஒரு பெருந்தொகைப் பெயராயிற்று.

"வாழிய... நன்னீர்ப் பஃறுளி மணலினும் பலவே" *(புறம் 9)*

1. ஆய கலையின் ஆயிரம் அம்பிக்கு நாயகன் - கம்பராமாயணம் - கங்கைப்படலம்.

சமற்கிருதம்	– ஸகஸ்ரம் (ஆயிரம்)
இந்தி	– ஹஜார் (ஆயிரம்)
குசராத்தி	– ஹஜார் (ஆயிரம்)
மராட்டி	– ஹஜார் (ஆயிரம்)
துளு (ஆயிரம்)	– சாவிர
குடகு (ஆயிரம்)	– ஆயிரெ
தோடர் (ஆயிரம்)	– சோவெர்
(கோண்டு) (ஆயிரம்)	– சாவ்ரம்
(ராஜ்கமல்)	– சோவெர்
கன்னடம்	– ஸாவிக (ஆயிரம்)
மலையாளம்	– ஆயிரம் (ஆயிரம்)
தொல் தமிழிய வடிவம்	– சாயிரம்(ஆயிரம்)
தெலுங்கு வடிவம்	– வேயி (ஆயிரம்)

கைசார் → க சார் → ஹசார் → ஹஜார் (இந்தி)

ஒரு கைப்பிடி மணலைக் கையிலிருந்து ஒன்று ஒன்றாகச் சரித்து எண்ணினால் அதுவே 'ஹஜார்' எனப்படும் 'கைசார்' என்பதே இப்படி மாறி உள்ளது. இது இந்தி, குசராத்தி, மராட்டி மொழிகளில் இப்படி ஆயிரம் உள்ளது.

2. ஆயிரம் இராமர் நின்கேழ் ஆவரோ? தெரியினிம்மா கம்பராமாயணம் அயோத்தி காண்டம் குகப்படலம்

ஆக ஆயிரம் = 'ஆ'+இரம் = 'ஆ+ஈரம்' விரிந்த ஒரு கைப்பிடியில் உள்ள ஈரமணல் தொகுதி = ஆயிரம். இது தமிழ்ச்சொல்லே ஆகும்.

திருக்குறளில் ஆயிரம்

அவிசொரிந்து ஆயிரம் வேட்டலின் ஒன்றன்
உயிர்செகுத்து உண்ணாமை நன்று. (26. புலால் மறுத்தல் 259)

பழமொழிகள்

யானை இருந்தாலும் ஆயிரம் பொன்;
யானை இறந்தாலும் ஆயிரம் பொன்;

ஆயிரத்தில் ஒருவன்

ஆயிரம் பேரைக் கொன்றவன் அரை வைத்தியன்;

பேராசிரியர் Dr. குண்டர்ட் என்பவர் sahasra என்ற வடமொழிச் சொல்லில் இருந்து 'ஆயிரம்' என்ற தமிழ்ச் சொல் உருவானதாகக் கூறுவர். ஏனெனில் அவர்கள் காலத்தில் பத்துப்பாட்டு எட்டுத் தொகை இலக்கியங்களை அச்சேறவில்லை. அதனால் சரியாக அறியாமல் சொல்லி இருக்கிறார்கள்.

தமிழ்		வடமொழி
அமையம்	→	சமயம்
அவை	→	சபை
அதம்	→	ஹதம்
ஆயிரம்	→	சாயிரம் → சஹஸ்ரம்.

தமிழர்களில் பெரும்பாலோர் இந்து சமயம்,வேத சமயம் பக்கம் இருந்து வருவதால் அதுவே உண்மை என்று நம்புகிறார்கள். சஹஸ்ர நாமம் = ஆயிரம் பேர்கள்.

சாய்ந்த அங்கம்(தமிழ்) = சாஷ்டாங்கம் (சமற்கிருதம்)

தமிழையே திருத்தி திரிபு ஆக்கி வடமொழியாக வைத்துக் கொண்டனர்.

மாயிரு ஞாலத்து மன்னுயிர் காக்கும்
ஆயிரத்து ஓரெட்டு அரசு கொண்ட
சிலம்பு - புகார் - இந்திர. (163-164)

ஆயிரங் கண்ணோன் செவியக நிறைய
சிலம்பு - புகார் - கடலாடு - 20 வரி.

அடுக்கியல் முறை

மையல் மாலைஆழ் கையறுபு இனையக்
குமரியம் பெருந்துறை யயிரை மாந்தி
வடமலைப் பெயர்குவை ஆயின் இடையது.

புறம் – பாடல் 67 – வரி எண் 5–7 முடிய

'அயிரை' என்ற நுண்மணலில் சுழிந்து வாழும் மீனாகும். 'அயிரை' தொகுதியாகக் கூட்டமாகக் கூடி வாழும். அந்தச் 'சொல்' பழந்தமிழ் மக்களின் நாவில் பயின்று உள்ளது.

'தொண்டு' என்னும் பெயர், எங்ஙனமோ, தொல்காப்பியர் காலத்திற்கு முன்பே உலக வழக்கற்றது. ஆயினும் செய்யுள் வழக்கில் இருந்தது. அதற்குத் தொல்காப்பியமே சான்று ஆகும்.

மெய்பெறு மரபிற் றொடை வகை தாமே
ஐயீர் ஆயிரத்து ஆறு ஐஞ் நூற்றொடு
தொண்டு தலையிட்ட பத்துக் குறை எழுநூற்று
ஒன்பஃது என்ப உணர்ந்திசி னோரே.

தொல் – செய் – 101

உருவம் பெற்று வரும் மரபில் தொடை வகை ***13699*** என்று கூறுவர் தொடை இலக்கணம் உணர்ந்தோர்; மோனை–***1019***; எதுகை–***2473*** முரண்–***2***; இயைபு–***182***; அளபெடை–***159***; பொழிப்பு–***654***; ஒரூஉ – ***654***; செந்தொடை–***8556***;ஆகத் தொடை ***13699***. என்று முனைவர் திரு.ச.வே. சுப்பிரமணியன் அவர்கள் பொருள் கூறுகிறார்.

(5x2x1000)+(6x500)+(700–10+9)

10000+3000+700–10=690+9=

13000+699 = 13699

என்று அக்காலத்தே அடுக்கியல் கணக்கு இருந்து உள்ளது. ஒன்பதை (*9*)க் குறிக்க 'தொண்டு' என்ற சொல்லைப் பயன்படுத்தியுள்ளார்.

26. கோடி

இது நல்ல தமிழ்ச் சொல்லாகும். இது வடமொழிச் சொல்லாகப் பிதற்றப்படுகிறது. காரணம் தொல்காப்பியம் நூலில் எண்கள் பற்றிய செய்திகளில் வரவில்லை என்பதே காரணமாகும். இதுபோல எத்தனையோ சொற்கள் வரவில்லை என்று புரிந்து கொள்ள வேண்டும். புலவர்கள் விழுமியச் சொற்களை மட்டுமே பயன்படுத்துவர் என்பதே தெளிவு. சான்று:- கிட்டம் X எட்டம் (அருகில் X தொலைவில்), அண்மையில் X சேய்மையில்) என்பன போன்று ஆகும்.

‘கோடி’ என்பது தமிழிலும் ‘குடோடு’ இந்துசுதானியிலும், குரோர் (Crore) என்று ஆங்கிலத்திலும் வழங்குதல் காண்க.

இலக்கம்(லக்ஷம் skt), (Lakh Eng) கோடி (கோட்டிSKT, (Crore-(Eng)) என்னும் பெயர்கள் பிற்காலத்தவையாய் இருக்கலாம். ஆனால் இந்தியாவினின்றே தோன்றினதாகத் தெரிகிறது)

→(ஒப்பியன் மொழிநூல் – மொழி ஞாயிறு ஞா.தேவநேயப்பாவாணர் – பக்கம் 219 கணித நூல்)

இதே நூலில் அதே பக்கத்தில் மேலும் கூறுவது (இலக்கம், கோடி யென்பன தமிழ்ப் பெயர்களாயின் முறையே, பெரிய இலக்கம்(எண்) என்றும் கடைசி எண் என்று பொருள்படுவனவாகும். என்று பாவாணர் கூறுகிறார்.

கோடியின் வேர்ச்சொல்

இதற்கு மூல வேர்ச்சொல் “குல்” என்பதாகும்.

முதல் முறை

உல்→குல்→கூல்→கொல்→கோல்→கோள்→கோட்→கோடு

இரண்டாவது முறை

உல் → குல் → குள் → கூள் → கொள் → கொட் → கோட் →கோடி என்றாக அமையும். இதில் அளவுப் பெயர் வேர்ச்சொற்களாக ‘குள்’ கூள்(கூளம்), கோள் (கோள்கள்), கொட், (கொடை, கொடி, கொடு), கோட் (கோடு, கோட்டுத் துண்டு, கோடி, கோட்டை(அரண்), கோட்டம்(கோயில்) என்பனவாகும்.

கோடு → முடிவில்லாதது.

‘கோட்டுத்துண்டு’ :- அ, ஆ; ‘அ’வில் தொடங்கி ‘ஆ’ வின் புள்ளியில் முடிவது கோட்டுத்துண்டு. இது கணக்கு வரைவியல் முறை ஆகும். ‘கோடு’ என்பது முடிவற்றது ஆகும். முடிவே இல்லை. ‘கேட்டுத்துண்டு’ முடிவுள்ளது.

கொள் :- ‘கொள்’ என்ற வேர்ச்சொல்லில் கொள்கை, கொள்ளு, கொள்ளி(நெருப்பு), போன்ற சில சொற்களே உருவாகி உள்ளன.

கொட் :- ‘கொட்’ என்ற வேர்ச்சொல்லில்

கொட்+(.)+அம் = கொடம் (குடம் என்பதன் பேச்சு மொழி)

கொட்+(.)+இ = கொடி

கொடி :- 'கொடி' என்ற தாவரத்தின் ஆணிவேர் எங்கோ இருக்கும். ஆணிவேர் எது என்று கண்டுபிடிக்க முடியாது. ஆணிவேரைக் கொள்ள முடியாது; முதலில் விதையில் இருந்து பிறந்து உருவாகி, வளர்ந்தபின் மண்ணில், அல்லது நீரில் படர்ந்து கொடி கொடியாக வளர்ந்து பரவும். மரங்களில் கூடப் படரும். முதலில் பெயரிடும். மண்ணில், நீரில் பரவும் கொடியை வைத்தே பெயரிடப்பட்டது. அதன்பின் மரகங்களில் படரும் கொடிகளும் சேர்க்கப்பட்டன.

செடி :- செட்+(.)+இ = செடி

'செட்' என்பதே இதன் வேர்ச் சொல்லாகும். செட்டு செட்டாகப் பொருளை வை'' பேச்சு மொழியாகும். தனித்தனியாக ஆணி வேர்க் கொண்டு விண்ணநோக்கி குத்து குத்தாக வளரக்கூடியது 'செடி' ஆகும்.

'செட்' என்பது ஆங்கிலத்தில் சொல்லாக இருக்கிறது. அததான் 'set'; இந்த 'set' என்பதில் உருவான வேர்ச்சொல் 'sit' = அமர்தல்; தமிழில் குத்து குத்தாக வளரக் கூடியது செடி ஆகும்;

குத்து → குந்து (அமர்தல்)

குதி, குதூகலம், குதம்(ஆசனவாய்), குதம்பல் போன்ற சொற்கள் 'குத்' மூலம் உருவாகி உள்ளன. 'குக்' என்ற வேர்ச்சொல் மூலம் குகம், குகு, குகல், குகை என்பன உருவாகி இருக்கவேண்டும். அதில் குகை (cave) மட்டுமே வழக்கில் உள்ளது.

'கொடி' என்பதில் மண்ணில், நீரில், மரத்தில் படரும் கொடிகள் உள்ளன. இதில் மண்ணில் நீரில் படரும் கொடிகளுக்கு மூலவேர் எதுவென்று அறிய முடியாது. பற்பல பாகங்களில் மூலவேர் போல அமைந்து 'பிதற்றலை' உருவாக்கும்.

மூங்கில் மரங்களில் படரும் கொடியை நினைவில் கொண்டு சேர, சோழ, பாண்டிய அதியமான், முத்தரையர், களப்பிரர் பல்லவர் வளர்ந்த மூங்கிலை வெட்டி வந்து கொடியை ஏற்றினார்கள். இதைக் கருத்தில் கொண்டு கோயில்களில் 'கொடிமரம்' ஐம்பொன்னில் இல்லாத போது, மூங்கில் மரத்திலாவது கடவுள் கொடியை ஏற்றினார்கள். அதைப் பார்த்து அரசியலில் கழகம், கட்சி கொடிகளை மூங்கில் மரத்தில்

ஏற்றினார்கள். அரசின் கொடி, கட்சியின் கொடி வானில் பறந்து கொண்டிருக்கும். அதை நீண்ட கயிற்றில் கட்டி இருப்பர். நுனி கயிற்றில் கொடி பறக்கும். அடி கயிறு அடி மூங்கிலில் கட்டப்பட்டு இருக்கும். அதனாலேயே அதனை(அரசின், கட்சியின் கொடி) 'கொடி' என்றனர்.

அதைப்போலவே ஒரு பரம்பரையில் தாத்தா, தந்தை, பேரன் என்று இருக்கும்போது கொடி கொடியாக பரம்பரைத் தழைக்குது என்பர். அதைத் தொப்புள் கொடி உறவு என்பர்.

மண்ணில் படரும் கொடி அல்லது நீரில் படரும் கொடியில் நுனி எது? அடி எது? என்று அறிய முடியாது. ஆனால் மரம், செடி, பூண்டு வகைகளில் நுனி எது? கோடி எது? என்று அறிய முடியும். கொடியில் "கோடி" எது என்று அறிய முடியாது. பல நுனிகள்→ நூறுகளைக் கொண்டது கோடி ஆகும். (இது செடி, மரம் வகைகளில்)

நுல் → நுன்(நுனி) → நூன் → நூறு

நுல் → நூல் → நூன் → நூறு

நூறின் முடிவு கோடி (பேரெண்)

தெருக்கோடி, கடைகோடி, வயல்கோடி, ஊர்க்கோடி என்று வழக்கில் உள்ளன. அதற்குள் சமயம்(மதம்) நுழைந்தபோது புண்ணியகோடி, காமகோடி, கோடிஸ்வரன் என்று வடமொழி சமற்கிருதம் நுழைந்தது. தெருக்கோடியில் ஊர் மக்களால் கட்டப்பட்ட கோயில் வளரும்வரை பூசாரி(தமிழர்) மணி அடித்து பூசை செய்வார். அது வளர்ந்த பின் ஐயர்(பிராமணர்) வந்து பூஜை செய்வார்.

அது போல கோடி என்பது தமிழில் வளர்ந்து பேரெண் ஆன பின்பு அதை வடமொழி தனதாக ஆக்கிக் கொண்டது. ஆனால் தமிழின் இலக்கியத்தில் ஏறியகாலம் தொல்காப்பியருக்கு பின்புதான் ஆகும்.

தொல்காப்பியர் காலத்துக்கு முன்பே 'கோடி' என்ற சொல் வழக்கில் இருந்தாலும் இலக்கியத்தில் நுழைய வில்லை.

'எண்கள்' என்ற கொடியின் அடிவேர் 'ஒன்று' நுனி என்பது 'கோடி' ஆகும். கொடி → கோடி பல ஆயிரங்களை உடையவன் இலட்சாதிபதி பல இலட்சங்களை உடையவன் கோடிசுவரன்.

'கோடிகள்' என்ற செல்வம் ஒரே பக்கமாக ஒன்று சேர சேர ஏழை-பணக்காரன் என்ற இடைவெளி விரிந்து வருக்கப்பேதம் உருவாகி கொண்டே போகும். எல்லாம் தனியார் வசம் சென்று சேரும்.

சுற்றிலும் கோடு போல மதில் சுவர் எழுப்பி அரண் செய்தால் 'கோட்டை' அதற்குள் கடவுளோ, அரசனோ இருந்தால் அது 'கோட்டம்' கோட்டம் = அரண்மனை.

கொட்டு, கொட்டி என்பன மேலிருந்து கீழே உற்றப்படும் அல்லது எறியப்படும். வள்ளல் இழிந்தவனுக்குத் தருவது கொடை உயர்ந்தோன் தாழ்ந்தவனுக்குக் கொடுத்தல் 'ஈதல்' ஆகும். சமநிலையில் கொடுத்து வாங்குதல் 'தருதல்' ஆகும்.

''கொடு என் கிளவி உயர்ந்தோன் கூற்றே''

தொல்–சொல்–எச்சம் –930

கொடு, கொடை, கொடி, கொட்டு, கொட்டி, கோடு, கோடை, கோடி, கோட்டு, கோட்டி என்பன எல்லாம் உயர்வு தரும் வேர்சொல் 'கொட்' →'கோட்' என்பதலிருந்து பிறந்தவை.

வேனிலின் உச்சி(வெம்மையின்) **கோடை** ஆகும். எதிரியால் அடையாத முடியாத இடம் **கோட்டை** ஆகும். எண்களில் மிகவும் பெரிய எண் **கோடி** ஆகும். மனிதனைப் படைத்த கடவுள் வாழும் இடம் **கோட்டம்** ஆகும். முடிவில்லாதது **கோடு** ஆகும்.

இவை யெல்லாம் 'உயர்வு' பற்றிய காட்டுகிறது. 'ஒரு கோடு' என்பதை நீட்டிக் கொண்டே போனால் அதற்கு முடிவு இல்லை; ஒளி ஆண்டையும் தாண்டி நீண்டு கொண்டே போகும். கோட்டு துண்டு வெட்டப்பட்ட துண்டு கோடு ஆகும்.

கொடுமை → துன்பத்தின் எல்லை கொடுமை.

கொடம், கொடி, கொடு, கொடுமை, கொடை, கொடல், கோடம், கோடி, கோடு, கோட்டு, கோடை, கோடல், கோட்டி, கோட்டம், கோட்டை, கொட்டி, கொட்டு, கொட்டம், காட்டை போன்ற கோடியின் உடன்பிறந்த சொற்களைக் காணும் 'கோடி' நல்ல தமிழ்ச் சொல்லே ஆகும். வடமொழி சமற்கிருதத்தில் இதுபோன்ற உடன்பிறப்புச் சொற்களைக் காண இயலாது. கூடப் பிறந்த சொற்கள் எல்லாம் தமிழாக இருக்கையில் 'கோடி' மட்டும்

உறுதியாக வடமொழி சமற்கிருதமாக இருக்க முடியாது. தொல்காப்பியம் 'கோடி' என்று கூறவில்லை என்பதால் 'கோடி' என்பது தமிழ்ச்சொல் இல்லாமல் போகாது.

வடமொழி வரலாறு என்ற நூலில் மொழி ஞாயிறு தேவநேயப் பாவணர், ''கோட்டம் - கோஷ்ட, கோட்டி, கோட்டை, கோடரி, கோடி, கோடகம்'' பக்கம் 133-இல் விளக்கியுள்ளார்.

தமிழில் மொழிகளில் "கோடி"

தமிழ் : கோடி (1,00,00,00)

தெலுங்கு : 

கன்னடம் : 

மலையாளம் : 

துளு : கோடி

வடஆரிய மொழிகளில் "கோடி"

தமிழ் : கோடி

சமற்கிருதம் : கோட்டி

இந்தி : க்ரோட்

மராத்தி : कोती

குசராத்தி : கரோட் 

மேலை ஆரிய மொழிகளில் "கோடி"

தமிழ் : கோடி

ஆங்கிலம் : Crore

பிரஞ்சு : சான்மில்லியோன்

இலத்தீன் : கோடி

கிரேக்கம் : கோடி

கடைச்சங்கக் காலத்திலே 'கோடி' வழங்கியது.

நன்னூல் பிறந்த காலத்தில் தமிழ்மொழிக்குள் கோடி நன்றாக வழக்குக்கு வந்து விட்டது.

ஒன்று முதல் ஈரைந் தாயிரங் கோடிஎண்நிறை அளவும் பிறவரின் பத்தின் என்று நன்னூல் உயிரீற்றுப் புணரியல் நூற்பா **197** க கூஎ. 'கோடரி' என்பது தூயத்தமிழ்ச் சொல் ஆகும். இதை வழக்கில் 'கோடாலி' என்பர்.

'கோடு' என்பது நல்ல தமிழ்ச் சொல்லாகும். அதன் மூலம் உருவானது 'கோடரி' என்பது ஆகும். கோடு போல அரிந்து வெட்டக்கூடிய சொல்லை உடைய கருவி 'கோடரி' ஆகும். கோடரி என்பது வழக்கு மொழியில் 'கோடாலி' என்று கூறப்படும். 'கோடரி' என்ற சொல் கடைச் சங்கக் காலத்திற்கு முன்பே தமிழில் வழக்கத்துக்கு வந்து விட்டது.

கானல்நீர் கோடு போல ஓடக்கூடிய பருவம் கோடை ஆகும். வெம்மையின் கொடிய பருவம் கோடை ஆகும். கோட் + (.) + ஐ = கோடை.

கோடரி (தமிழ்) கோடாலி (பேச்சுத்தமிழ்) கோடாலி (கன்னடம்); கொட்டலி (தெலுங்கு) கோடாலி (மலையாளம்).

கோடரியில் இருவகைப்படும். கன்னரைக் கோடரி (கண்டரைக் கோடரி), கோடரி என்று இருவகை உண்டு.

'கோட்டையம்' என்பது மலையாளத்தில் உள்ள ஊர் ஆகும்.

கண், கோட், எண் என்பன கணக்கியலோடு தொடர்புடைய வேர்ச்சொல்லாகும்.

'கொடிநிலை கந்துழி வள்ளி என்ற' கொடி என்ற சொல் தொல்காப்பியத்தில் காட்டப்படும் சொல்லாகும்.

'கோழிக்கோடு' நல்ல தமிழ்ச்சொல். மலையாள நாட்டில் உள்ள ஊராகும். அது உண்மையில் கடலில் குழி போல இருந்து கப்பல் வந்து கரை ஓரமாக வர வசதியாக இருப்பதால் முதலில் 'குழிகோடு' என்று இருந்து அது வட்டமாக 'கோளம்' வடிவில் இருந்ததால் 'கோழிக் கோடு' என்றனர்.

நாட்டின் எல்லைப் புறத்தில் பஞ்சாப்பில் ஊர் பதாண் கோடு. பற்று ஆன கோடு → பதான்கோடு; இந்த 'பதான் கோடு' என்பது தரை மட்டத்திற்குக் கடைசியான பகுதியானதால் 'பற்று ஆன கோடு' என்று பெயரிட்டுள்ளதால் 'பற்று ஆன கோடு' என்று கூறப்பட்டது.

தொல்காப்பியம் உருவான காலத்தில் கி.மு. 7 நூற்றாண்டில் 'கோடி' என்பதைப் பற்றிய சிந்தனை இல்லை. அதனால் கோடியைப்பற்றி பேசப்படவில்லை.

கோட்டியல் யானை = பட்டத்து யானை.

சிலம்பில் 'பத்தினி கோட்டம்' என்ற கோயில் இருந்துள்ளது.

திருச்சி மலைக்கோட்டை, புதுக்கோட்டை தமிழக ஊர்கள்.

'கடை கோடி' வழக்குப் பேச்சு

(க்+(.)+அ+)+(ட்+(.)+ஐ) =

க டை

சிறிய மாற்றம் → கடை → கேட்

தொலைகடை → டோல்கேட் நகருக்கு வெளியே சுங்கம் வாங்கும் அலுவலகம் உள்ள இடம் தொலைக்கடை → டோல்கேட்

புறநானூற்றில் பாண்டியன் நெடுஞ்செழியனைக் குடபுலவியனார் என்னும் புலவர் பாடுகின்றபோது

ஒன்றுபத் தடுக்கிய கோடி கடை இரீஇய
பெருமைத் தாகநின் னாயுள் தானே.

என்று கோடியைப் பற்றி வருகின்றது. திருக்குறளில் 'கோடி' ஏழு இடங்களில் வருகின்றது.

அடுக்கிய கோடி பெறினும் குடிப்பிறந்தார்
குன்றுவ செய்தல் இலர். *- திருக்குறள் (954)*

ஒன்றறி வதுவே உற்றறி வதுவே
இரண்டறி வதுவே யதனொடு நாவே
மூன்றறி வதுவே யவற்றொடு மூக்கே,
நான்கறி வதுவே அவற்றொடு கண்ணே
ஐந்தறி வதுவே அவற்றொடு செவியே
ஆறறி வதுவே அவற்றொடு மனனே
நேரிதன் உணர்ந்தோர் நெறிப்படுத் தினரே.

- தொல்பொருள் 1526

என்று ஒன்று முதல் ஆறு முடிய தொல்காப்பியம் எண்ணும் முறையைக் கூறுகிறது. உயிர்களை வகைப்படுத்தும் முறையைப் பகுத்தறிவ கண்ணோடு ஆராய்ந்து கூறுகிறது.

ஆம்பல், வெள்ளம் தாமரை

ஐ அம் பல்லென வரூஉம் இறுதி
அல் பெயர் எண்ணினும் ஆயியல் நிலையும்.

தொல் – எழுத்து – நூற்பா –393

தமிழ் அரசர்கள் தமது படைகளை அளவிடப் பயன்படுத்தவும் மக்களை எண்ணவும் பயன்படுத்தப்பட்ட சொற்களாகும். திறை, வரி இவற்றை அளவிடவும் பயன்படுத்தப்பட்ட சொற்களாகும். தானியத்தை அரச களஞ்சியத்தில் சேர்க்கும் போது பயன்பட்ட அளவுகள் ஆகும்.

மேல் இலக்கம் (கோடிக்கு மேல்) இன்றைய கணக்கியல் முறை

100 இலக்கம்	=	1 கோடி	10^8
10 கோடி	–	ஓர் அற்புதம்	10^9
10 அற்புதம்	–	ஓர் நிகற்புதம்	10^{10}
10 நிகற்புதம்	–	ஒரு கும்பம்	10^{11}
10 கும்பம்	–	ஒரு கணம்	10^{12}
10 கணம்	–	ஒரு கற்பம்	10^{13}
10 கற்பம்	–	ஒரு நிகற்பம்	10^{14}
10 நிகற்பம்	–	ஒரு பதுமம்	10^{15}
10 பதுமம்	–	ஒரு சங்கம்	10^{16}
10 சங்கம்	–	ஒரு வெள்ளம்	10^{16}
10 வெள்ளம்	–	ஓர் ஆம்பல்	10^{17}
10 ஆம்பல்	–	ஒரு மையம்(மத்தியம்)	10^{18}
10 மையம்	–	ஒரு பரார்த்தம்	10^{19}
10 பரார்த்தம்	–	ஒரு பூரியம்	10^{20}

கோடி என்பது $10x10x10x10x10x10x10x10=10^8$

(இன்று நுட்பமாக அளக்கக் கணினி மூலம் இந்த அடுக்குமுறைப் பயன்படுகிறது.)

இவ்வாறு கோடிக்கு மேலும் எண்ணுப் பெயர்கள் பயன்பாட்டில் இருந்தன. ஒன்று பத்து, நூறு, ஆயிரம், நூறாயிரம்(இலக்கம்) பத்து நூறாயிரம்(பத்து இலக்கம்), கோடி எண்கள் பத்தின் அடிப்படை முறையில் அமைக்கப்பட்டு, எண்ணப்பட்டிருந்தது சீர்மையான தமிழரின் கணக்கியல் சிறப்புக்கு எடுத்துக்காட்டாக உள்ளது.

ஆதாரம்:- தமிழ் புத்தாண்டு ஆசிரியர் தமிழியப்பாவலர் நல்லாசிரியர், புலவர் கதிர்.முத்தையன் தமிழ் ஒளிப் பதிப்பகம் 40–அ காமராசர் நகர் ஆல்பேட்டை மஞ்சள் குப்பம் கடலூர் 607 001

இந்த சொற்கள் வடமொழி சாயலில் சங்கம் மத்தியம், பரார்த்தம் என்று இருந்தாலும் அவைகளில் வடமொழி எழுத்துகள் இல்லை. தொடக்கக் கால முதல் ‘சகரம்’ மொழிக்கு வருதல் வழக்கில் இருந்து உள்ளது. சான்று ‘சமன்’ திருக்குறள் 118 ‘‘சலத்தால்’’ திருக்குறள் 660.

தமிழர்கள் ஒரு பொருளை தூசி, இம்மி என்றவகையில் மிக நுண்ணிய முறையில் பிரித்து உள்ளது பற்றிக் கணக்கியல் வாய்ப்பாடு மூலம் அறிய முடிகின்றது. ‘அணு’ என்ற ஒன்றை ஐன்சுட்டீன் என்ற யூதர் 'Autom' ஒன்று கண்டறிந்தார். அதற்பிறகு அணுகுண்டையும் கண்டறிந்தார்.

ஐந்திரம் கூறும் அளவீடுகள்

சென்னை தொழில் நுட்பக் கல்வி இயக்கத்தாரால் வெளியிடப்பட்ட நூல் ஐந்திரம் ஆகும். கி.பி.1986ஆம் ஆண்டு நடைபெற்ற உலகத் தமிழ் மாநாட்டில் இந்த இலக்கணநூல் வெளியிடப்பட்டது.

மாத்திரை

மாத்திரை அளவைப் பற்றி குறிப்பிடும் ஒரு நூற்பா தொல்காப்பியத்தில் வருகின்றது.

‘‘கண்ணிமை நொடியென அவ்வே மாத்திரை
நுண்ணிதின் உணர்ந்தோர் கண்ட வாறே.’’

தொல் – எழுத்து– நூற்பா –7.

இதையே 'ஐந்திரம்' என்ற நூல் சிறிது விளக்கமாகப் பேசுகிறது.

கண்ணிமை நொடியென அவ்வே மாத்திரை
நுண்ணிதின் உணர்ந்தோர் கண்ட வாறே
நுண்ணொலி உனல்முதல் நந்நான்கு என்ப.

இந்த நூற்பாவைப் பார்க்கும்போது ஐந்திரம் நிறைந்த தொல்காப்பியன் என்ற பனம்பாரனாரின் வரிகள் உண்மையென தோன்றும். மேற்கண்ட தொல்காப்பிய நூற்பாவை ஐந்திரம் சிறிது மாற்றிப்பாடுகிறது. மேலும்,

கண்ணிமை நொடிக்கலைக் கால மாத்திரை
நுண்ணிதின் உணர்ந்தோர் நுண்மதி யுற்றே
கண்ணிமை கூட்டும் காலத் தியலால்
எண்தரு கலைபல யியல் விளக் கும்மே. - *ஐந்திரம் - 319.*

இந்த 'ஐந்திறம்' நூல் தொல்காப்பியத்துக்கு முந்தியா? பிந்தியா? என்று அறிஞர்களிடம் கருத்து வேறுபாடு தோன்றி வளர்ந்துள்ளது. 'ஐந்திரம்' என்பது வடமொழியாளர்கள் கூறும் 'ஐந்திரம்' என்பதா? இல்லை தமிழில் பிறந்து வடமொழிக்குச் சென்றதா? ஐந்து திறன்களான எழுத்து, சொல், யாப்பு, அணி, பொருள் பற்றிக் கூறக் கூடிய நூலா? நிலம், நீர், காற்று, வானம் நெருப்பு இவைகளை உள்ளடக்கி எழுதப்பட்ட நூலா? தொல்காப்பியம் என்பது ஐந்திறத்தின் வழி நூலா?

இல்லை தற்போது மேலே காட்டக்கூடிய நூற்பாக்கள் அடங்கிய நூல் 'ஐந்திரம்' போல வடிவமைக்கப்பட்டதா? என்று எதுவுமே அறிய முடியவில்லை.

ஆனாலும் தொல்காப்பியம் போல அமைந்து சிறிது விளக்கமாக அமைந்துள்ளது.

தண்டமிழ் மொழியே ஐந்தியல் மொழியல்
விண்டுறும் கலைத் தொழில் விளக்குறும் தொன்னெறி
மரபியல் செறித்தும் எண்கலை நிலைத்திறன்
வரம்புறும் இயலே ஐந்திற மெய்நூல்.

ஐந்திற நூலைப் பற்றி தன்னிலை விளக்கமாக ஐந்திறம் பக்கம் 224இல் ஒரு பாடல் வருகிறது.

''குமரி மாநிலம் நெடுங்கலை ஆக்கம் – ஐந்திறம் பக்கம் 231 இல் வரும் வரியாகும்.

இந்த நூலைப் பற்றிப் 'பண்டைத் தடயம்' – என்று நூலில் பதிப்பாசிரியர்கள் நடன காசிநாதன் மா. சந்திரமூர்த்தி ஆகியோர் கூட்டாகப் பதிப்பித்து வெளியிட்டு உள்ளார்கள். அதில் ஒரு பாடல்

குமரிநன் னிலத்திலன்று குணமுறும் கலைகள் ஆய்ந்து
குமரியாள் அருளினாலே கூர்மதி நனி விளங்க
அமர்பொருள் கருவி கண்டான் ஆற்றலும் ஆண்மைமிக்க
அமர்நிலை வீரம் ஓங்க அருங்கலை வளர்த்தான் அன்றே!

என்று பாராட்டி வருகின்றது.

''விரிந்து விளங்கும் விண்ணிலைச் சிற்றிவை
புரிந்து நோக்கின் எண்ணிலைச் சிற்றிவை
உணர்வின் ஆய்ந்து ஒளியாற் கண்டே
உணர்கலைச் செழுந்தமிழ் சிற்பமென் கலையே'' *- ஐந்திரம் 658*

என்ற ஒரு பாடலாக வருகின்றது.

''உள்ளூறும் உணர்வே உறுகலை உணர்வால்
தெள்ளூறும் நிலைகலைச் சிற்றிவை நோக்கி
அறுபான் நான்கியல் அமைவுறக் கண்ட
உறுநிலை நாற்புறத் தியலைத் தியல்நெறி
கணக்கியல் மாநெறி கலைநெறித் தேர்ந்தே''

பெருவளி யியலும் கருவெளி திறனும்
உருவெளி ஆக்கம் ஒளிநிலை தேர்ந்தே. *- ஐந்திரம் – 856*

மேலும் ஐந்திறம் 485இல் ஒளி–ஒலி–அணுவைப் பற்றி பேசுகிறது.

''ஒளியணுத் திரளும் ஒலியணுத் திரளும்
ஒளிருற நோக்கி ஒளிநிலை யுணர்ந்தே
ஒளி ஒலி நுட்பம் மெய்ப்பொருள் உணர்ந்தே
தெளிவுறக் காண்டல் ஒலிநிலை யோர்தல்
ஒலிப்பொருள் மூலத் தெரிநிலை யாய்தல்
ஒலி ஒளித் திறனாய் ஓங்குறும் நிலையால்
உணர்ந்துறு மாற்றல் உணர்த்துறும் நிலைக்கலை
உணர்வுறு வோங்கிச் செய்முறை யாய்ந்தே

நோக்குறும் நோக்கும் இயற்றுந் திறனும்
ஆக்குறும் ஆற்றல் மெய்க்கலைத் திறனே. *- ஐந்திரம் 485*

நல்ல நல்ல தூயத் தமிழ்ச் சொற்கள் விரவி, தெளிந்த நீரோடை போல எளிய நிலையில் எழுதப்பட்டு இருப்பதால் தொல்காப்பியத்துக்கு முந்தியதாகக் கருதலாம். அதே நேரத்தில் பழைய 'ஐந்திறம்' நூலை யாரோ ஒரு புலவர் புதுப்பித்தது போலவும் தோன்றுகிறது. காரணம் 'மயன்' என்ற புலவனைப் பற்றி ஐந்திறம் வரிகளிலேயே காட்டப்படுகிறது. அதனால் ஐந்திறத்தைப் பின்னால் வந்த புலவர் புதுப்பித்து இருக்கவேண்டும். படர்க்கை ஒருமையில் 'மயன்' என்ற புலவனைப் பேசுகிறது.

அவைக்களங் கண்ட அகமகிழ்ந் தின்பால்
நவையறுஞ் சிற்ப நற்றமிழ் ஓவியம்
ஐந்திற நூற்பா முந்துறுந் திறத்தால்
வந்தசெந் தமிழொளி ஆடலான் அருளான்
ஐந்தியல் செந்தமிழ் அழகுற விய ற்றினான்;
செந்தமிழ்ச் சான்றோர் சீரவை சேர்ந்தே
எட்டெழுத்து இயற்றமிழ் ஐந்திறம் அளித்தனன்;
நாட்டுணர் வோங்கும் நறுந்தமி ழுணர்வால்
இருகை குவித்தே இன்புற்று அளித்தனன்;
திருவுறும் ஆடலான் அருள்நிலை சிறந்தே
ஆன்றவிந் தடங்கும் அருந்தமிழ்ச் சான்றோர்
என்றுள மகிழ்ந்து வாழ்த்துவீர் நன்றே
அயல்நெறிச் சாராத் தமிழொளி யுணர்வால்
மயத்தமிழ்ச் சிற்பி அளித்தனன் மகிழ்ந்தே. *- ஐந்திறம் 892*

என்று 'ஐந்திறம்' எழுதிய ஆசிரியர் 'மயன்' என்பவரைப் பற்றிக் கூறுகிறது. இந்த 'மயன்' என்பவனைப் பற்றி கூறுவோமானால், இலங்கையை ஆண்ட இராவணன் தாத்தா புலத்தியர், பிரகத்பதி போன்றவர்களுக்கு முன் வாழ்ந்து, இலங்கையைப் பொன்னாலும் மணியாலும் அலங்கரித்து 'இலங்காபுரி'யை உருவாக்கிய 'திராவிட மயன்' என்பவனோடு ஒப்பிட்டு அறியலாம். திருவிலியத்தில் அபிரகாமின் அடிமை மனைவிக்குப் பிறந்த 'இழிமயன்'(இஸ்மாயில்) என்பவனோடு ஒப்பிட்டு அறியலாம்.

தற்போது **2125** ஆம் ஆண் திசம்பர் **21**ந் தேதி உலகம் அழியப் போகிறது என்று தென்னமரிக்கா நாடான 'பெரு' நாட்டில் வாழ்ந்து **5200** ஆண்டுகளுக்குரிய நாட்காட்டி

உருவாக்கிய 'மாயன்' என்பவனோடு ஒப்பிட்டு அறியலாம். கி.மு.3113ம் ஆண்டில் தொடங்கி கி.பி. 2012 ஆண்டு டிசம்பர் 21ஆம் தேதியுடன் முடிந்த நாட்காட்டியைக் கொண்டு உலகம் 'உலகம் அழியப் போகிறது' என்று மிரண்டு இருந்தது. ஆனால் ஒரு அழிவு நிகழ்ச்சியும் நடக்கவில்லை. இந்த நாட்காட்டி கவுதமாலாவில் உள்ள பழங்காலக் கல்வெட்டு மூலம் அறியப் பட்டது. அந்த நாட்காட்டியை மாயன் நாட்காட்டி என்று கூறுவர். மயன்-மாயன் என்பது பெயர் ஒப்புமை உள்ளது.

'வைசாம்பாயணம்' என்ற நூலில் மயனின் வரலாற்றைக் கூறுகிறது. இதையே திருவாசகம்,

''அண்டமூலமாய் பிண்ட மூலமாய் கொண்டிலங்கு
வெளி ஒளியென என்று – மாய சூத்திரம்
விண்ணிறைந்து மண்ணிறைந்து மிக்காய்
விளங்கு ஒளியே என்று''

என்று கூறுகிறது.

அகமும் புறமும் ஒன்றே என்றே
உள்ளும் புறமும் ஒருவழி நின்றே
தெள்ளும் உணர்வால் செம்மொழிச் செவ்வியல்
ஒளி முதற்கண்ட ஆய்வுணவு ஓங்கி
தெளிகலை செப்பல் ஐந்திய லாகி
ஐந்திறத்து உண்மை செஞ்சொல் செந்தமிழ்
தந்திறம் விளக்கும் ஐந்திற நூலே. *- ஐந்திரம் –207*

ஒளியணு

ஒளியணுத் திரளும் ஒலியணுத் திரளும்
ஒளிருற நோக்கி ஒளிநிலை யுணர்ந்தே
ஒளியே மூலம் ஒளிக்கலை யாய்ந்தே
வெளியுறும் நினதெரி ஒலியணு வாய்ந்தே
ஒளிஒலி நுட்பம் மெய்ப்பொருள் உணர்ந்தே
தெளிவுறுக் காண்டல் ஒலிநிலை யாய்தல்
ஒலிஒளித் திறனாய் ஓங்குறும் நிலையால்
உணர்துறு மாற்றல் உணர்த்துறும் நிலைக்கலை

உணர்வுறு வோங்கிச் செய்முறை யாய்ந்தே
நோக்குறும் நோக்கும் இயற்றுந் திறனும்
ஆக்குறும் ஆற்றல் மெய்க்கலைத் திறனே.

இயல் 1

அணுத்திரள் ஒலியே எழுத்தொளிச் சிறப்பாய்
அணுத்திரள் ஒலித்திறன் மெய்ந்நிலை யறிந்தே
அணுவணுக் கூற்றினாய் நிலை தேர்ந்தே
எழுத்தொலி நெறிமுறை இயல்பினும் உணர்ந்தே
வழுத்தும் ஓசை மாத்திரை உணர்ந்தே
நெறிபடக் கிளந்த குறிநிலை குறித்து
அறிநிலை எழுதலின் எழுத்துரு வோங்கி
அணுத்திரள் ஆக்கம் மெய்ம்மைப் பொருள்நிலை
நுணுக்குற நோக்கி மெய்ம்மைப் பொருள்நிலை
நுணுக்குற நோக்கி நுவலுறும் நுட்பம்
எழுத்தறும் ஆக்கம் இயல்நிலை யறிந்தே
எழுத்தியல் நெறியே இயம்புதல் மரபே
வானியல் ஒலியே ஓசை மொழியாய்த்
தானியல் வடிவுறுங் குறியெழுத்து என்ப.

ஒளியறுந் தன்மையும் ஒலியுறும் வன்மையும்
வரிவடி வியலால் உருவியல் ஆகி
ஐந்தெழுத்து இயலே நெறிமுறை உயிரே
ஒளியொலி வடிவாய் ஓங்கும் எழுத்தே
செந்தமிழ் எழுத்தே ஒளிஒலித் திறனாய்
முந்துறும் உயிரியல் முயங்குமா நெறியே
உயிர்க்கலை எழுத்தே முயற்சியில் உள்வலி
செயிரறத் தோன்றும் அணுத்திரள் ஒலியாய்
மெய்க்கலை மெல்லொலி திறனுறத் தோன்றி
உயிரிலாகி ஒலிமுறை நெறியே.

உயிர்ஐங் குறிலே ஓசை நிறைமொழி
மெய்யொலி உயிரொலி சிவணுதல் இயல்பே

எட்டெட்டு இயலை அறிமுறை அறிந்தே
எட்டின் ஆடல் இயல்கலை போர்ந்தே
விட்டுறும் ஒலிஓம் ஒளித்தமிழ் விண்தமிழ்
நெட்டெழுத் தியலே நெறியுணர்த் தும்மே
ஐங்குறில் ஆக்கமே எழுநெடில் ஓசை
உயிர்பன் னிரண்டே ஒளிதரும் உருநிலை
எழுத்தியல் நுணுக்கம் இயலுறத் தெளிந்தே
வழுத்தில் கலைநெறி மரபுறும் ஆக்கம்,

இந்த ஐந்திறம் சில வாய்ப்பாடுகளை அக்கால முறைப்படி தந்துள்ளது.

இசை

''ஏழிசை நுட்பம் ஐந்திசைக் கூறே'' என்று இசைப்பற்றி கூறுகிறது.

ஒலி அணு

கால வாய்ப்பாடு (துடிக்கணக்கு)

8 அணு காலம்	=	1 தேர்த்து காலம்
8 தேர்த்துகள் காலம்	=	1 இம்மி காலம்
8 இம்மிகள் காலம்	=	1 எள்ளு காலம்
8 எள்ளுகள் காலம்	=	1 நெல்லு காலம்
8 நெல்லுக்காலம்	=	1 விரல் காலம்.
12 பெருவிரல்	=	1 சாண்
2 சான்	=	1 முழம்

இதையே வடமொழி நூல் தாளதீபிகை என்பது சிறிது வேறுபாட்டுடன் கூறுகிறது.

8 கணம்	=	1 லவம்
8 லவம்	=	1 காஷ்டம்
8 காஷ்டம்	=	1 நிமேஷம்

8 நிமேஷம்	=	1 துடி
8 துடி	=	1 குரு
2 துடி	=	1 துருதம்
2 துருதம்	=	1 லகு
2 லகு	=	1 குரு

சிற்பம் செய்ய கட்டிடம் கட்ட வாய்ப்பாடு. கல்தச்சன், கட்டிட கொத்தனார் முதலானோர் அறியவேண்டிய அளவு

சிற்பம்

எட்டே எட்டியல் எட்டுளெட் டியலே
எட்டின் நெறியே அளவை மாநெறி
எட்டணு தேர்த்துகள் இம்மி நிலையாய்
எட்டுறும் இம்மி எள்ளென் றாகி
எட்டெள் ளொருநெல் அளவை குறித்தே
எட்டுறும் நெல்கை விரலெனக் கண்ட
அளவை ஆக்கம் அறிதல் கலையாய்
உளவுறும் நுட்பம் உண்மை கண்டே
கண்டுறும் அளவை கருத்தில் இருத்தி
விண்டுறும் நெறிமுறை விளம்பற் பாற்றே.

கட்டிடம்

எட்டெட் டியலாய் நெறிமுறை யோர்ந்தே
எட்டுறுங் கலைநிலை எண்ணியல் வழக்காய்
அணுவுள் ளணுமுதல் கைவிர லளவை
ஈறா யியம்பும் ஐயள வியளே
நேர்முறை யாக்கம் இம்மியும் எள்ளும்
நிலைபெறுந் திறனே கைவிரல் நோக்கம்
எட்டின் இயலா ஐயளல் இயன்றே
நுட்பந் தெரிந்தே நுவலுவ கணக்கே.

'வைசம்பாயணம்' என்பது வைசம்பாயன் எழுதிய நூல். இதைப் பற்றிய குறிப்பு மகாபாரதத்தில் 'ஸ்ரீ பகவான் உவாச்ச' என்றும் 'வைசம்பாயண உவாச்ச' என்றும் சபா பர்வத்தில் வருகிறது. வைசம்பாயணர் மகாபாரதக் காலத்தைச் சார்ந்தவர் ஆவார். அவர் 'மயன்' பற்றிய செய்திகள் பரப்பியுள்ளார்.

''வலந்தரச் செய்ய வந்த வைசம்பாயணரும் வாழி'' என வைடம்பாயணமே கூறுகிறது. ''இடைச் சங்க காலச் சிற்பன் சித்தன் மயன் வரலாறு கூறும் வைசம்பாயணம் –'' என்று ''திருமதி பொன்னி செல்வநாதன் - சென்னை'' கூறுவதை எடுத்தாண்டு உள்ளனர்.

பண்டைத் தடயம் – நடன காசிநாதன் மா. சுந்தர மூர்த்தி) பக்கம் *173–187)*

பெருமலை ஒரு புறத்தே திருமலை மறுபுறத்தே
பெருங்கடல் ஒருபுறத்தே இருங்கடல் மறுபுறத்தே
திருவுறச் சூழ்ந்ததாலே செழுவளம் கெழுமிச் சூழ
ஒரு பெரும் கண்ணி நாடு குமரிநா டென உரைத்தார். - *வை: 864*

என்று வைசம்பாயணம் குறிப்பிடும் குமரி நாடானது 10 ஆயிரம் ஆண்டுகளுக்கு முன் குமரிக்கண்டம் என்று அழைக்கப்பட்ட பரந்த மண் தலம் ஆகும்.

''பன்மலை யடுக்கத்து குமரிக்கோடும் கொடுங்கடல் கொள்ள''

- *சிலப்பதிகாரத்தில் வரும் செய்திகள் ஆகும்.*

குமரி நாட்டின் உட்பிரிவுகளாக 49 நாடுகள் கொள்ளப் படுகின்றன. இதை வைசாம்பாயணம் சிறிது விவரித்துக் கூறும்.

''ஏழ்தொங்க நாடு கண்டு ஏற்பனை நாட்டின்
கீர்த்தி ஏழ்நிலப் பகுதி கண்டு''

என்று வைசம்பாயணம் என்று கூறும்.

குமரிநாட்டின் உன்னத சிறந்த மன்னன் நிலந்தரு திருவின் நெடியோன் பாண்டியன். அவனுடன் இருந்து தோளுடன் தோள் கொடுத்து துணைப் புரிந்தவன் மயன் ஆவான். அவன் ஒரு சிற்பி ஆவான்.

இவனை வால்மீகி இராமாயணம் ''தேஜஸ்வி மகாகவி மய'' என்று பாராட்டுகிறது. வில்லிபாரதம் ''காணுறை மயன்'' என்று புகழ்ந்து பேசுகின்றது.

மன்னு மாமலை மயேந்திர மதனிற்
சொன்ன வாகமம் தோற்றுவித் தருளியுங்.

திருவாசகம் - கீர்த்தித் திரு அகவல் 9-10

இதில் பாடப் பேதமாக 'மயேந்திரம்' என்பது 'மகேந்திரம்' என்று வந்துள்ளது.

ஆனாலும் ''மயன்'' ''மாயன்'' என்ற பெயர்களால் காலந்தோறும் சிற்பக்கலை, கட்டிடக்கலை, கவிதை, போன்ற அனைத்து கலைகளிலும் மேம்பட்ட ஒருவன் அழைக்கப் படுகிறான். அந்த 'மயன்' அல்லது 'மாயன்' கணக்கியலிலும் நான் வல்லவனாக இருந்தான்.

'எல்லாம் இன்ப மயம்' 'எல்லாம் சிவ மயம்'என்ற தொடர்களில் வரும் 'மயம்' என்ற சொல் 'அன்' விகுதி நுழைந்து 'மயன்', 'மாயன்' என்று வந்து உள்ளன. 'மாயன்' என்பது 'மாயோன்' என்று வருகிறது. 'மாயோன்' மேய காடுறை உலகம் என்று வந்துள்ளது. இந்த சொற்கள் எல்லாம் தமிழ் உண்டாகி, மொழியில் தெளிவு உண்டான காலத்தில் உண்டாகி உள்ளது. இதையே,

ஆலமா மரத்தின்கீழே அருள்மயன் அமர்ந்த தாலே
ஆலமா மரத்தின்கீழே அருட்கலை வளர்ந்த தாலே
ஆலமா மரத்தின்கீழே அறிவர்கள் வளர்ந்த தாலே
ஆலயம் ஊரூர்தோறும் அமைந்தன செழிக்க நன்றே.

வைசம்பாயணம் - பாடல்

ஊர்தோறும் கல்லால், மண்ணால், கருங்கல்லால் கோயில் கட்டாத நிலையில் அறிஞர்கள் கூடி கலைகள் பற்றி ஆராய்ந்து உள்ளனர். அதற்கு 'மயன்' தலைமைத் தாங்கி உள்ளான் என்பதை இந்தப் பாடல் மூலம் அறிகிறோம். ஆனாலும் இந்தப் பாடல் சித்தர்கள் காலத்தில் எழுதப்பட்டு இருக்க வேண்டும். யாப்பு, அணி நிலை போன்றவற்றால் கடைச்சங்கக் கால எல்லைக்கு முன்பாக இருக்கும் என்று தோன்றவில்லை. ஒருக்கால் கடைச் சங்கக் காலத்திற்கு முன்பு எளிமையான வடிவில் பாட்டுகள் அமைந்து அப்போது கூட இந்தப்பாடல் எழுதப்பட்டு இருக்கலாம்.

27. கடைச்சங்கக் காலப் பாடல்களின் எண்ணுப்பெயர்கள்

நற்றிணை, நல்ல குறுந்தொகை, ஐங்குறுநூறு
ஒத்த பதிற்றுப்பத்து ஓங்கு பரிபாடல்
கற்றறிந்தோர் ஏத்தும் கலியோடு அகம்புறம் என்று
இத்திறத்த எட்டுத் தொகை.

இந்த தொகை நூல்களின் மொத்தப் பெயர்களிலே எட்டு எண்பது அமைந்துள்ளது. அதோடு மேலும் ஐங்குறுநூறு, பதிற்றுப்பத்து, அகநானூறு புறநானூறு என்று அதனதன் பெயர்களிலே எண்ணுப் பெயர்கள் அமைந்துள்ளன.

அதைப்போலவே 'பத்துப்பாட்டு' என்ற பிரிவு நூல்களை அடக்க மொத்தமாக எண்ணுப் பெயர் தரப்பட்டு உள்ளது. 'பத்துப்பாட்டு' நூல்களின் பெயர்களில் ஒன்று கூட எண்ணுப் பெயர்களில் அமையவில்லை.

களப்பிரர் காலமான சங்கம் மருவிய காலத்தில் உருவான நூல்களில் பதினெட்டு நூல்கள் ஆகும். ஆனால் அதில் சில நூல்கள் கடைச் சங்கக் காலத்திலேயே உருவாகி இருக்கக் கூடும்.

பதினெண்கீழ்க் கணக்கு

நாலடி நான்மணி நானாற்பது ஐந்நிலைமுப்
பால் கடுகங் கோவை பழமொழி மாமூலம்
இந்நிலை சொற்காஞ்சி யோடு ஏலாதி என்பவே
கைந்நிலை வாங்குகீழ்க் கணக்கு.

இந்த வரிசையில் உள்ள முப்பால் என்கிற திருக்குறள் உட்பட சில நூல்கள் கடைச் சங்கக் காலம் அதற்குமுன்பு கூட எழுதப்பட்டு இருக்கலாம்.

இந்த பதினெட்டு நூல்களில் எண்ணுப் பெயராகச் சில அமைந்துள்ளன. 1. இன்னா நாற்பது, 2. இனியவை நாற்பது, 3. கார் நாற்பது, 4. களவழி நாற்பது, 5. ஐந்திணை எழுபது, 6. திணை மாலை நூற்றைம்பது, 7. முப்பால்(திருக்குறள்) 8. திரிகடுகம், 9. ஏலாதி, 10. சிறுபஞ்ச மூலம், 11. நாலடியார் போன்றவை எண்ணுப்பெயராக அமைந்துள்ளன.

'ஐஅம் பல்என வரூஉம் இறுதி' தொல்காப்பிய நூற்பா 393க்கு விளக்கமாக வருவது கீழ்வருவன.

நெய்தலும் குவளையும் ஆம்பலும் சங்கமும்
மையில் கமலமும் வெள்ளமும்.

என்று பரிபாடலில்(2:134) கீரந்தையார் என்னும் புலவர் பாடுகிறார்.

அளவீடுகள்

அண்ணன்-தம்பிகளுக்குள் பாகப் பிரிவினை நடக்கும் ஏற்படும் சச்சரவில் கூறப்படும் சொல் தம்பியைப் பார்த்து அண்ணன் கூறுவது "உனக்கு ஒரு இம்மி அளவு கூட விட்டுத் தரமாட்டேன்", என்பது ஆகும். அதற்குப் பதிலாக, "நான் அணு அளவு கூட விட்டுத் தரமாட்டேன்," என்பதாகும். இம்மி, அணு என்பன அக்கால கணக்கியல் சொற்கள் ஆகும்.

சங்கம், பதுமம், வெள்ளம் போன்றவை கீழ் அளவாகவும், மக்களை எண்ணும்போது, அரசு தானிய களஞ்சியத்தில் நெல் மூட்டைகளை எண்ணும் பயன்படுத்தப்பட்டன. இதனைத் தேவநேயப் பாவாணார் கீழ்வாய்ச் சிற்றிலக்க வாய்ப்பாடு என்பார்.'பண்டைத் தமிழ நாகரிகமும் பண்பாடும்' என்ற நூலில் மொழி ஞாயிறு ஞா. தேவநேயப் பாவாணர் பக்கம் 143இல் தரும் வாய்ப்பாடு.

கீழ்வாய்ச் சிற்றிலக்க வாய்ப்பாடு

6.5 தேர்த்துகள்	–	1 நுண்மணல்
100 நுண்மணல்	–	1 வெள்ளம்
60 வெள்ளம்	–	1 குரல் வளைப்பிடி
40 குரல்வளைப்பிடி	–	1 கதிர்முனை
20 கதிர்முனை	–	1 சிந்தை
14 சிந்தை	–	1 நாக விந்தம்
17 நாகவிந்தம்	–	1 விந்தம்
7 விந்தம்	–	1 பாகம்
8 பாகம்	–	1 பந்தம்
5 பந்தம்	–	1 குணம்
9 குணம்	–	1 அணு

7 அணு	–	1மும்மி
11 மும்மி	–	1 இம்மி
21 இம்மி	–	1 கீழ் முந்திரி
320 கீழ்முந்திரி	–	1 மேல் முந்திரி
320 மேல் முந்திரி	–	ஒன்று (முழு எண்)

1 தேர்த்துகள் $= \dfrac{1}{3238245302272000000}$

1 கீழ்முந்திரி $= \dfrac{1}{1,024,00}$

1 மேல் முந்திரி $= \dfrac{1}{320}$

இன்று 'இம்மி' என்பதை 'டிம்மி' என்று கூறி அந்த வட்டிக்கடைகாரன் 'டிம்மி' கணக்குப் போடுகிறான் என்பர்.

1.	முழுஎண்	1 ஒன்று
2.	அதில் பாதி	$\frac{1}{2}$ அரை (இரண்டில் ஒன்று)
3.	அதில் பாதி	$\frac{1}{4}$ கால் (நாலில் ஒன்று)
4.	அதில் பாதி	$\frac{1}{8}$ அரைக்கால் (எட்டில் ஒன்று)
5.	அதில் பாதி	$\frac{1}{16}$ வீசம் (பதினாறில் ஒன்று)
6.	அதில் பாதி	$\frac{1}{32}$ அரையேவீசம் அல்லது மாகாணி (முப்பத்திரண்டில் ஒன்று)

7. அதில் பாதி $\frac{1}{64}$ காலே வீசம்(அறுபத்து நாலில் ஒன்று)

8. அதில் பாதி $\frac{1}{128}$ அரைக்காலே வீசம் (நூற்று இருபத்து எட்டில் ஒன்று)

இதை இன்னும் பிரித்து கணக்கிட்டு உள்ளனர்.

*128*க்கு ஒரு வேடிக்கைக் கணக்கு. நாட்டுப் புறங்களில் அந்தக் காலம் முதல் உண்டு. உள்ளே ஒரு கோயில் அதைச் சுற்றி ஒரு மதிர்ச்சுவர்; முன்னே ஒரு வாசல்; அதைச்சுற்றி ஒரு மதிர்ச்சுவர் முன்னே ஒரு வாசல்; என்று ஏழு பிரகாரம் உள்ளது. நடுவில் ஆலயத்தில் ஒரே ஒரு எலுமிச்சை மரம். அதில் எலுமிச்சை பழங்கள் உள்ளன. ஒவ்வொரு வாசலிலும் ஒரு காவல்காரன் உண்டு. மருந்துக்காக ஒருவன் பழம் பறிக்க வருகிறான். அவனுக்குத் தேவை ஒரே ஒரு பழம்; ஒவ்வொரு காவல்காரனும் கொண்டு வருவதில் பாதி தரவேண்டும் என்று கேட்கிறான். மரத்தின் அடியின் ஒரு காவல்காரன் உள்ளான். அப்படியானால் எத்தனைப் பழங்கள் பறித்து கொண்டு வீட்டுக்கு ஒன்று கொண்டு வந்து இருப்பான்?

கீழ் வாயிலக்கம்

பெயர்	அளவு
முந்திரி, முந்திரை	– $\frac{1}{320}$
அரைக்காணி	– $\frac{1}{360}$
காணி	– $\frac{1}{80}$
அரை மா	– $\frac{1}{40}$

ஒரு மா	–	$\frac{1}{20}$
இரு மா	–	$\frac{1}{10}$
நான் மா	–	$\frac{1}{5}$
மாகாணி, வீசம்	–	$\frac{1}{16}$
அரைக்கால்	–	$\frac{1}{8}$
முண்டாணி(மூன்று வீசம்)	–	$\frac{3}{16}$
கால்	–	$\frac{1}{4}$
அரை	–	$\frac{1}{2}$
முக்கால்	–	$\frac{3}{4}$

மேல் வாயிலக்கத்திற்குப் போன்றே கீழ்வாயிலக்கத்திற்கும் பெருக்கல் வாய்ப்பாடு கூறும் சுவடி உண்டு அது கணக்காயர் பள்ளியில் சிறப்பாய்க் கற்பிக்கப்பட்டது.

அக்காலத்தில் அரசியலரால் நிலம் எவ்வளவு நுட்பமாய் அளக்கப்பட்டதென்பது இறையிலி நீங்குநிலம் முக்காலே இரண்டு மாகாணி அரைக்காணி முந்திரியைக் கீழ் அரையே இரண்டுமா முக்காணிக் கீழ் முக்காலே நான்குமா அரைக்காணி முந்திரிகைக் கீழ் நான்கு மாவினால் இறை கட்டின காணிக்கடன்'' என்பதாக விளங்கும்

(பண்டைத் தமிழ நாகரிகமும் பண்பாடும் பக்கம் – ***145***)

கும்பம் = ஆயிரங் கோடி

கணிகம் = பத்தாயிரம் கோடி

தாமரை (பதுமம்) = கோடாணு கோடி

சங்கம் = பத்து கோடாணு கோடி

வாரணம் = நூறு கோடாணு கோடி

பரதம் = இலக்கம் கோடிக் கோடாணு கோடி

(பரதம் என்பது 1 (ஒன்றுக்கு)க்குப் பின்னால் 21 சுழியம் அல்லது சுன்னங்களைக் கொண்டது. இன்றைய அடுக்கிய முறையில் கூறினால்,

எண் பெயர்	கோடி கணக்கில்	அடுக்கியல் முறை	விளக்கம்
கோடி	கோடி	10^8	10X10X10X10X10X10X10X10= 1,00,00,000 கோடி
பத்து கோடி	பத்து கோடி	10^9	10X10X10X10X10X10X10X10X10 10,00,00,000
நூறு கோடி	நூறு கோடி	10^{10}	10X10X10X10X10X10X10X 10X10X10 = 100,00,00,000
கும்பம்	ஆயிரங் கோடி	10^{11}	10,000,000X1000
கணிகம்	பத்தாயிரங் கோடி	10^{12}	1,00,000,000X10,000
தாமரை அல்லது பதுமம்	கோடாணு கோடி	10^{16}	1,00,00,000X1,00,00,000
சங்கம்	பத்து கோடாணுகோடி	10^{17}	1,00,00,000X1,00,000
வாரணம்	நூறு கோடாணு கோடி	10^{18}	100,1,00,00,000X1,00,00,000
பரதம்	இலட்சம் கோடாணு — கோடி		1,00,000,X1,00,00,000X 1,00,00,000

அளவீடு இலக்கம் கோடி, பத்து இலக்கங்கோடி தமிழில் எண்கள் கொடுக்கப்படவில்லை.

கீழ்வாய்ச் சிற்றிலக்க வாய்ப்பாடு இன்னொரு விதம் :

கீழ் முந்திரி	=	$\frac{1}{1,024,00}$
இம்மி	=	$\frac{1}{21,50,400}$
மும்மி	–	$\frac{1}{2,36,54,400}$
அணு	–	$\frac{1}{16,55,80,800}$
குணம்	–	$\frac{1}{149,02,27,200}$
பந்தம்	–	$\frac{1}{745,11,36,000}$
பாகம்	–	$\frac{1}{44,70,68,16,000}$
விந்தம்	–	$\frac{1}{3,12,94,77,12,000}$
நாகவிந்தம்	–	$\frac{1}{53,20,11,11,04,000}$
சிந்தை	–	$\frac{1}{74,48,15,55,456,000}$
கதிர்முனை	–	$\frac{1}{1,48,96,31,91,20,000}$

குரல்வளைப்பிடி – $\frac{1}{5,95,85,24,43,64,80,000}$

வெள்ளம் – $\frac{1}{35,75,11,46,61,88,80,00.000}$

நுண்மணல் – $\frac{1}{357514661888,00,00,000}$

தேர்த்துகள் – $\frac{1}{2,32,38,2453,02,27,20,00,00,000}$

கீழ்வாய் இலக்க வாய்ப்பாடுகளைக் கற்றுத் தெளிந்துள்ளனர். அதிலும் குறிப்பாகக் கொல்லர், தச்சர், மரவேலை செய்பவர், கொத்தனார், கல்கொத்தனார், கல்வெட்டுத் தச்சர்கள், போன்றவர்கள் இந்த மாதிரி வாய்ப்பாடு மனப்பாடம் செய்து வைத்து இருந்தனர்.

பண்டங்களின் பண்டைய நிறுத்தலளவு

32 குன்றுமணி	=	ஒரு வராகன்
10 வராகன்	=	ஒரு பலம்
100 பலம்	=	ஒரு கா
40 பலம்	=	ஒரு வீசை
5 வீசை	=	ஒரு துலாம்
8 வீசை	=	ஒரு மணங்கு
20 மணங்கு	=	ஒரு பாரம்

பொன் நிறுத்தல் அளவை

4 நெல் எடை	=	ஒரு குன்றிமணி
2 குன்றிமணி	=	ஒரு மஞ்சாடி
2 மஞ்சாடி	=	ஒரு பணவெடை
5 பண எடை	=	ஒரு கழஞ்சு
8 பண எடை	=	ஒரு வராகன்
4 கழஞ்சு	=	ஒரு கஃசு
4 கஃசு	=	ஒரு பலம்

கஃசு என்னும் அளவுப் பெயர் கால்பலம் $\frac{1}{4}$ பலம் அளவுடையது ஆகும்.

இதனை திருவள்ளுவர்

> **"தொடிப் புழுதி கஃசா உணக்கின் பிடித்தெருவும்**
> **வேண்டாது சாலப் படும்."**

என்பதில் 'கஃசு' என்ற எடையைப் புகுத்திப்பாடியுள்ளார்.

நீட்டலவை

10 கோன்	=	ஒரு நுண்ணணு
10 நுண்ணணு	=	ஓர் அணு
8 அணு	=	ஒரு கதிர்த்துகள்
8 கதிர்த்துகள்	=	ஒரு துசும்பு
8 துசும்பு	=	ஒரு மயிர்நுணி
8 மயிர்நுணி	=	ஒரு நுண்மணல்
8 நுண்மணல்	=	ஒரு சிறுகடுகு
8 சிறுகடுகு	=	ஓர் எள்
8 நெல்	=	ஒரு விரல்
12 விரல்	=	ஒரு சாண்

2 சாண்	=	ஒரு முழம்
4 முழம்	=	ஒரு பாகம்
2 பாகம்	=	ஒரு கோல்
6000 கோல்	=	ஒரு காதம்
4 காதம்	=	ஒருயோசனை

முகத்தலளவை

2 செவிடு	=	ஒரு பிடி
5 செவிடு	=	ஓர் ஆழாக்கு
2 ஆழாக்கு	=	ஓர் உழக்கு
2 உழக்கு	=	ஓர் உரி
2 உரி	=	ஒரு படி(நாழி)
8படி(நாழி)	=	ஒரு குறுணி(மரக்கால்)
2 குறுணி	=	ஒரு பதக்கு
2 பதக்கு	=	ஒரு தூணி
5 மரக்கால்	=	ஒரு பறை
80 பறை	=	ஒரு பறை
96 நாழிப்படி (12 மரக்கால்)	=	ஒரு கலம்
120 படி(15 மரக்கால்)	=	ஒரு பொதி

நன்றி : அளவீடுகள் ஒன்று முதல் ஐந்து முடிய தமிழ்ப் புத்தாண்டு என்ற நூலில் எடுக்கப்பட்டது. ஆசிரியர் திரு. கதிர் முத்தையன் க.மு. கல்.மு எழுதியது ஆகும்.

தற்போது 'இம்மி' யைச் சிலர் 'டிம்மி' கணக்குப் போடாதே! அம்மன் காசு கூட தரமாட்டேன் என்று கூறுவர்.

இன்றைய மெட்ரிக்கு முறை கி.பி.1957இல் அமலுக்குக் கொண்டு வரப்பட்டது. கி.பி.1957இல் புதிய விடுதலை இந்தியா காசு வெளியிடப்பட்டது. 100 காசுகள் = ஒரு உருவாய் என்ற அமைப்பு வந்தது; அதற்குமுன் 192 காசுகள் = ஒரு உருவாய் என்ற ஆங்கில (இங்கிலாந்து) அமைப்பு நாணயம் வழங்கியது.

கி.பி.1957 முன் தோலா, பலம், வீசை, மணங்குபாரம் என்ற நிறுத்தலளவை இருந்தது. நீட்டலளவையில் 12 அங்குலம் = 1 அடி 3 அடி = 1 கசம்; 220 கசம் = 1 பர்லாங்கு; 8 பர்லாங்கு = 1 மைல் என்று நீட்டலளவை இருந்தது.

நிறுத்தளவை சரிபார்ப்பு

3 தோலா	=	1 பலம்
40 பலம்	=	1 வீசை
8 வீசை	=	1 மணங்கு
20 மணங்கு	=	1 டன் (பாரம்)
8 பலம்	=	சேர்
5 சேர்	=	வீசை
3 காலணா காசு	=	1 பலம் ஆகும் தோலாவும்

காலணாவும் ஒன்றாகும்.

120 காலணா செம்பு காசு (பெரியகாலணா) = 1 வீசை

2½ கிலோ கிராம் = 1 வீசை

8 வீசை X 2½ கிலோகிராம் (வீசை) = 1 மணங்கு (20 கிலோ)

20 மணங்கு X 20 கி.கி = 400 கிலோ கிராம்

(1மணங்கு) (ஒரு டன்)

2½ கிலோ கிராம் = 1 வீசை

20 கிலோகிராம் = 1 மணங்கு

400 கிலோகிராம் = 1டன் ஆகும்(பாரம்)

2½ பழையபாரம் = 1 மெட்ரிக்குடன் ஆகும்.

1 மெட்ரிக்கு டன் = 1000 கிலோ கிராம்

நீட்டலளவை விளக்கங்கள்

அக்கால நெல் தங்க சம்பா நெல் 8 நெல் = 1 விறல் கடை

என்பது சரியாய் இருக்கலாம்; 12 பெருவிரல் கடை = ஒரு 'சாண்' ஆக முடியும். ஒரு சராசரி மனிதனின் பெருவிரலின் நீளம் 7 செ.மீ ஆகும். அப்படியானால் நீளங்கொண்டு கணக்கிட்டு

தவறாக முடியும். பெரு விரலின் சுற்றளவு இரண்டாம் கணுவிடம் பார்த்தால் அதன் சுற்றளவு 7 செமீட்டர்; அதை க முறையிலும் ''வட்டத் தரைகொண்டு விட்டத் தரைதாக்கச் சட்டெனத் தோன்றும் குழி'' கணக்கு அதிகாரம் என்ற முறையிலும் விட்டம் கண்டால் விரலின் நீளம் கிடைக்கும். $7 \div \pi$

$$7 \div \frac{22}{7} = 7 \times \frac{7}{22} = \frac{49}{22} = 2.05$$

பெருவிரல் விட்டம் = விரலின் அகலம் = 2 செமீ

ஒரு சாண் அளவு = 24 செ.மீ

விரலின் கடை அகலம் = 2 செமீ

ஒரு சாணில் உள்ளவிரல் கடை $=24 \div 2=12$ விரல்கள்

கணக்கதிகாரம் முறையில் கணக்கீடு

வட்டத்தரை ÷ விட்டத் தரை

விட்டத்தைப் போல $3\frac{1}{7}$ மடங்கு நீளம் சுற்றளவு இருந்தது

1 அங்குலம் விட்டம் ஆனால் $=3\frac{1}{7}$ செ.மீ வட்டம்இருக்கு வட்டத்தின் சுற்றளவு இருக்கும்.

1 சாண் வட்டத்தின் விட்டமானால் $3\frac{1}{7}$ சாண் வட்டத்தின் பரிதி இருக்கும். மொழியும், அளக்கும் வழிதான் வேறு; மற்றபடி வட்டத்தின் விட்டத்தைப் போல சுற்றளவு $3\frac{1}{7}$ பங்குப் பெரிய நீளமுடைய கோடாக இருக்கும்.

வட்டத்தின் சுற்றளவு 44 சாண் ஆனால்

வட்டத்தின் விட்டத்தரை $= 44 \div \frac{22}{7} = \not{44} \times \frac{7}{\not{22}} = 14$

வட்டத்தின் விட்டத்தரை $= 44 \div \frac{22}{7} = 14$

வாய்ப்பாடு எல்லாவிடத்திலும் ஒரே அளவு தான்

---- விட்டத்தரை D ------- வட்டத்தரை π

வண்டி சக்கரத்தின் குறுக்கு விட்டம் = 14 சாண்

வண்டி சக்கரத்தின் சுற்றளவு = 44 சாண்

முகத்தளவை

முகத்தலளவை சோழநாட்டுக்குள்ளே மரக்கால் என்று நன்செய்யில் 3 படி மரக்கால் அளவு முறை உண்டு. படியைப் பட்டணம் படி என்பர். இன்னொரு முறை 2 படி மரக்கால் அளவு முறை உண்டு. அதை(மரக்காலை) வல்லம் என்பர். அந்த வல்லந்தான் தொல்பழங்காலத்தில் 'வெள்ளம்' ஆக இருந்து இருக்கக் கூடும். 'வெள்ளம்' என்பதில் ஒன்றுக்குள்ளே 3575114661888000000 நீர்த்துளிகள் சொட்டு சொட்டாக விழுந்து மழையளவாக அமையலாம். அதுவே வெள்ளமாக அமைந்து பின்னால் 'வல்லம்' என்று அமைந்து அளவுக்குப் பயன்பட்டு இருக்க வேண்டும். நஞ்சைப்பகுதியில் வேறு விதமான இன்று வரை உள்ளது.

2 ஆழாக்கு	=	1 உழக்கு
4 உழக்கு	=	
8 உழக்கு	=	1 படி
3 படி	=	1 மரக்கால்

12 மரக்கால் அல்லது 36 பட்டணம் படி = 1 கலம் = (42கிலோ நெல்)

18 மரக்கால் அல்லது 54 பட்டணம் படி = 1 மூட்டை (63 கிலோ நெல்)

சிற்சில அளவுகளில் இடத்துக்கு ஏற்ப மாறினாலும் ஒட்டு மொத்தமாகப் பார்த்தால் பழங்காலத் தமிழனின் தொழில் அறிவை வியந்து போற்றத் தோன்றும். அருமையான தொழில் நுட்பத்துடன் செயலாற்றி உள்ளான். நீரில் வளரக் கூடிய தாமரை, நுண்மணல், வெள்ளம், கதிர்மனை, குரல்வளைப்பிடி ஆற்றுநீர்

என்பதைச் சிந்தித்தால் தூய தண்ணீர் அளவே சிற்றிலக்க வாய்ப்பாடுக்குள் பயன்பட்டு உள்ளது. இன்றும் கூட தூய தண்ணீரின் எடையின் அளவு 1 கன செ.மீட்டர் அளவு = 1 கிராம் ஆகும். பந்தம், விந்தம், சிந்தை, நாக விந்தம் மனிதன் சார்புடையது ஆகும்.

ஔவையார்

"அணுவைத் துளைத்து ஏழ்கடலைப் புகட்டி
குறுகத் தறித்தக் குறள்." என்றார்

இந்த தமிழ்கூறும் நல்லுலகம் ஐந்து அளவை முறைகளைச் சந்தித்துள்ளது.

1. பழந்தமிழ் முறை (கி.மு. 5 நூற்றாண்டு முதல் கி.பி. 2 நூற்றாண்டு முடிய)

2. வடமொழி கலந்த இடைக்கால முறை

3. ஒருங்கிணைந்த உலகளந்தான் முதலாம் இராச இராசன் காலத்து முறை.

4. ஆங்கிலேயர் முறை

5. விடுதலை இந்தியா மெட்ரிக் முறை.

கால அளவு மாத்திரை (மருத்துவப்படி)

மா+திரை = மாதிரை→ மாத்திரை

'மாத்திரை' என்பது தமிழ்த்தான் என்பவரும் தமிழில்லை என்பவரும் காலங்காலமாக தோன்றிக் கொண்டு இருக்கிறார்கள். மாத்திரையில் இருந்து Matter வந்து இருக்கலாம் என்று கூறலாம்.

ஒரு மருந்தை விழுங்க முடியாமல் திக்குமுக்காடி தடுமாறும்போது அதை மாத்திரை என்பர். சித்த மருந்து இலேகியம், பசுபம் ஆக இருந்தால் அது எளிதில் சென்றுவிடும். எளிமையாக இனிப்புடன் செல்வது இலேகியம் தேனில் குழைத்து நாக்கில் ஒட்டி உள்ளே நோகாமல் போவது பாய்ப்பம்→பசுப்பம்→பஸ்பம் (பாய்ந்து போம்) சாம்பல் போல இருப்பது பசுப்பம்.

கட்டியாக உருட்டி காயவைத்துத் திண்மத் தருவது மா+திரை → மாத்திரை.

நாக்கைத் தொட்டுப் பிசுபிசுப்புடன் பசையுடன் உள்ளே செல்வது தைலம்.

சுட்டெரித்து சாம்பலாக்கித் தருவது சூரணம்.

மொழிவழி

சொல்லக்கூடிய சொல்லை விட்டு விட்டு காலம் எடுத்து திரையிட்டு அளவிட்டுச் சொல்வது மாத்திரை; மா+திரை = மாத்திரை திரை= அலை; அலை அலையாகச் சொல்லுவது மாத்திரை ஆகும்.

திர் – வேர்ச்சொல்; உருவாகும் சொற்கள்:- திரம், திரி, திரு, திரை, திர, திரள், திரண்டு திரட்சி, திரும்பு, திருத்து, திரித்து, திரிபு, திரைத்து, திருந்து, திருப்பு.

உடலைத்திரமாக மாற்றும் மாத்திரை – 'திரம்' அழகாகச் சொல்லவிட்டுச் சொன்னால் சொல்லழகு

சொல்லழகு சேர மாத்திரை தேவை – வந்+தான் = வந்தான்

வ= ஒரு மாத்திரை; ந்= அரை மாத்திரை

தான் :- தா = 2 மாத்திரை; ன் = $\frac{1}{2}$ மாத்திரை

'வந்தான்' எடுத்துக்கொள்ள வேண்டிய நேரம்

$1+\frac{1}{2}+2+\frac{1}{2}$ = 4 மாத்திரை ஆகும்.

மாத்திரை = சொல்ல எடுத்துக்கொள்ளும் கால அளவு

''கண்ணிமை நொடியென அவ்வே மாத்திரை''

என்று எழுத்தின் கால அளவைக் கூறுகிறது. திரையர்கள் என்ற குலமே தமிழ்நாட்டில் உண்டு. ''பல் வேல் திரையன்'' என்ற அரசனே தமிழ் நாட்டில் உண்டு.

பரப்பளவு

144 சதுர அடி	= 1 குழி
100 குழி	= 1 மா
20 மா	= 1 வேலி

கால அளவு

2 கண்ணிமை	=	ஒரு நொடி
2 நொடி	=	ஒரு மாத்திரை
2 மாத்திரை	=	ஒரு குரு
2 குரு	=	ஒரு உயிர்
2 உயிர்	=	ஒரு சனிகம்
12 சனிகம்	=	ஒரு விநாடி
60 வினாடி	=	ஒரு நாளிகை
$2\frac{1}{2}$ நாழிகை	=	ஓர் ஓரை
$3\frac{3}{4}$ நாழிகை	=	ஒரு முழுத்தம்
2 முழுத்தம்	=	ஒரு யாமம்
4 யாமம்	=	ஒரு பொழுது
2 பொழுது	=	ஒரு நாள்

(பகல்+இரவு =ஒருநாள்)

15 நாட்கள்	=	ஒரு பக்கம்
2 பக்கம்	=	ஒரு மாதம்
12 மாதம்	=	ஓர் ஆண்டு
6 மாதம்	=	ஓர் அழிபணம்
2 அயனம்	=	ஓர் ஆண்டு

வட்டத்தின் சுற்றளவை பிரித்தறியும் கணக்கியல்

60 நூண்விகலை	=	ஒரு விகலை
60 விகலை	=	ஒரு கலை

60 கலை	= ஒரு பாகை
60 பாகை	= ஓர் ஓரை
12 ஓரை	= ஒரு வட்டம்

முற்காலத்தின் காலக் கணக்கீடு

60 தற்பரை	= ஒரு பரை
60 பரை	= ஒரு நொடி
60 நொடி	= ஒரு விநாடி
60 வினாடி	= ஒரு நாழிகை
60 நாழிகை	= ஒரு நாள்

என்று அக்கால வாய்ப்பாடாக இருந்து உள்ளது. $2\frac{1}{2}$ நாழிகை = 1 மணி ஆகும். என்று இக்கால அளவுக்கு அமையும்.

அளவீடுகள் அவசியம்

பழந்தமிழர்கள் வேளாண்மக்கள், தொழிலாளர்கள்(கொல்லர், தச்சர், கல்தச்சர், நெசவாளிகள், கொத்தனார், கண்ணார், ஒட்டர் போன்றவர்கள்) இந்தியாவில் இருக்கும் மக்கள் எந்த மொழி பேசினாலும் அவர்கள் எல்லாம் தமிழிய மக்களே (திராவிட மக்கள்) ஆவார். அவர்களுக்கு அளவீடுகள் அவசியம் தேவை. அளவீடுகள் இல்லாமல் எதுவும் செய்ய இயலாது. சுமார் இரண்டாயிரம் ஆண்டுகளுக்கு முன் கட்டப்பட்ட கல்லணையே இதற்குச்சான்று ஆகும். இது போல சிந்து சமவெளி நாகரீக காலத்தின் கடைசிபகுதியில் ஆற்றில் அணைக்கட்டப்பட்டதை அவற்றை ஆரியர்கள் உடைத்து நொறுக்கியதையும் 'இருக்கு' வேதம் மூலம் அறியலாம். பொதுவாக தொழில் பற்றிய வேலைகளைத் தமிழிய மக்கள்(திராவிடர்கள்) தான் இன்றும் செய்து வருகின்றனர். உடல் உழைப்பு வேலைகள் தமிழீய மக்கள் (திராவிட) தாம் இன்றும் செய்து வருகிறார்கள். கல்தச்சன், கொல்லன், தச்சன், கொத்தன், தட்டான், குயவன், எல்லோரும் தமிழிய மக்களே ஆவார். வேளாண் மக்கள் தமிழிய மக்களே ஆவார்.

தமிழ் எண்களும் பொது எண்களும்

தமிழ் எண்கள் தாம் ஆங்கில எண்களாக மாறி தற்போது உலகம் முழுவதும் பொது எண்களாக மாறி உள்ளன. தமிழ் கூறும் நல்லுலகில் யவணர்(கிரேக்கர், உரோமர்) அரேபியர் வந்து பலவிதமான நறுமணப்பொருள்களை வாங்கிச் சென்றனர். அந்தக் காலத்தில் அவர்களின் நாட்டில் செய்யப்பட்ட கண்ணாடிப் பொருள்கள், பீங்கான் பொருள்கள், விளக்கு வகைகள்,மது வகைகள் இவற்றைக் கொண்டு வந்து விற்பனை செய்தனர் 'கிப்லாசு'(ஹிப்லாஸ்) என்ற கடற்காற்று மேற்கில் இருந்து கிழக்கே வீசும்போது யவண, அரேபியநாட்டில் இருந்து புறப்பட்டு கிழக்கே வந்து, மேலைக்கடற்கரையில் வந்து இறங்கினர். அதே 'கிப்லாசு' திசை மாறி மேற்கு நோக்கி வீசும்போது இந்தியாவின் மேற்குக் கடற்கரையில் புறப்பட்டு யவன, அரேபியர் நாடுகளுக்குச் சென்று திரும்பினர்.

தமிழ் எண்கள் ஒனறு முதல் பத்து முடிய ஈற்றில் உகரத்தில்தான் முடிகின்றன. அதையொட்டி இந்திய எண்களும் அமைகின்றன. சில உகரம் ஈற்றில் சேராமல் வருகின்றன. ஏக் (ஏகு) என்றவாறு எண்கள் அமைகின்றன. ஆனால் 'அம்' சொல்லாற்றில் எதுவும் அமையவில்லை. 'ஏகம்' சான்று சொல்லாமல் கூறலாம். இப்படி எதுவும் அமையவில்லை. ஆயிரம், இலட்சம் மட்டும் 'அம்' வந்து அமைகின்றன.

'—' படுக்கைக்கோடு கி.மு.வில் 'ஒன்று' ஆகும். அது '+' என்று மாறிய காலத்தில் யவனர், அரேபியர்களால் மேலை நாட்டிற்கு '+' என்று அறிமுகம் ஆனது.

''=' GB Ó \ ©U÷ Põk Q.• .Â À ""C µs k'' B S®. A x 'Z' என்று மாறிய காலத்தில் யவனர்,அரேபியர்களால் மேலைநாட்டில் 'Z' என்று அறிமுகம் ஆனது.

கடைச் சங்கக் காலத்திற்கு முன் '≡' என் று மூன்று கோடுகள் 'மூன்று' என்ற இலக்கத்தைக் குறித்தன. அது 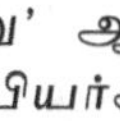 என்று யவனர் அரேபியர்களால் மேலைநாட்டில் அறிமுகம் ஆகி '' என்று மாற்றம் ஆகியது. தமிழில் '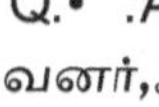' என்று மாற்றம் ஆனது.

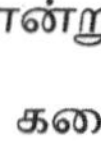 என்று சங்கக் காலத்தில் கி.மு.வில்'4'யைக் குறித்தது. அதே உருவம் '' என்று மேலை நாட்டில் அறிமுகம் ஆனது.

அதுவே தமிழில் 'சூ' என்று ஆனது. பொது எண்ணாக இடவலம் மாறி  என்பது '4' என்று ஆனது.

கி.மு.வில்தமிழ் எண் 'ஐந்து' '' என்பது ஆகும். அது மேலை நாட்டு வணிகர்களால் '' என்று ஆகி '5 என்று ஆகி '5' என்று ஆனது. தமிழ்எண் ஐந்து தற்போது 'ரு' ஆகும்.

மலையில் தோன்றிக் கடலில் கலக்கும் அமைப்பில் 'ஆறு' ='வழி' என்ற அமைப்பில் கி.மு.வில்  என்று எழுதப்பட்டது. அதை மேலைநாட்டு வணிகர்கள் அறிந்து மேலை நாட்டில் புகுத்தியபோது '' என்று மாறி பிறகு '6' என்று ஆனது. தமிழ் எண்ணாக 'சா' என்று வளர்ந்தது. 'ஆறு' தோற்றம் வளநாட்டில் பாசனம் கடலில் கலத்தல் இவற்றைக் கொண்டு ''சா '' அமைக்கப்பட்டது.

எழுந்து நின்று வினவுதல் போலவே 'ஏழு' அமைக்கப்பட்டது. இது கி.மு.வில்  என்பது கடைச்சங்கக் கால எழுந்து நின்று வினவும் முறை அமைப்பு அப்படியே மேலை வணிகர்களால் '7' என்று எடுத்து கொண்டு பரப்பப்பட்டது. அதுவே பிற்கால தமிழில் '' என்றும், 'எ' என்றும் மாற்றம் அடைந்தது. பல தடுமாற்றங்கள், போராட்டங்களுடன் ஒரு குறிக்கோளை 'எட்டு' வது போல 'எட்டு' '' என்று கி.மு.வில் சங்கக்காலத்தில் அமைக்கப்பட்டது. அதையே மேலை நாட்டு வணிகர்களால் எடுத்து மேலை நாட்டில் சேர்க்கும் போது '' என்று இரு துண்டு கோடுகளியிட்டு அறிமுகம் ஆகி '8' என்று ஆனது. அதுவே பிற்காலத் தமிழில் '' என்று ஆகி 'அ' என்று ஆனது.

கடைச் சங்கக்காலம் கி.மு.வில் '' என்று ஒன்பது அமைந்து இருந்து வந்தது. அதை மேலை நாட்டு வணிகர் எடுத்துச் சென்று '' என்று மாற்றி பரப்பினார். அதுவே இன்று பொது எண்ணாத '9' என்று மாறியதும் அது பிற்காலத் தமிழில் 'கூ' என்று மாறியதும் பத்து என்பது கடைச்சங்கக் காலத்தில்  இரண்டு

கைகளையும் இமைத்து (இயைந்து) நடுவில் உள்ள விரல்களை மூடினால் அதன் அமைந்து உள்ளது.

அதுவே  என்பது ‘’ என்று தமிழில் மாறியது. இதைப் பார்த்த மேலைநாட்டு வணிகர்கள்  என்பதில் சுழியத்தை மட்டும் பிரித்து ‘O’ என்று அமைத்து அதற்கு முன் ‘ஒன்று’ – ‘*1*’ என்று எழுதி ‘*10*’ ஆக்கினர்.

ஆகப் பழந்தமிழின் கல்வெட்டு எழுத்துக்களே இன்று ‘ஒன்று முதல் ‘பத்து’ முடிய உலகப் பொது எண்களாக மாறி உள்ளன. தமிழில் பத்து, நூறு, ஆயிரம், நூறாயிரம் என்று தனித் தனி உருவங்கள் அமைக்கப்பட்டன. தசம்(பத்து) சதம்(நூறு) என்பவைகளுக்கு முழுமையாக வளர்ச்சி அடைந்த காலத்தில் வடமொழிக் கூட்டுறவு இருந்ததால் ‘தசம்’ என்பதின் தலைகீழ் அமைப்பாக ‘ய’ (பத்து) ‘’ (நூறு) என்று ‘பத்து’ என்பதைத் தலைகீழ்படுத்தி எழுதப்பட்டது. ஆனாலும் சங்கக் காலத்தில் தசம், சதம் என்ற சொற்களின் பயன்பாடு இல்லை ‘சதவாகணர்’ என்பதைச் சிலம்பு “நூற்றுவர் கன்னா” என்றே கூறும்.

இன்றைய உருது எண்களின் அமைப்பு அக்கால தமிழ், எண்களின் கல்வெட்டு அமைப்பு போல ‘உருவில்’ சிற்சில மாற்றங்களுடன் உள்ளன. அதனைப் பின்னால் உள்ள அட்டவணையைக் கொண்டு ஒப்புமை செய்து அறிந்து கொள்ளலாம்.

சீன எண்களும் தமிழ் எண்களும்

–(யி) = (அள்) ≡ (சான்) ஆகிய மூன்றும் பழைய கி.மு. காலத்து தமிழ் எண்கள் ஒன்று, இரண்டு, மூன்று ஆகியவற்றை ஒத்து உள்ளன. *1* ஒன்று = யி *2*. இரண்டு = அள் *3* மூன்று = சான்; *4*. நான்கு = ஸ்; *5* ஐந்து = ஹ; *6*. ஆறு = லியு *7*.ஏழு =ச்சி *8*.எட்டு = பா *9*. ஒன்பது = ச்சியு *10*. பத்து = ஷ்

மேலேக் கண்ட ஒலியன்களில் ‘ஒன்’ என்பது ‘யி’ ஆக மாற வாய்ப்பு உண்டு; ‘ஐந்து’ என்பதில் ‘ஐ’ ‘ஹ’ ஆக மாற வாய்ப்பு உண்டு.

சீன ஒலியன்கள் அனைத்தும் வேர்சொற்களாக அமைந்து எளிய நிலையில் இருப்பதை உற்றுப் பார்த்தால் இதுபோல பழந்தமிழிலும் கூட ஒன், (ஈர், துண்), (மூ, மூன்), நால், ஐ, ஆற்,

எழ், எட், தொன், 'பத்' என்றே வேர்சொற்கள் மூலம் உருவாகி இருக்கலாம்.

அடையாளம்

இவைகள் தாம் தமிழிய மொழிகள் (திராவிட மொழிகள்) என்று அடையாளப்படுத்துவது எண்கள் மூலமே ஆகும். ஒன்று முதல் பத்து முடிய எண்கள் 'ஒலிப்பு'களில் சிறு சிறு மாற்றங்கள் பெற்று இருந்தாலும் அடிப்படையில் ஒன்று போல ஒருமைப்பாடுடன் அமைந்துள்ளன. அது போல இதுதான் 'தமிழ்' என்று அடையாளப்படுத்துவது 'வினைச்சொற்கள்' ஆகும் தமிழுக்கு எலும்புப் பகுதியாக அமைவது வினைச் சொற்களே ஆகும்.இன்னும் ஒருப்படி மேலே சென்று சொல்லப் புகுவோம் ஆனால் தமிழின் உயிர்பகுதி 'வினைச்சொல்' லேஆகும். அது கெட்டு வர வர தமிழின் நிலை தாழ்ந்து கொண்டே போகும். தமிழின் தாழ்வுக்குக் காரணம் ஆகும். அதனால் தமிழின் நிலை தாழ்ந்து கொண்டே போகிறது. இப்படியே போனால் தமிழன் முகவரி இழந்து 'மொழி அநாதை'யாக மாறும் நிலை ஏற்படும்.

அவலங்கள் : ஊர்ப்பெயர்களின் நிலை இன்று எண்களின் நிலை

அலைபேசி பேசுவோர், தொலைபேசி பேசுவோர் மற்றும் எண்களைப் பயன்படுத்தும் தமிழர்கள் அலைபேசி எண்களைக் கூறும்போது நையன் (Nine) போர் (Four) டூ (Two) சிக்ஸ் (six) செவன் (seven) சீரோ சீரோ (zero), பைவ் (Five) என்றே கூறுகின்றனர். ஒன்று, இரண்டு, மூன்று என்று சொல்லும் தமிழ் முறையை மறந்து வருகிறார்கள்.

மேலும் மடல், கடிதம் எழுதும் பழகத்தை மறுத்து வருவதால் ஊர்ப் பெயர்கள், முகவரிகள் மறைந்து வருகின்றன.

பெயரையும் அலைபேசி எண்ணையுமிட்டு விளம்பரப் படுத்துவதால் ஊர் பெயர்கள் மெல்ல மெல்ல மறைந்து வருகின்றன. நூறு அடி சாலையில் பேருந்துகளில் போகும்போது ஒவ்வொரு ஊரிலும் உள்ள கடை, தொழில் விளம்பரப் பலகைகள் ஆங்கிலத்தில் எழுதப்பட்டு, கூடவே அலைபேசி எண்கள் மட்டும் கொடுக்கப்பட்டு விளம்பரங்கள் அமைகின்றன. இதனால் "இந்த ஊர் என்ன ஊர்?" என்று அறிய கடினமாக உள்ளது.

சிற்றூர்களின் பெயர்கள் தொலைவில் இருக்கும் மற்றொரு சிற்றூரின் பேர்வழிக்குத் தேவையில்லை. அலைபேசி எண்கள் மட்டுமே போதும். இதனால் ஊர் பெயர்கள் மெல்லமெல்ல அறியப்படாமல் போய் விடுகின்றன.

முதலில் கி.பி.1960 ஆண்டுவரை பால்காரர் மண்டிகாரர் தமிழ் எண்களைப் பயன்படுத்தி பால் சுவடி, மண்டிசுவடியில் குறித்து வழக்கத்தில் வைத்து இருந்தனர். அதுவும் இப்போது இல்லை. தமிழ்எண்கள் யாரும் இன்றைய தலைமுறையினர் அறியமாட்டார்கள் முற்றிலும் தெரியாது வாகனங்களின் எண்கள் பலகையில் தமிழ் எண்கள் எழுத யாரும் விரும்புவதில்லை. ஆனாலும் மற்ற மாநிலக்காரர்கள் தமது எண்களைப் பயன்படுத்தி வழக்கில் கைக்கொள்கின்றனர். தமிழ்நாட்டில் நாட்காட்டி முதல் எல்லாம் பன்னாட்டு எண்களே பயன்படுத்தப்படுகின்றன. அலைபேசி பயன்படுத்துவோருக்குப் பெயரும் ஆங்கில எண்கள் மட்டும் இருந்தால் போதும். அதனால் ஊர்ப்பெயர், தமிழ்எண்கள் இவைகள் தேவையற்றதாக மாறி விடுகின்றன. தொலைக்காட்சிப் பெட்டியில் ஆங்கில எண்கள் இருந்தால் போதும் இப்படியாக எல்லா விடங்களிலும் ஆங்கில எண்கள் மட்டும் போதும் என்ற நிலைக்குத் தமிழர்கள் தள்ளப்பட்டு வருகிறார்கள்.

இவை காலத்தின் கட்டாயமாக இருந்தாலும் ஒருமைப்பாடு உருவாக்கும் செயல்பாடுகளாக இருந்தாலும் தமிழ் தமது முகவரியை இழந்து வருகிறான் என்பதே கசப்பான உண்மையாகும்.

இன்றைய கணக்கியல் தமிழ்

இடைக்காலத்தில் வடமொழியும், பிற்காலத்தில் ஆங்கிலமும் வந்து தமிழ்நாட்டில் குழப்பின. அதனால் தங்களது பழைய அளவுகளை மெல்ல மறந்து வந்தார்கள். இன்று நூற்றுக்கு ஒரு விழுக்காடு ஆயிரத்தில் ஒருவருக்குக் கூட தமிழ் எண்களின் உரு தெரியாது. இன்றும் கன்னடத்தில் இருந்து வரும் வாகனங்களில் கன்னட எண்களே பயன்படுத்தப்பட்டுள்ளன.

சில கணக்கியல் சொற்கள்

தமிழ்	பிராகிருதம்	சமற்கிருதம்
வட்டம்	வட்ட	வ்ருத்த
நட்டம்	நட்ட	நஷ்ட

தமிழ்	சமற்கிருதம்
கூம்பு	கூப
கோலம்	கோல
கோளம்	கோளா
சகடம்	சக்கர
சகடு	சகடு
சக்கரம்	சக்ர
சகடை	சகடி
சதுரம்	சதூரஅச்ர
சமம்	சம
சாய் (படுக்கை)	சாய் (வடமொழி)

அறிவியல் சொற்கள்

செந்தூரம்	ஸிந்தூர
இரும்பு	அயச

நாற்றுக் கணக்கீடு; உழவு எண்ணிக்கை

5	நாற்று முடிகள்	-	ஒரு ஈடு
20	ஈடு	-	1 கட்டு
100	நாற்றுமுடிகள்	-	1 கட்டு

வெள்ளைக்காரன் காசுகள் விவரம்

192	காசுகள்	-	உருவாய்
3	காசுகள்	-	(¼) காலனா
6	காசுகள்	-	(½) அணா
12	காசுகள்	-	1 அணா
24	காசுகள்	-	2 அணா
48	காசுகள்	-	கால் உருவாய்
96	காசுகள்	-	எட்டணா அல்லது ½ உருவாய்
16	காசுகள்	-	1 உருவாய்

வானவியல் கணக்குகள்

வாரத்தின் நாட்கள் ஏழு (எ)

ஆண்டின் மாதங்கள் பன்னிரண்டு (கஉ)

ஆண்டின் நாட்கள் 365¼

கொடை (லீப்) ஆண்டு 366

எளிய ஆண்டு 365

வாரத்தின் நாட்கள் பெயர்கள் (1) ஞாயிறு - Sunday (2) திங்கள் - Monday (3) செவ்வாய் - Tuesday (4) காரி (புதன்) - Wednesday (5) வியாழன் - Thursday (6) வெள்ளி - Friday(7) காரி (சனி) - Saturday. இந்த பெயர்கள் வானத்திலுள்ள கதிரவனையும் அதன் சுழற்சிக்குள் இருக்கும் கோள்களின் பெயர்கள். மொழியில் பெயர்கள்தான் மாறி உள்ளன. மொழிக்கு மொழி பெயர்கள் மாறுபாடாக உள்ளன. கோள்களின் வரிசையில் மாறுதல் இல்லை.

அதைப்போல தமிழிலும் அதன் திரிபு நிலையிலும் உள்ள மாதங்கள் 12 (கஉ) என்பதாகும். தமிழ்ப் பெயர்கள் (1) சுறவம் - தை (2) கும்பம் - மாசி (3) மீனம் - பங்குனி (4) மேழம் - சித்திரை (5) விடை - வைகாசி (6) ஆடவை - ஆனி (7) கடகம் - ஆடி (8) மடங்கல் - ஆவணி (9) கன்னி - புரட்டாசி (10) துலை - அய்ப்பசி, (11) நளி - கார்த்திகை (12) சிலை - மார்கழி இவையெல்லாம் வரிசையாக அமைந்துள்ளன. தமிழாண்டுகள் என்று சொல்லப்படும் 60 ஆண்டுகள் பெயர்களும் தமிழ்ப் பெயர்கள் இல்லை.

(1) நடுவுநிலை திறம்பிய நயமில் ஒருகை இருகை மாஅல்
முக்கை முனிவ நாற்கை அண்ணல்
ஐங்கைம் மைந்த அறுகை நெடுவேள்
எழுகையாள எண்கை ஏந்தல்
ஒண்பதிற்றுத் தடக்கை மன்பே ராள.

(2) பதிற்றுக் கை மதவலி நூற்றுக்கை யாற்றல்
ஆயிரம் விரிந்த கைம் மாய மள்ள
பதினாயிரங்கை முதுமொழி முதல்வ
நூறாயிரங்கை ஆற்றி கடவுள்
அனைத்து மல்லபல அடுக்கலாம்பல். (பரிபாடல் 34-44)

மதங்கள் காட்டும் கணக்குகள்

முன்னரே இந்து சமயத்தில் காட்டப்படும் எண்கள் பற்றியும் தொடர்பு பற்றி கூறிவந்தோம். மேலும் முகமதிய மதத்தில் மூன்றாம் பிறை வடிவில் 756 என்று எண்கள் உள்ளன. ஒரே கடவுள் கோட்பாடு, 24 நபிகள் பற்றிய வரலாறு, அலைகள், சல் போன்றவைகளும் உண்டு. 24-வது நபி முகமது நபி என்றும் 23-வது நபி ஈசா நபி என்றும் குறிப்பிடப்பட்டு உள்ளன. ஈசா நபி என்பவர் இயேசுபிரான் ஆவார்.

அதைப் போலவே கிறித்துவ சமயத்தில் ஒன்று, மூன்று இரண்டையும் தொடர்புபடுத்தி மூவொரு கடவுள் என்று அழைக்கப்படுகிறார் கடவுள். மேலும் ஐந்தாம் கொத்து என்ற அடிப்படையில் பெந்தகொஸ்தே என்று அழைக்கப்படுகிறது. 7 என்ற எண் கனவுகளோடு தொடர்புப்படுத்தப்படுகிறது. மோயீசன் 10 கட்டளையைக் கடவுளிடம் சீனாய் மலையில் வாங்கியதாக கூறப்படுகிறது. இறைமகன் இயேசுவின் சீடர் 12 பேர்கள். அதில் ஒருவர் யூதாசு. அவர்தான் இயேசு காட்டுக் கொடுத்தார். இறைமகன் இயேசு 12-ஆம் வயதில் யூத குருமார்களுடன் வாதாடினார். இறைமகன் இயேசு 33 ஆண்டுகாலம் இவ்வுலகில் வாழ்ந்தார். யூதர்களால் சிலுவையில் அறையப்பட்டு மூன்றாம்நாள் உயிர்த்தெழுந்தார். 40 நாட்கள் இவ்வுலகிலேயே தங்கி, பிறகு வான உலகம் சென்றார். குறிப்பாக 'ஏழு' என்ற எண் பலவிடங்களில் காட்டப்படுகிறது. ஏழு எக்காளங்கள் பேசப்படுகின்றன.

சமண பௌத்த சமயங்களில் 3 என்பது சிறப்பாகக் கூறப்படுகின்றது. சமண சமயத்தில் திகம்பரர், ஏகாம்பரர் என்ற இரு பிரிவுகள் உண்டு. சமண சமயத்தில் 23 தீர்க்கந்தரர்கள் பற்றி பேசப்படுகிறது. முதல் தீர்க்கந்திரர் ஆதிநாதர், கடைசி தீர்க்கந்தரர் மகாவீரர். திரி இரத்தினம் என்பது மூன்று மாணிக்கங்கள் என்பதாகும்.

சைவ சமயத்தில் 63 நாயன்மார்கள் உண்டு. நாயன்மார்களில் சிறப்பானவர்கள் நால்வர். அப்பர், சம்பந்தர், சுந்தரர், மாணிக்க வாசகர் ஆவார். வைணவத்தில் அத்வைதம், துவைதம் பேசப்படுகிறது. 12 ஆழ்வார்கள் சிறப்பான ஆழ்வார்கள் ஆவார். அவர்கள் 4000 பாடல்கள் எழுதி உள்ளார்கள். நாயன்மார்கள் எழுதி நூல்களைத் தொகுத்து 12 திருமுறைகளாகத் தொகுத்துள்ளனர். வைண

வத்தில் 108 திவ்ய திருக்கோயில்களும் சைவத்தில் 256 திவ்ய திருக்கோயில்களும் பேசப்படுகின்றன. 12-ஆம் திருமுறை என்று பேசப்படும். பெரியபுராணம் சைவ நாயன்மார்கள் 63யைப் பற்றி விவரிக்கும் நூலாகும்.

மூட நம்பிக்கை உள்ளவர்கள் 8 எண்ணை விரும்பமாட்டார் கள். ஒன்பது கோள்கள் (9) நவக்கிரகங்கள் என்று கூறப்படு கின்றது. எட்டாம் இடத்தில் சனி (அஷ்டமத்தில் சனி) என்றும் ஒன்பதாம் இடத்தில் குரு (9) என்றும் சோதிடத்தில் கூறப்படுகின் றன. ஒன்றாமிடம் கதிரவன் 2-வது இடம் சந்திரன் 3-வது இடம் செவ்வாய், 4-வது இடம் புதன் என்று சோதிடத்தில் கூறப்படு கின்றது. 5-வது வியாழன், 6-வது வெள்ளி.

தமிழ் எண் தோற்றமும் வளர்ச்சியும்

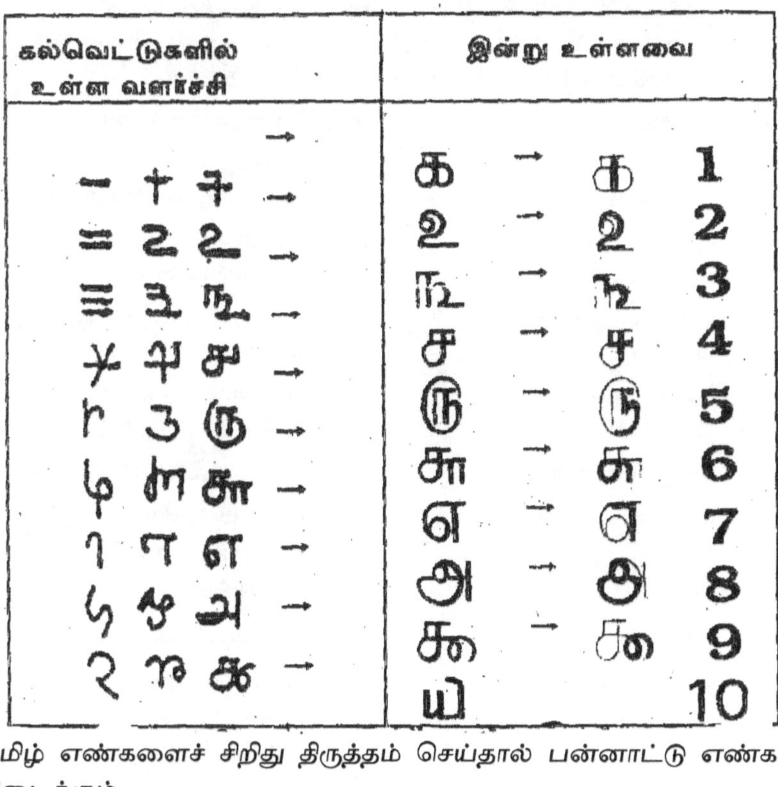

தமிழ் எண்களைச் சிறிது திருத்தம் செய்தால் பன்னாட்டு எண்கள் கிடைக்கும்.

- நன்றி : தமிழம்மா பதிப்பகம், சென்னை-106

இந்த நூல் எழுத உதவிய நூல்கள்

1. அகநானூறு
2. இண்டிகா - மெகசுதனீசு
3. இந்திய மொழிகளின் வரலாறு (ஜனாப் S.A.W. பக்கரி)
4. இலலிதா விஸ்தாரம்
5. ஐங்குறுநூறு - மூலமும், உரையும்
6. ஐந்திரம்
7. கலித்தொகை - மூலமும் உரையும்
8. கல்வெட்டுகள் எழுத்துகள் - கொடுமுடி சண்முகம்
9. கால்டுவெல்லின் ஒப்பிலக்கணம்
10. குறுந்தொகை - மூலமும் உரையும்
11. கொன்றை வேந்தன்
12. சமயவங்க சுத்தலிபி - சமணநூல்
13. சமற்கிருத இலக்கணமொழி வரலாறு
14. சாத்தூர் சேகரனின் தமிழும் உலக மொழிகளும்
15. சிறுபாணாற்றுப் படை
16. செங்கோன் தரைச் செலவு
17. தமிழ்ப்புத்தாண்டு - கதிர் முத்தையா
18. தமிழ்மொழி வரலாறு
19. தமிழ்த்தேசிய எண் சுவடி - அ.சி.சின்னப்பத்தமிழர்
20. தமிழரின் காலக் கணக்கு - அ.சி.சின்னப்பத்தமிழர்
21. திருக்குறள்
22. திருப்புகழ்
23. திருவாசகம்
24. தொல்காப்பியம்
25. நல்வழி (ஔவையார்)
26. பண்டையத் தமிழர்- நாகரிகமும் பண்பாடும் மொழி ஞாயிறு தேவநேயப் பாவணர்
27. பரிபாடல்
28. புறநானூறு
29. பன்மொழிப் புலவர் மு.க.ஜகநாதராஜாவின் தமிழும் பிராகிருதமும்
30. பொருநராற்றுப்படை
31. மொழிநூல் (டாக்டர் மு.வ.வின் நூல்)
32. மொழிநூல் - மாகறல் கார்த்திகேயனார்
33. முதற்றாய் மொழி - தேவநேயப் பாவாணர்
34. மொழியியல் கில்பர்ட் ஸ்லேட்டர் கருத்து
35. வடமொழி வரலாறு
36. வைச சாம்பாயணம்
37. Rev-Villiam Tayalor-ன் மொழியியல்
38. The Science of Language
39. விடியலை நோக்கி, களப்பிரர் வரலாறு
40. பழங்காலச் சோழர்களின் வரலாறு

சீனமொழி

ஞாலம் முழுவது பரவியுள்ள 1,2,3,4 எண்ணும் தமிழ் எண்ணோ! பல தமிழ் அமைப்புகள் பயன்படுத்தும் க, உ, ரு, ச எண்ணும் அதாவது இரண்டும் தமிழ் எண்களே ஆகும்.

அ ஆ இ ஈ உ ஊ எ ஏ ஐ ஒ ஓ ஔ ஃ

அ ஆா இ இா உ உா எ எா அய் ஒ ஒா அவ் அக்

புள்ளி எழுத்து வருவதற்கு முன் 'அக்' எழுத்து ஒலிப்புக்கு எழுத்து இல்லை. புள்ளி எழுத்து வந்தபின் 'ஃ' என்ற எழுத்து பயன்படுத்தப்பட்டது.

一二 三 四 五 六 七 八 九 十

1.1-10 எண்கள் 1 முதல் 10 வரை

1 一	2 二	3 三	4 四	5 五
யி	அள்	சான்	ஸ்	வூ
ஒன்று	இரண்டு	மூன்று	நான்கு	ஐந்து
6 六	7 七	8 八	9 九	10 十
லியு	ச்சி	பா	ச்சியூ	ஷ்
ஆறு	ஏழு	எட்டு	ஒன்பது	பத்து

சீன மொழியில் எண்களைப் பற்றித் தெரிந்து கொள்வோம். முதலில், ஒன்று முதல் பத்து வரை தெரிந்து கொண்டால் மற்றவை எளிது.

பின்வரும் மூன்று எண்களையும் அடிக்கடி உச்சரித்துப் பாருங்கள்.

4 四	7 七	10 十
ஸ்	சச்	ஷ்
நான்கு	ஏழு	பத்து

பொதுவான அளவுப்பெயர்

个 க

சீன மொழியில் பெயர்ச் சொல்லுடன் எண்ணை நேரிடையாக இணைத்துப் பேசுவதில்லை.

நன்றி : தமிழம்மா பதிப்பகம், சென்னை-106

பல்வேறு காலகட்டங்களில் தமிழ் எண்களின் வளர்ச்சி

(கெட்டிலக்கம்) தமிழ் பின்னங்கள்

வந	1/320	முந்திரி
ற	1/160	அரைக்காணி
றவந	3/320	அரைக்காணி முந்திரி
8	1/80	காணி
உவ	1/64	கால் வீசம்
சு	1/40	அரைமா
சப	1/32	அரை வீசம்
சஜ	3/80	முக்காணி
சஜஉ	3/64	முக்கால் வீசம்
ப	1/20	ஒருமா
ஸ	1/16	மாகாணி (வீசம்)
ஜ	1/10	இருமா
ஜூ	1/8	அரைக்கால்
ஸ	3/20	மூன்றுமா
ஸ—	3/16	மூன்று வீசம்
சப	1/5	நாலுமா
வ	1/4	கால்
ஐ	1/2	அரை
ஞ	3/4	முக்கால்

எண்கள்

தமிழ்எண்	('கின்தி)	உருது எண்	
1. ஒன்று	ஏக்	ایک	١
2. இரண்டு	தோ	دو	٢
3. மூன்று	(த்)தீன்	تین	٣
4. நான்கு	(ச்)சார்	چار	٤
5. ஐந்து	பான்ச்	پانچ	٥
6. ஆறு	ச்ஹெஹ	چھ	٦
7. ஏழு	ஸாத்	سات	٧
8. எட்டு	ஆட்ஹ்	آٹھ	٨
9. ஒன்பது	நௌ	نو	٩
10. பத்து	'தஸ்	دس	١٠
11. பதினொன்று	'கியாரஹ	گیارہ	١١
12. பன்னிரண்டு	'பாரஹ	بارہ	١٢
13. பதிமூன்று	தேரஹ	تیرہ	١٣
14. பதினான்கு	(ச்)சௌ'தஹ	چودہ	١٤

www.ingramcontent.com/pod-product-compliance
Lightning Source LLC
LaVergne TN
LVHW040422051026
849517LV00002B/420
* 9 7 8 9 3 8 7 6 5 5 4 3 0 *